Teach®
Yourself

Complete
Vietnamese
Dana Healy

For UK order enquiries: please contact Bookpoint Ltd,
130 Milton Park, Abingdon, Oxon OX14 4SB.
Telephone: +44 (0) 1235 827720. *Fax:* +44 (0) 1235 400454.
Lines are open 09.00–17.00, Monday to Saturday, with a 24-hour message
answering service. Details about our titles and how to order are available
at www.teachyourself.com

For USA order enquiries: please contact McGraw-Hill Customer
Services, PO Box 545, Blacklick, OH 43004-0545, USA.
Telephone: 1-800-722-4726. *Fax:* 1-614-755-5645.

For Canada order enquiries: please contact McGraw-Hill Ryerson
Ltd, 300 Water St, Whitby, Ontario L1N 9B6, Canada.
Telephone: 905 430 5000. *Fax:* 905 430 5020.

Long renowned as the authoritative source for self-guided learning –
with more than 50 million copies sold worldwide – the *Teach Yourself*
series includes over 500 titles in the fields of languages, crafts, hobbies,
business, computing and education.

British Library Cataloguing in Publication Data: a catalogue record for
this title is available from the British Library.

Library of Congress Catalog Card Number: on file.

First published in UK 1997 as Teach Yourself Vietnamese by
Hodder Education, part of Hachette UK, 338 Euston Road,
London NW1 3BH.

First published in US 1997 as Teach Yourself Vietnamese
by The McGraw-Hill Companies, Inc.

This edition published 2010.

The *Teach Yourself* name is a registered trade mark of
Hodder Headline.

Typeset by MPS Limited, A Macmillan Company.

Printed in Great Britain for Hodder Education, an Hachette UK
Company, 338 Euston Road, London NW1 3BH.

The publisher has used its best endeavours to ensure that the URLs
for external websites referred to in this book are correct and active
at the time of going to press. However, the publisher and the author
have no responsibility for the websites and can make no guarantee
that a site will remain live or that the content will remain relevant,
decent or appropriate.

Hachette UK's policy is to use papers that are natural, renewable and
recyclable products and made from wood grown in sustainable forests.
The logging and manufacturing processes are expected to conform to
the environmental regulations of the country of origin.

Impression number	10 9 8 7 6 5 4 3 2 1
Year	2014 2013 2012 2011 2010

Contents

Meet the author

Dana Healy is a Senior Lecturer in Vietnamese Studies at the School of Oriental and African Studies in London and has been lecturing on Vietnamese language, literature, cinema and culture for over 20 years. Her main research focuses on modern Vietnamese literature, especially literature of the renovation period and her publications examine the representation of war in Vietnamese poetry, prose fiction and cinema and literary explorations of gender.

Credits

Only got a minute?

Vietnamese has two features that it shares with other east Asian languages: a lack of grammatical endings (making Vietnamese an 'isolating language') and tones.

Because Vietnamese is an isolating language, endings are not added to words to change their meaning. Languages belonging to the Indo-European group, such as English and Russian, *do* add endings: think of *watch → watches, watched, watching*. In Vietnamese, meanings are conveyed by markers. Suppose, in English, you were to say: '*He* (marker) *watch TV every evening*' or '*We* (marker) *watch TV last night*' – 'watch' doesn't change, but there is a marker in front of it to explain which part of 'watch' to use. This is encouraging for the learner, because it means you won't have to learn pages of rules for verb, noun and adjective endings: the only change is in the marker. Of course, you will have to learn (and remember!) which marker to use when and the markers have a set order in the sentence.

This must also be learned – word order is crucial in Vietnamese – but at least you know that when you see a word on the page, or hear it spoken, that is how it appears in a dictionary!

Vietnamese, delightfully, is a 'tonal language': this means that the same word can have different meanings depending on whether you say it with a falling, a rising or a flat pitch – or even a combination of pitches.

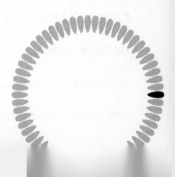

5 Only got five minutes?

Vietnamese, as explained in 'Only got a minute?', has some delightful features, including the facts that is both a 'tonal' and an 'isolating' language. Here and in 'Only got ten minutes?' I'll give you a whistle-stop tour through some of the main features of this fascinating and ancient language.

Referring to people: kinship terms and personal pronouns

The Vietnamese language does not have a full system of personal pronouns ('he', 'she', 'they' etc.) and relies on the use of kinship terms (terms indicating family relationships). The choice of a correct kinship term depends on many factors such as age, gender, social status or the intimacy of discourse. The most frequently used kinship terms are **anh** (*older brother*), **chị** (*older sister*), **em** (*younger sibling*), **ông** (*grandfather*), **bà** (*grandmother*). So to say '*he*', when referring to a man older than yourself, to whom you want to show deference, you would say **ông**; but when referring to a male friend you would say **anh**.

Basic sentence structure

Simple sentences in Vietnamese follow the logical word order of subject–verb–object. For example:

Tôi là sinh viên.	*I am a student.*
Tôi học tiếng Việt.	*I am studying (I study) Vietnamese.*
Đây là chị Mai.	*Here is Miss Mai.*

Negative sentences

Negation in Vietnamese is indicated using the word **không** (*'no, not'*). It always precedes the verb being negated. In sentences with **là** (*'to be'*) **không phải** must be added before **là**.

Tôi không phải là sinh viên.	*I am not a student.*
Tôi không học tiếng Việt.	*I don't study Vietnamese.*
Đây không phải là chị Mai.	*This is not Miss Mai.*

Asking questions

There are several ways of asking questions in Vietnamese. The easiest sort of question is a 'tag' question, as when we add the tag *'isn't he? don't you? weren't they?'* at the end of a statement. In Vietnamese, the tag is **phải không?**

Anh là sinh viên, phải không?	*He is a student, isn't he?/You are a student, aren't you?*

In order to turn a statement (*'You study Vietnamese'*) into a question (*'Do you study Vietnamese?'*), we add the formula **có ... không**?

Anh có học tiếng Việt không?	*Do you study Vietnamese?*
Anh có phải là sinh viên không?	*Are you a student?*

Describing people and objects: how to use adjectives

In Vietnamese, adjectives are always placed after the noun they describe. For example:

cô gái trẻ	*a young girl*
cái bàn mới	*a new table*

Adjectives in Vietnamese act as verbs and therefore should be more correctly thought of as meaning 'to be young' or 'to be new'.

To form the comparative of adjectives (*'better, younger, nicer'*), the word **hơn** is placed after the adjective, and to form the superlative (*'the best, the youngest, the nicest'*) the word **nhất** is used:

tôt – tốt hơn – tốt nhất	*good – better – the best*
trẻ – trẻ hơn – trẻ nhất	*young – younger – the youngest*
đẹp – đẹp hơn – đẹp nhất	*nice – nicer – the nicest*

Demonstratives (*'this, that'* etc.)

The demonstratives **này** (*'this'*), **ấy** (*'that'*) and **kia** (*'that one over there'*) are placed in Vietnamese after the noun to which they refer.

sinh viên này	*this student*
cái bàn ấy	*that table*
cô gái kia	*that girl over there*

If the noun to which the demonstrative relates is already modified by an adjective, the correct word order is as follows: noun–adjective–demonstrative:

sinh viên chăm chỉ này	*this hardworking student*
cái bàn mới ấy	*that new table*
cô gái đẹp kia	*that beautiful girl over there*

Using verbs: tense

Tense (present, past, future) in Vietnamese is created using specific grammatical markers. To indicate the present tense, place **đang** before the main verb:

Tôi đang đọc.	*I am reading.*

To indicate the past tense, use **đã**, **vừa** or **vừa mới**. Once again, these grammatical markers should be placed before the main verb. **Vừa** and **vừa mới** are used to indicate the recent past:

Tôi đã viết thư.	*I wrote a letter.*
Tôi vừa/vừa mới về nhà.	*I have just returned home.*

To indicate the future tense, Vietnamese uses **sẽ** and **sắp**, placed before the main verb. **Sắp** is employed to indicate near future.

Tôi sẽ đi Việt Nam.	*I will go to Vietnam.*
Trời sắp mưa.	*It is about to rain.*

Using nouns: classifiers

Classifiers are words that are used to 'specify' nouns and to 'classify' into which category they belong. If a statement refers to a specific object, person, activity, animal, etc., then an appropriate classifier must be used. If the reference is general, the classifier is omitted. Classifiers are always placed before the noun they relate to.

Con mèo của tôi nhỏ.	*My cat is small.*

This sentence makes a specific reference to one particular cat, i.e. *my cat*, and therefore a classifier for animals must be used.

Bạn tôi thích mèo.	*My friend likes cats.*

In this sentence, we do not refer to one specific cat but to cats in general (as a species), therefore no classifier is used.

Vietnamese has an extensive set of classifiers, which are explained in this course.

I do hope this quick trip through some of the main features of the Vietnamese language has whetted your appetite for more!

10 Only got ten minutes?

Vietnamese, as explained in 'Only got a minute?', has some delightful features, including the facts that is a 'tonal' and 'isolating' language. Here and in 'Only got five minutes?' I'll give you a whistle-stop tour through some of the main features of this fascinating and ancient language.

Creating plural

Plural forms are created in Vietnamese by using the plural markers **các** and **những**. These are positioned before the noun they are related to.

sinh viên – các sinh viên   *student – students*
con mèo – những con mèo   *cat – cats*

Các is used when referring to all of a given set (**các bạn tôi,** *'my friends',* i.e. *'all of my friends'*), while **những** is used when referring to some, several of a given set (**những bạn tôi,** *'my friends',* i.e. *'some of my friends'*).

Possessive case: **của**

Của is used to create the idea of ownership or possession. The possessive phrase has the word order object – **của** – owner:

mẹ của tôi   *my mother (literally, 'mother – of, belonging to – I')*

Question words

Some question words are placed at the end of a question.

Đây là cái gì?	*What is this? (lit. 'This is what?')*
Người kia là ai?	*Who is that man over there?*
Ông ấy sinh ở đâu?	*Where was he born?*
Chị ở Việt Nam bao lâu?	*How long have you been living in Vietnam?*
Anh muốn mua từ điển nào?	*Which dictionary do you want to buy?*

The question words **bao giờ? khi nào? lúc nào?** (*'when?'*) are positioned either at the beginning or at the end of a question, depending on the tense the question refers to: at the beginning of the question to indicate future tense; at the end of the question to refer to past tense.

Bao giờ anh đi Hà Nội?	*When will you go to Hanoi?*
Khi nào bố về nhà?	*When will father return home?*
Anh đi Hà Nội bao giờ?	*When did you go to Hanoi?*

Đã ... chưa? *Have you done something yet?*

A question created using the grammatical construction **đã ... chưa?** expresses the meaning *'Have you done something yet?'* **Đã** is placed before the main verb (and can be omitted), **chưa** is placed at the end of the question.

Chị đã thăm Việt Nam chưa?	*Have you visited Vietnam yet?*
Anh (đã) lập gia đình chưa?	*Are you already married? (lit. 'Have you formed a family yet?')*

These questions require different replies: an affirmative reply uses **rồi** (*'already'*), while a negative answer uses **chưa** (*'not yet'*).

Rồi, tôi (đã) lập gia đình rồi.	*Yes, I am already married.*
Chưa, tôi chưa lập gia đình.	*I am not yet married.*

Modal verbs ('*want*', '*should*', '*must*', '*can*', '*need*')

Tôi muốn thăm Huế.	*I want to visit Huế.*
Anh nên lấy xích lô.	*You should take a cyclo (tricycle rickshaw).*
Tôi phải viết thư cho gia đình tôi.	*I must write a letter to my family.*
Bạn tôi có thể nói tiếng Pháp.	*My friend can speak French.*
Tôi cần đi chợ.	*I need to go to the market.*

Modal verbs are negated in the usual way with **không**.

Complex sentences

Here are some of the main constructions used to link sentences together to form a complex sentence.

vì ... nên (*'because ... therefore'*)

Vì trời mưa nên chúng tôi không chơi bóng đá.	*Because it was raining, we could not play football.*

nếu ... thì (*'if ... then'*)

Nếu trời không mưa thì tôi sẽ đi tham quan.	*If it does not rain I will go sightseeing.*

khi ... thì (*'when ... then'*)

Khi tôi lên tàu thì tôi gặp cô giáo của tôi.	*When I got on the train I met my teacher.*

mặc dù (tuy) ... nhưng (*'although, despite'*)

Mặc dù chị ấy còn trẻ nhưng chị ấy đã lấy chồng rồi.	*Although she is still young, she is already married.*

không những ... mà còn … (nữa) ('not only ... but also')

Chị ấy không những trẻ mà còn đẹp nữa.	*She is not only young but also beautiful.*

ngoài, ngoài ... ra ('apart from, in addition to')

Ngoài tiếng Việt (ra), tôi cũng biết tiếng Trung Quốc.	*In addition to Vietnamese I also know Chinese.*
Ngoài ra, tôi rất thích chơi bóng bàn.	*Apart from anything else I also like playing table tennis.*

càng ... càng ('the more ... the more')

Càng ... càng is used in Vietnamese to create the meaning of '*the more ... the more*'.

Chúng tôi càng học nhiều càng biết nhiều.	*The more we study, the more we know.*

The construction **càng ngày càng** (or just **ngày càng**) expresses the meaning that something is increasing *day by day* (*every day*).

Mua vé máy bay càng ngày càng đắt.	*Buying plane tickets is getting more expensive every day.*
Trời ngày càng ấm.	*The weather is getting warmer day by day.*

vừa ... vừa ('at the same time')

The use of **vừa ... vừa** indicates that something is happening at the same time as something else. For example:

Tôi thường vừa ăn vừa đọc báo.	*I often read newspapers while I'm eating.*

Denoting quantity (**nhiều, ít, thiếu, đủ, thừa, đông, vắng, đầy**)

nhiều (*'much, many'*)

Mẹ tôi làm việc nhiều.   *My mother works a lot.*

ít (*'a small amount, little, few'*)

Tôi ít tiền.   *I have little money.*

thiếu (*'to lack'*)

Em trai tôi luôn luôn thiếu tiền.   *My younger brother always lacks money.*

đủ (*'to have enough'*)

Tôi không đủ tiền để mua ô tô.   *I don't have enough money to buy a car.*

thừa (*'to have too much, too many'*)

Phòng này thừa bàn.   *There are too many tables in this room.*

đông (*'(to be) full (with people), to be crowded'*)

Khách sạn này thường đông người.   *This hotel is often crowded.*

vắng (*'(to be) empty (of people), to be deserted'*)

Vào buổi tối các đường phố Hà Nội vắng người.   *In the evening the streets of Hanoi are deserted.*

đầy (*'to be full (of), filled with'*)

Chai này đầy nước.   *This bottle is full of water.*

bằng *('by means of')*

The word **bằng** has many uses in Vietnamese.

bằng *('by means of transport')*

Anh ấy đã đi Huế bằng máy bay.	*He went to Huế by plane.*
Ông Quang thường đi bằng xích lô.	*Mr Quang often goes by cyclo (tricycle rickshaw).*

bằng *('eating with')*

Người Việt Nam ăn bằng đũa.	*Vietnamese people eat with chopsticks.*

bằng *('speaking a language')*

Chúng tôi nói chuyện với nhau bằng tiếng Anh.	*We spoke together in English.*

bằng *('made of something')*

Cái áo dài này bằng lụa.	*This dress is made of silk.*
Cái nhẫn này bằng vàng.	*This ring is made of gold.*

Expressing passive meaning

The passive can be expressed in Vietnamese with **được** or **bị**. **được** is used when talking about something considered pleasant, and **bị** when discussing something considered bad and unpleasant.

Em Tuấn được khen.	*Tuấn was praised.*
Em Tuấn được mẹ khen.	*Tuấn was praised by mother.*
Sinh viên bị cô giáo phê bình.	*A student was criticized by the teacher.*

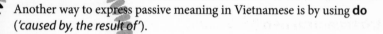

Another way to express passive meaning in Vietnamese is by using **do** (*'caused by, the result of'*).

Tiểu thuyết Nỗi buồn chiến tranh do nhà văn Bảo Ninh viết.	*The novel Sorrow of War [that was] written by Bảo Ninh.*
Món ăn do mẹ tôi nấu ngon lắm.	*The meal [that was] prepared by my mother is very tasty.*

'Everything, everybody, everywhere ...'

A special grammatical construction can be used to express the meaning of *'everything', 'everybody'*, and *'everywhere'*. You can use either a question word such as **ai** (*'who'*), **đâu** (*'where'*) or **bao giờ** (*'when'*), followed by **cũng**, or a noun followed by **nào cũng**:

ai cũng	*everybody*
người nào cũng	*everybody (every person)*
đâu cũng	*everywhere*
chỗ nào cũng	*everywhere (every place)*
bao giờ cũng	*always*
lúc nào cũng	*always (every moment)*

All these constructions can be negated using **không** (*'no, not'*). Notice that **cũng** does not appear in the negative versions.

không ai	*nobody*
không người nào	*nobody (no person)*
không đâu	*nowhere*
không chỗ nào	*nowhere (no place)*
không bao giờ	*never*
không lúc nào	*never (no moment)*

trở thành/trở nên ('to become')

Both the constructions **trở thành** and **trở nên** mean to *'become'*; however, **trở thành** is followed by a noun while **trở nên** is followed by an adjective or adverb.

Ngày mai thời tiết sẽ trở nên xấu.	*The weather will become bad tomorrow.*
Sau khi tốt nghiệp đại học anh tôi muốn trở thành luật sư.	*After graduating from university, my older brother wants to become a lawyer.*

In these short summaries, I haven't been able to do much more than to draw your attention to some of the main features of the Vietnamese language, but I do hope that this has left you wanting to know more. If so, turn to the Introduction to **Complete Vietnamese!**

Introduction

Language

Learning Vietnamese is both easy and difficult. The difficult part will confront you at the very start – your enthusiasm and determination in the pursuit of new linguistic skills will be put to the test from the moment you open your textbook for the first time. Only now will you vaguely recollect reading somewhere that Vietnamese is a tonal language and you must first, before moving on, tackle the tones – all six of them! Vietnamese words are pronounced with different pitch levels (higher or lower) and with rising, level or falling intonation, imbuing the speech with a singing quality. A person unaccustomed to tonal languages can feel it is unusual at first to have to alternate between low and high tones ignoring in the process the natural intonation dictated by your mother tongue. It pays off to master the tones properly because they form an intrinsic part of each word and its meaning. Many foreigners have been caught out by mispronouncing their tones, only to find that they have inadvertently provided amusement to their listeners by imparting a completely different message from the one they intended.

Vietnamese grammar, by way of contrast, is relatively easy. As an isolating language, Vietnamese words do not change or add any endings. Each grammatical category is formed by an appropriate grammatical word, which is inserted into a predetermined position in the sentence. Word order is, therefore, crucial.

Vietnam itself is a fascinating country with a rich and unique cultural heritage, exquisite natural beauty and hospitable people. Years of war and Cold War antagonism kept the country for a long time closed to most of the western world. Following the launch of renovation, Vietnam opened itself up to the international community. It remains one of the increasingly few countries where it is possible to let yourself be overwhelmed by the pioneering spirit of discovering something new. The more surprised the Vietnamese are when they encounter somebody who has bothered to learn their language, the more they are friendly and generous with their hospitality.

Vietnamese is the official language of Vietnam. It is the mother tongue of the Việt (or Kinh) people and, at the same time, the common language of the ethnic minorities living in Vietnam. Each ethnic minority has its own native language thus making the linguistic map of Vietnam very varied.

Vietnamese is a tonal language, which means (to put it simply) that words are pronounced with different pitch levels (higher or lower) and with rising, level or falling intonation. The tones have a distinctive function. Standard Vietnamese (defined as the language spoken by an educated person from the Hanoi area) has six tones. There are several other dialects, the most important being the central and southern dialects. These differ mainly in phonetics (for example, they have fewer tones than standard Vietnamese) and lexicology, but not as regards grammar. Vietnamese is a 'not inflected' language (words do not have different forms according to the number, case, tense, modality etc.). Vietnamese is a monosyllabic language (each syllable has one meaning) with a large number of compounds (the majority are two word-syllable compounds but there also exist three word-syllable and even four word-syllable compounds).

Script

Throughout many centuries, Chinese was used as the official and literary language in Vietnam. Later there developed a special script for recording Vietnamese based on Chinese **chữ nôm**. When **nôm** first appeared is not known exactly but the oldest surviving documents are from the fourteenth century. In the seventeenth century a romanized script **quốc ngữ** was devised. Its origin is closely connected with the Roman Catholic missions in Southeast Asia. The early missionaries – Portuguese, French, Italian and Spanish – needed a simple way of transcribing the Vietnamese language. Outstanding among the many missionaries was Alexandre de Rhodes, a French Jesuit, who made a great contribution to the study of Vietnamese. He published one of the first dictionaries of Vietnamese – *Dictionarum Annamiticum, Lusitanum et Latinum* (Annamese–Portuguese–Latin Dictionary) and the first Vietnamese grammar. Initially, **quốc ngữ** was used only in Catholic circles but, with the arrival of the French and the onset of French colonial rule, **quốc ngữ** was officially introduced. Early opposition to **quốc ngữ**, owing to its being perceived as an instrument of colonial rule, gradually faded. Its undoubted advantages as a writing system and especially the fact that it was relatively easy to learn won over its critics.

How to use this course

You will notice that each unit in the book follows the same structure. Units are divided into the following sections:

Conversations A unit starts with one or more dialogues between people talking about everyday matters. These dialogues show you how the language is used in a given situation.

New words and expressions Words and phrases used in the dialogues are translated after each dialogue.

Activities This section is intended for you to practise language patterns and vocabulary as you acquire them.

Grammatical points In this section, you are given some background information on the language and the people who use it. There are also grammatical explanations, which will help you determine why and how particular words are used in order to put across a particular meaning.

Reading passages In this section, you are given a reading passage to practise your comprehension of Vietnamese.

Cultural information This section gives more information on the various aspects of the language and life in Vietnam.

Dialogues and other items marked with ◄» appear on the recording which accompanies this book. To develop good pronunciation and listening skills you are strongly advised to use the recording as much as possible.

At the back of the book there is a **Key to the exercises** section, to which you can refer and check that you got the answers right. At the end there are **Vietnamese–English** and **English–Vietnamese vocabularies**, containing some of the words used in the book.

Guide to pronunciation

From now on you will depend on the recording (or if you are lucky enough on a native Vietnamese speaker).

Tones

🔊 **TR 1, 1.05**

Vietnamese is a tonal language and learning the tones is one of the most difficult – and rewarding! – parts of learning Vietnamese. Unless you are familiar with another tonal language, the concept of tones is going to seem unusual. Each word (syllable) in Vietnamese is pronounced with a different pitch level of voice (the best comparison is that with singing). The tone is an integral part of each word and when learning new vocabulary you must carefully learn each word with the right tone. The tones have a distinctive function, and two words which to a European may seem quite similar, have completely different meanings.

Standard Vietnamese (which you are going to learn in this textbook) has six tones. The tones are marked by special diacritics. Study carefully the following table which lists the six tones, their names and the diacritics used to mark them. Tone diacritics are written above (or in one case under) the vowel in a syllable. The tones in the following table are illustrated on a simple word **'ma'**.

Vietnamese	English translation	diacritic	name of the tone	characteristic of the tone
ma	*ghost*	none	**thanh không/ không dấu**	high, level tone
mà	*but, nevertheless*	`	**thanh/dấu huyền**	low (falling) level tone
mã	*horse*	~	**thanh/dấu sắc**	rising broken tone with a glottal stop
mả	*grave, tomb*	'	**thanh/dấu hỏi**	falling–rising tone
má	*cheek*	´	**thanh/dấu ngã**	rising tone
mạ	*rice seedling*	. (underneath the word)	**dấu nặng**	sharp falling tone with a heavy glottal stop

Note: Dictionaries vary a lot as to the sequence of tones. You will have to check your own dictionary to see which sequence it uses.

◄) **TR 1, 2.06**

It's time to put the theory into practice. Listen and repeat carefully.

1	ba	bà	bã	bả	bá	bạ
2	ma	mà	mã	mả	má	mạ
3	be	bè	bẽ	bẻ	bé	bẹ
4	me	mè	mẽ	mẻ	mé	mẹ

5	le	lè	lẽ	lẻ	lé	lẹ
6	vi	vì	vĩ	vỉ	ví	vị
7	bo	bò	bõ	bỏ	bó	bọ
8	to	tò	tõ	tỏ	tó	tọ
9	go	gò	gõ	gỏ	gó	gọ
10	mo	mò	mõ	mỏ	mó	mọ
11	lo	lò	lõ	lỏ	ló	lọ
12	ban	bàn	bãn	bản	bán	bạn
13	in	ìn	ĩn	ỉn	ín	ịn
14	ve	vè	vẽ	vẻ	vé	vẹ
15	tu	tù	tũ	tủ	tú	tụ
16	mu	mù	mũ	mủ	mú	mụ

Vietnamese alphabet

a ă â b c (ch) d đ e ê g (gh) (gi) h i k (kh) l m n (ng) (ngh) o ô ơ p (ph) q r s t (th) (tr) u ư v x y

The above is the established order of the Vietnamese alphabet. As you can see, the letters without any diacritics precede those with diacritics.

Let us familiarize ourselves with the way the alphabet is pronounced.

Vowels and diphthongs

🔊 TR 1, 4.04

a ă â e ê i(y) o ô ơ u ư; iê, uô, ươ

a	ba, là, mà
ă	ăn
â	bân, lẫn
e	mẹ, vé, đem, len
ê	về, đêm, lên
i	in, ít, mít
o	to, lo, bò
ô	hồ, bố
u	hút
ư	ưa
y	ý, y
iê/yê	viên, quyển, miễn, yên
uô	buôn, muốn, uống
ươ	vườn, mượn, xương

Consonants

🔊 TR 1, 5.40

b	bạn, bàm
c	ca, cô, học, sắc
ch	chào, chó, chậm
d	dám, dân, dịp
đ	đá, đại, đoàn
g	ga, góc
gh	ghét, ghi
gi	già, giúp
h	hát, hết, hổ
k	kim, kia, kiểm
kh	khát, khỏe, khô, khóc, khuyên
l	là, loại, lúa
m	mèo, mắt, mở
n	nam, nữ, nước
ng/ngh	ngủ, ngon, nghỉ, ngồi, nghiêm, nghìn, nghê
	final position – tiếng, răng, phòng
p	pan
r	ra, rét, rồi, rạp
s	sẽ, sát, sắp, sau, sợ
t	tài, tim, tiếp
v	và, viết, văn, vẻ
x	xa, xin, xe
nh	nhà, nhỏ, nhạc, nhớ
	final position – anh, tỉnh, mình
ph	phim, phở, phùn
th	thăm, thấp, thi, thơ, thư, thuận
tr	trà, trẻ, trong, trở

🔊 TR 1, 8.03

To help you understand the different pronunciation of some difficult sounds, listen to and repeat the following contrasting combinations:

a – ă tám, tắm; bán, bắn; bám, băm; bảng, bằng; bát, bắt; hăm, ham; mát, mắt; sát, sắt; lam, lắm

â – a mấy, máy; bảy, bẩy; bân, bạn; bẩn, bận

a – ă – â tám, tắm, tâm; bám, băm, bấm; mát, mắt, mất; chăm, chàm, châm; chăn, chan, chân; hăm, ham, hâm

e – ê đèn, đền; đẻ, để; kẻ, kể; len, lên; nén, nên; ném, nếm; quen, quên; phe, phê; tem, têm; xép, xếp; vé, về; hè, hể; hét, hết

ô – o cô, co; tô, to; hồ, ho; tôi, tói; trông, trong; trò, trổ; thỏ, thổ; phó, phố; phòng, phông; góc, gốc; gói, gối

ô – o – ơ hỗ, hò, hờ; tôm, tom, tơm; chôm, chom, chơm

ơ hướng; phương; tương; nước; lương; khước; gươm; ường; được

ơi người; lười; rưỡi; mười; tươi; cưới

uôi buổi; tuổi; chuối

ua – ưa chùa, chưa; của, cửa; vua, vừa; mùa, mưa

ưa giữa

ai – ay mai, may; hai, hay; bài, bay; vài, vay

ui – uy tùi, tuy

h – kh hát, khát; học, khóc

c – kh cái, khai; có, khô; cu, khu; công, không; cam, kham; can, khán; cấp, khấp; can, khăn n – ng/ngh nai, ngài; nanh, ngành; neo, nghèo; nia, nghĩa; nửa, ngựa; nát, ngát

nh – ng nhà, ngà; nhiệp, nghiệp; nhựa, ngựa

t – th tôi, thôi; từ, thư; thủy, tùy; tin, thìn; tuần, thuần; thú, tủ; tò, thò; tấp, thấp

🔊 **TR 1, 11.47**

A few examples from a Vietnamese textbook will show you how Vietnamese children learn their alphabet. Listen and repeat.

Bé lon ton ra ngõ đón bà.
Bà cho bé quả cam.

Mẹ bế bé đi nhà trẻ.
Cô ân cần đón bé. Cô hôn bé.

Thu về cúc nở, sực nức mùi
   thơm.

Búo sen nhỏ
Bên bờ ao
Như tay bé
Vẫy trời cao.

Mỗi tấc đết
Thấm bao giọt mồ hôi
Cho bát cơm thơm bùi
Cho em vui ca hát.

Trâu ơi ta bảo trâu này,
Trâu ăn no cở trâu cày với ta.

Mặt trời lên ấm đất quê ta
Thôn xóm vui cấy cầy gặt hái.

Đêm hè trời đầy sao
   bé nằm ngủ thiu thiu
   Lá cây reo rì rào

Như ru cho bé ngủ.

Con gà mái mẹ
Cặm cụi tìm mồi
   để đàn con nhỏ
Nhởn nhơ vui chơi.

Trời ren rét
Tết đến rồi
Đào, mai nở
Thật là vui

1

Rất hân hạnh được gặp cô
I am very pleased to meet you

In this unit you will learn
- *How to greet someone*
- *How to introduce yourself and say where you are from*
- *How to form simple sentences and ask simple questions*

Hội thoại hàng ngày *Everyday conversation*

David is a journalist. He arrived in Vietnam two months ago. He is learning Vietnamese and hopes to write a travel book about Vietnam. He has already made a few friends in Vietnam. He has just bumped into Nam in the street.

Nam	À! Anh David! Chào anh!
David	Chào anh Nam!
Nam	Lâu rồi không gặp anh. Dạo này anh có khỏe không?
David	Cảm ơn. Tôi khỏe. Còn anh?
Nam	Cảm ơn. Tôi bình thường. À, xin lỗi. Tôi xin giới thiệu với anh, đây là Liên, bạn tôi.
David	Chào cô! Tên tôi là David. Rất hân hạnh được gặp cô.
Liên	Chào anh! Anh là người Mỹ, phải không?
David	Không phải. Tôi là người Anh.
Nam	Tôi khát quá! Chúng ta đi uống cà phê đi!

TR 2

chào *hello, to greet*
anh *older brother (here: you)*
lâu (bao lâu?) *long (how long?)*
rồi *already*
không *no, not*
gặp *to meet*
dạo này *these days*
khỏe *healthy, strong (here: well, all right)*
Dạo này anh có khỏe không? *How are things these days?*
cảm ơn *thank you*
tôi *I*
Còn anh? *And what about you?*
bình thường *normal, usual*
xin lỗi *excuse me*
giới thiệu *to introduce*
với *with*
đây *here, this*
là *to be*
cô *Miss*
bạn (bạn tôi) *friend (my friend)*
tên (tên tôi) *name (my name)*
rất *very*
hân hạnh *pleased*
Rất hân hạnh được gặp cô. *I am very pleased to meet you (Miss).*
người Mỹ *American*
Anh là người Mỹ, phải không? *You are American, aren't you?*
không phải *no*
người Anh *English*
khát *to be thirsty*
quá *very*
uống *to drink*
đi *to go*
cà phê *coffee*
Chúng ta đi uống cà phê đi! *Let's go and have some coffee!*
   (Let's go and drink some coffee)

Activities

1 True or false?
>   **a** Liên và Nam gặp David.
>   **b** Cô Liên là người Việt Nam.
>   **c** David là người Mỹ.
>   **d** Dạo này David khỏe.
>   **e** Nam giới thiệu Liên.
>   **f** Nam khát quá.

2 Try to fill in the missing sentences in the following conversation:
>   **a** Chào anh!
>   Chào cô!
>
>   _____
>   Cảm ơn. Tôi khỏe. _____
>   Cảm ơn. Tôi bình thường.
>   **b** Chào bà!
>   Chào ông!
>   Xin giới thiệu với bà, đấy là ông Green.
>
>   _____

3 Translate into Vietnamese:
>   **a** *Hello Mark! How are you?*
>   *I am all right, thank you. What about you?*
>   *I am well, thank you.*
>   **b** *Allow me to introduce you to Mr Hai.*
>   *I am very pleased to meet you, Mr Hai. My name is David.*
>   *David McDonald.*
>   **c** *Excuse me, are you American?*
>   *No, I am English.*

Terms of personal address

Vietnamese use terms denoting family relationships (kinship terms) when addressing each other (even when talking to a person to whom they are not related). In effect, they replace personal pronouns. The system is rather complicated and the choice of the correct expression depends on many things such as sex, age, social status, the family relationship, the relationship between the speaker and the person he or she is addressing or the overall degree of intimacy between them.

It is very difficult for foreigners always to be sure which term to use and you will need a little bit more experience to get it right. However, it is possible to use Vietnamese effectively with a limited number of kinship terms, the most common of which are:

anh (literally, it means *older brother*; use it when addressing a young male; less formal)

chị (*older sister*, female equivalent of **anh**; less formal)

em (literally, it means *younger sibling* – brother or sister; use it when addressing children, both male and female, or anybody a lot younger than you are)

ông (means *grandfather*; use it when addressing an older man, can be translated as *Mr* or *Sir*, formal, respectful)

bà (means *grandmother*; use it when addressing a married woman or a woman much older than you are, formal, respectful)

cô (can be translated as *Miss*)

Greeting

The Vietnamese greet each other using the word **chào** *to greet*. This is followed by either a name or a kinship term (or both). However, if you use **chào** only, it will be considered not very polite. For example:

Chào Liên!	*Hello Liên!*
Chào cô!	*Hello Miss!*
Chào ông!	*Hello Mister!*

Chào means both *hello* and *goodbye* and therefore the above examples also mean *Goodbye Liên!*, *Goodbye Miss!*, *Goodbye Mister!*

There are no Vietnamese equivalents for English *Good morning*, *Good evening*, *Good afternoon*, etc. and **chào** can be used at any time of the day.

Insight

The easiest way to greet somebody in Vietnamese is to say **Xin chào!** This way you avoid having to go through a daunting process of trying to decide which kinship term to use and still be polite. You can also greet a group of people in this way without having to choose the correct kinship term for each individual in the group. Later on, when you get to know a person better, you will find it easier to select the appropriate form of address.

Grammatical points

A word of encouragement before you begin!

You are entering the exciting world of Vietnamese grammar. You will be pleased to hear that Vietnamese grammar is relatively simple (with the emphasis on relatively, which is just as well, given the difficulty of Vietnamese pronunciation). Vietnamese is an isolating language, which means that the words do not change according to cases, they do not take any endings. Words are put together like a mosaic. Each grammatical category has its special grammatical particle (or particles) that is simply added to the sentence. Word order is crucial and each of the grammatical particles has a strictly determined position in a sentence.

1 Tôi là *I am*

A simple statement in Vietnamese is not very different from a simple sentence in English. It follows the logical word order of subject–verb–object. In the following sentences the subject is joined to the object by the copula **là** *to be*.

| Tôi | là | nhà báo. | *I am a journalist.* |
| *(I)* | *(to be)* | *(journalist)* | |

| Đây | là | ông Hùng. | *This is Mr Hùng.* |
| *(This, here)* | *(to be)* | *(Mr Hùng)* | |

| Cô Liên | là | người Việt Nam. | *Miss Liên is* |
| *(Miss Liên)* | *(to be)* | *(Vietnamese)* | *Vietnamese.* |

Đây là bạn tôi.   *This is my friend.*
Tên tôi là David.   *My name is David.*

2 Tôi không phải là *I am not*

Negation in Vietnamese is formed using the negative particle **không** *no, not*. It precedes the verb being negated. In sentences with **là**, **không** is used in combination with **phải**.

Tôi không phải là nhà báo.   *I am not a journalist.*
Đây không phải là bạn tôi.   *This is not my friend.*
Cô Liên không phải là người   *Miss Liên is not Vietnamese.*
 Việt Nam.
Tên tôi không phải là David.   *My name is not David.*

3 Questions

There are several ways of creating a question in Vietnamese. One of the easiest questions is an affirmative question. Let's imagine you want to make sure and ask *This is Mr Hung, isn't it?*

In Vietnamese you say

Đây là ông Hùng, phải không?

And similarly

Cô Liên là người Việt Nam,   *Miss Liên is Vietnamese,*
  phải không?   *isn't she?*

As you can see, this type of question has the tag phrase **phải không** (or **có phải không**) at the end.

> ## Insight
> It is easy to forget that negative sentences and questions with **là** (*to be*) use **không phải** instead of just **không**. Don't make this mistake.

4 Nationality

Stating your nationality is very simple in Vietnamese. The word **người** (*person*) is used followed by the country's name:

người Anh	*English*
người Việt Nam	*Vietnamese*
người Pháp	*French*
người Mỹ	*American*
người Đức	*German*
người Trung Quốc	*Chinese*
người Nhật (Nhật Bản)	*Japanese*
người Thái Lan	*Thai*
người Ca-na-đa	*Canadian*

When you want to ask someone *Which country are you from?* you ask:

Anh/Chị	là	người	nước	nào?
(You)	*(to be)*	*(person)*	*(country)*	*(which)*

Hội thoại 2 *Conversation 2*

You should now be able to understand the following conversation between Bình and Mark.

TR 2, 1.26

Bình	Chào anh.
Mark	Chào chị. Tôi là Mark. Còn chị, tên chị là gì?
Bình	Tên tôi là Bình. Rất hân hạnh được gặp anh.
Mark	Tôi cũng rất hân hạnh được gặp chị. Đây là Peter, bạn tôi.
Bình	Chào anh Peter.
Peter	Chào chị Bình.
Bình	Anh là người nước nào?
Peter	Tôi là người Anh.
Bình	Và anh Mark? Anh cũng là người Anh, phải không?
Mark	Không, tôi không phải là người Anh như Peter, tôi là người Ca-na-đa.

QUICK VOCAB

tên chị *your name* (addressing a woman)
gì? *what?*
cũng *also*
và *and*
như *like, such as*

Exercises

1 Introduce the following people to Mr Howard:
   a *Mr Hoang, your friend*
   b *Miss Lan, she is Vietnamese*
   c *Mr Herbert, he is German*
   d *Miss Sato, she is Japanese*
   e *Mrs Douglas, she is American*

2 Look at the example, then create questions from the following sentences:

Chị Sato là người Nhật.

– Chị Sato là người Nhật, phải không?

    a Cô Lan là người Việt Nam.
    b Ông Hà là người Trung Quốc.
    c Ông Green là người Anh.
    d Bà Robinson là người Mỹ.
    e Tên chị là Tuyết.
    f Anh Pronvit là người Thái.
    g Đây là bà Mai.

3 Give Vietnamese equivalents:

Is Kurt German?

This is Mr Brown, isn't it?

Is Miss Sato Japanese?

Is Mr Chang Chinese?

Ralf is German, isn't he?

Mr Chang is Japanese, isn't he?

Is this David?

4 Answer these questions, using the following example:

Đây là ông Khoa, phải không? (ông Hà)

Không, đây không phải là ông Khoa, đây là ông Hà.

    a Chị Loan là người Trung Quốc, phải không?
       (người Việt Nam)
    b Đây là anh Mark, phải không? (Richard)
    c Gerard là người Đức, phải không? (người Pháp)
    d Anh Nam là người Anh, phải không? (người Ca-na-đa)
    e Đây là chị Hoa, phải không? (chị Nguyệt)

5 Ask what nationality the following people are and reply, using the country of origin suggested in brackets:

Bình (Việt Nam)

Bình là người nước nào? Bình là người Việt Nam.

Maurice (Pháp)
Peter (Ca-na-đa)
Pornvit (Thái Lan)
Ulrich (Đức)
Natasha (Nga)
Minh (Việt Nam)

6 Give Vietnamese equivalents:
   a *Hello, I am Helen.*
   Hello, my name is Hoa. I am very pleased to meet you. You are American, aren't you?
   No, I am English.
   b *Excuse me, where are you from?*
   I am German. And what about you? Where are you from?
   I am French.
   c *Oh, hello, Jane!*
   Hello Nam!
   How are you?
   I am fine, thank you. And what about you?
   I am also all right.
   d *Excuse me, you are Mr Howard, aren't you?*
   Yes, I am Mr Howard.
   My name is John, John Francis. I am very pleased to meet you.

7 Fill in the missing diacritics (accents):
   Đay la anh Nam. Anh Nam la nguoi nuoc nao? Anh Nam la nguoi Viet Nam. Dao nay chị Hoa co khoe khong? Cam on, toi binh thuong. Chao anh. Rat han hanh duoc gap anh. Anh la nguoi My phai khong. Toi khong phai la nguoi My, toi la nguoi Anh.

SUMMARY

At the end of the first unit, you should be able to do the following:

1   Handle basic greetings and introductions
   Chào anh! Anh có khỏe không?
   Cám ơn chị, tôi khỏe.
   Tôi rất vui được gặp anh.
   Xin giới thiệu với anh, đây là ông Chung.
   Tên tôi là Peter.
   Tên chị là gì?

2   State your nationality and ask about other people's nationality.
   For example:
   Nhà báo Tuân là người nước nào?
   Tôi là người Nhật nhưng bạn tôi là người Pháp.
   Chị Lan là người Việt Nam.
   Cô Mai không phải là người Trung Quốc.
   Bạn tôi không phải là người Nhật, bạn tôi là người Đức.

3   Create simple Vietnamese sentences and negative versions of them:
   Anh Hùng là sinh viên.
   Bà Mai là bác sĩ nhưng chị Đào không phải là bác sĩ.
   Chị Tuyết là bạn tôi.
   Tên tôi không phải là David.
   Đây không phải là khách sạn.

2

Chị là thư ký, phải không?
You are a secretary, aren't you?

In this unit you will learn
- *How to state your occupation*
- *How to create questions in Vietnamese*
- *How to use new verbs*

Hội thoại hàng ngày *Everyday conversation*

Peter introduces himself and Mark to Hoa.

TR 3

Peter, Mark	Chào chị!
Hoa	Chào các anh!
Peter	Xin lỗi, chị là chị Hoa, phải không? Tôi là Peter, bạn của anh Nam.
Hoa	À, anh Nam. Lâu rồi tôi không gặp anh Nam. Dạo này anh Nam thế nào?
Peter	Anh Nam khỏe. Xin lỗi, đây là bạn tôi Mark.
Hoa	Hân hạnh được gặp anh. Các anh làm gì ở Hà Nội? Các anh đến đây du lịch hay làm việc?
Peter	Tôi là sinh viên. Tôi đến đây để học tiếng Việt. Còn anh Mark ...
Mark	Tôi làm việc ở công ty du lịch. Tôi đến đây du lịch. Còn chị Hoa, chị làm nghề gì?

Peter	Chị là thư ký, phải không?
Hoa	Không, tôi là y tá. Tôi làm việc ở bệnh viện Bạch Mai. Các anh ở đâu?
Peter	Chúng tôi ở khách sạn Sông Hồng.
Hoa	Ô, xin lỗi, bây giờ tôi phải đi. Hẹn gặp lại.
Peter, Mark	Chào chị!

các anh *you (plural; male);* [**các** = plural marker]
của (bạn của anh Nam) *belonging to, of ... (Nam's friend)*
thế nào? *how?*
làm (làm gì?) *to do (what do you do?)*
đến *to come, to arrive*
du lịch *travel, journey, tourism*
hay *or*
làm việc *to work*
sinh viên *student*
để *in order to*
học *to study, to learn*
tiếng (tiếng Việt) *language (Vietnamese language)*
ở *in, at, to live*
công ty (công ty du lịch) *company, firm (travel agency)*
nghề *occupation, profession*
thư ký *secretary*
y tá *nurse*
bệnh viện *hospital*
đâu? *where?*
khách sạn *hotel*
sông *river*
hồng (Sông Hồng) *pink, red (Red River)*
bây giờ *now*
chúng tôi *we*
phải *must*
đi *to go*
hẹn *to hope*
gặp lại to *meet again*

Activity

1 True or false?
   a Hoa là thư ký.
   b Peter là bạn của anh Nam.
   c Mark là sinh viên.
   d Peter không phải là sinh viên, Peter làm việc ở công ty du lịch.
   e Peter và Mark ở khách sạn Sông Hồng.
   f Mark học tiếng Việt.

Vietnamese names

The name of a Vietnamese person usually consists of three parts (some, however, have only two parts and some have four parts). The first name is the family name (surname). The last name is the equivalent of the first name in English. This is the name the Vietnamese use to address each other (both in formal and informal contact). In addition, parents may add a middle name as well. **Nguyễn Văn Hùng** is the name of a man whose family name is **Nguyễn**. He will be referred to as **Hùng**. It is more polite to add some kinship term (a word referring to a family relationship) before the name, so in this case our Mr Hùng would be addressed, for example, as **anh Hùng** or **ông Hùng**, etc.

Vietnamese names usually have a specific meaning. Based on old Confucian tradition, parents often choose a name for their offspring that they think reflects an aspect of the child's character or physical appearance or, indeed, their hope for the child. It is not surprising, therefore, that many Vietnamese boys are given names such as **Hùng** (*Brave*), **Dũng** (*Courageous*), **Cường** (*Strong*), while girls are called **Lan** (*Orchid*), **Hoa** (*Flower*), **Liên** (*Lotus*), **Tuyết** (*Snow*), **Nguyệt** (*Moon*), **Hương** (*Perfume*), etc.

In contemporary Vietnamese, each part of the name is written as a separate word beginning with a capital letter. No hyphen is used in between them (**Nguyễn Phan Chánh**).

Notes

Languages

The names of various languages are created using the noun **tiếng** language followed by the name of a country. Look at the following examples:

tiếng Việt	*Vietnamese language*
tiếng Anh	*English*
tiếng Pháp	*French*
tiếng Đức	*German*
tiếng Trung Quốc	*Chinese*
tiếng Nhật	*Japanese*
tiếng Thái	*Thai*
tiếng Nga	*Russian*
tiếng Ý	*Italian*

Grammatical points

1 Verbs

In this unit, you are going to learn some new verbs. As with sentences containing **là**, a simple statement follows the subject–verb–object pattern:

Tôi	**học tiếng**	**Việt.**	*I study Vietnamese.*
(I)	*(to learn)*	*(Vietnamese language)*	

As we already know, negation is formed by a negative particle **không** (*no, not*) placed before the verb being negated:

Tôi không học   tiếng Việt.   *I don't study Vietnamese.*
(I)   (no, not) (to learn) (Vietnamese language)

2 Questions

In the previous unit, we learnt an affirmative question. Let's continue our discussion about questions in Vietnamese.

A common way to form a question in Vietnamese is using the construction **(có) ... không?** For example:

Anh David học tiếng Việt.   *David studies Vietnamese.*
Anh David (có) học tiếng Việt không?   *Does David study Vietnamese?*

Liên sống ở Hà Nội.   *Liên lives in Hanoi.*
Liên (có) sống ở Hà Nội không?   *Does Liên live in Hanoi?*

Bình làm việc ở công ty du lịch.   *Binh works in a travel agency.*
Bình (có) làm việc ở công ty   *Does Binh work in a travel*
** du lịch không?**   * agency?*

Có is positioned before the main verb in the sentence and **không** is at the end of the sentence. Sometimes **có** may be left out.

Let's discuss some examples using sentences containing **là**. We already know that the sentence *I am a journalist* is in Vietnamese **Tôi là nhà báo**. If you want to ask someone *Are you a journalist?*, you use the following grammatical construction:

Anh có phải là nhà báo không?

In order to form a question that contains **là** you use **có phải** before the verb **là** and **không** at the very end of the sentence. Here are a few more examples:

Đây có phải là ông Hùng không? *(Is this Mr Hung?)*
Cô Liên có phải là người Việt Nam không? *(Is Miss Liên Vietnamese?)*

Have you realized that you should already know how to answer these questions? The question 'Đây có phải là ông Hùng không?' can be answered either positively

Có, đây là ông Hùng. *(Yes, this is Mr Hung.)*

or negatively:

Không, đây không phải là ông Hùng. *(No, this is not Mr Hung.)*

3 Pronouns

Vietnamese does not have a complete system of personal pronouns like English. Their role is normally fulfilled by kinship terms (see Unit 1). Study the following table carefully; it lists some of the main expressions used to mark the first, second and third person (adopting the role of personal pronouns).

Singular		Plural	
I	**tôi**	*we*	**chúng tôi, chúng ta**
you	**em, anh, ông, chị, bà, cô,** etc.	*you*	**các anh, các ông, các chị, các bà,** etc.
he, she, it	**anh ấy, ông ấy, chị ấy, bà ấy, cô ấy,** etc. **nó**	*they*	**họ**

Notes:

ấy is a demonstrative pronoun meaning that; **chị ấy** therefore means *that woman* (= she), **ông ấy** means *that man* (= he), etc.

các is a plural marker; **các anh** therefore means *older brothers* (*you older brothers*) and **các chị** means *older sisters* (*you older sisters*).

Hội thoại 2 *Conversation 2*

Do you remember David, Liên and Nam whom we met in Unit 1? After their formal introduction, David, Liên and Nam decided to stop in a small coffee shop to have a chat. Try to follow their conversation.

TR 3, 1.15

Liên	Anh là người Anh à?
David	Vâng, tôi sống và làm việc ở Luân Đôn – thủ đô nước Anh.
Liên	À, anh cũng ở thủ đô như tôi. Tôi sống ở Hà Nội – thủ đô nước Việt Nam. Anh David làm nghề gì?
David	Tôi là nhà báo. Còn chị? Chị có phải là bác sĩ như anh Nam không?
Liên	Dạ không. Tôi là thư ký.
Nam	Cô Liên làm việc ở nhà xuất bản.
Liên	Anh David làm gì ở Hà Nội?
David	Tôi đến đây du lịch nhưng tôi cũng muốn học tiếng Việt. Tôi muốn nói chuyện với người Việt Nam để hiểu nước này.
Nam	Anh học tiếng Việt bao lâu?
David	Khoảng hai tháng. Tiếng Việt khó lắm!

QUICK VOCAB

à final particle indicating question
sống *to live*
thủ đô *capital city*
nước *country*
Anh (nước Anh) *England, Britain*
dạ *particle expressing politeness*
nhà xuất bản *publishing house*
nhưng *but*
muốn *want*
nói, nói chuyện *to speak, to talk*
với *with*
hiểu *to understand*
này *this, these*
bao lâu? *how long?*
khoảng *approximately, about, around*

18

hai *two*
tháng *month*
khó *difficult*
lắm *very*

Activities

2 True or false?

    a David không học tiếng Việt.

    b David đến Việt Nam du lịch.

    c Cô Liên làm việc ở Hà Nội.

    d Luân Đôn là thủ đô nước Anh.

    e Cô Liên là bác sĩ.

    f Tiếng Việt khó lắm.

    g David là nhà văn.

    h Liên không sống ở Hà Nội.

3 Can you answer the following questions?

    a David sống ở đâu?

    b Anh ấy làm việc ở Luân Đôn, phải không?

    c David làm nghề gì?

    d Cô Liên là thư ký ở bệnh viện, phải không?

    e Anh Nam có phải là nhà báo không?

    f Hà Nội có phải là thủ đô nước Việt Nam không?

Exercises

1 Using the additional vocabulary provided below, answer the following questions, using the example:

Anh Nam có phải là sinh viên không? (luật sư)

Anh Nam không phải là sinh viên, anh Nam là luật sư.

    a Cô Phương là bác sĩ, phải không? (y tá)

    b Helen có phải là nhà báo không? (thư ký)

c Ông Dũng có phải là nhà văn không? (thầy giáo)
   d Chị Tuyết là kế toán, phải không? (luật sư)
   e Anh Hùng có phải là sinh viên không? (bác sĩ)
   f Cô Mai có phải là luật sư không? (sinh viên)

🔊 **TR 3, 2.40**

thầy giáo *teacher (male)*
kế toán *accountant*
luật sư *lawyer*
sinh viên *student*
nhà văn *writer*
nhà báo *journalist*

2 Look at the example and create questions:
   Anh Dũng học tiếng Việt.
   Anh Dũng học tiếng Việt, phải không?
   Anh Dũng có học tiếng Việt không?

   a Chị Hoa sống ở Hà Nội.
   b Helen làm việc ở Paris.
   c Ông Khoang học tiếng Nhật.
   d Bà Hương làm việc ở bệnh viện.
   e David sống ở Việt Nam.
   f Anh Đức học tiếng Pháp.
   g Ông Taylor làm việc ở công ty du lịch.

3 Say that the following people study the languages suggested in brackets, using the example:
   Anh Nam (Chinese)
   Anh Nam học tiếng Trung Quốc.

   Mrs Smith (French)
   Mr Taylor (Japanese)
   Miss Sato (English)
   Helen (Vietnamese)
   Mrs Morton (German)
   David (Chinese)

4 Translate the following sentences into Vietnamese.

Peter is an accountant. He works in London.

Hoa is a secretary. She works in a publishing house.

Mark is a student. He studies Vietnamese and Chinese.

Does Miss Lan work in a travel agency? No, she works in a hospital, she is a nurse.

David is not a doctor, he is a journalist.

Julian lives in Brighton but works in London.

Helen does not know French but she knows Chinese.

Nam is a student, he studies Japanese.

Mary came to Vietnam to study Vietnamese.

Rosamund does not work in a travel agency.

Is Mr Brown a doctor?

Mrs Bình is a lawyer. She works in Hanoi.

Is Mr Baker a teacher? Yes, he is a teacher.

Allow me to introduce you to Mr Howard; he is a writer.

biết *to know*

5 Fill in the missing parts of the conversation:

a

Hùng	_____
Maurice	Tôi là người Pháp.
Hùng	_____
Maurice	Không, tôi không phải là nhà báo, tôi là nhà văn
	_____
Hùng	Tôi là luật sư.

b

Hoa	_____
Marie	Vâng, tôi học tiếng Việt. Chị Hoa có biết tiếng Pháp không?
Hoa	_____ nhưng tôi biết tiếng Đức.

6 Introduce yourself in a few sentences to your Vietnamese friends.

Reading

Đây là bạn tôi Cường. Anh Cường không phải là người Anh như tôi. Anh Cường là người Việt Nam. Tôi gặp anh Cường ở Hà Nội. Cường là kế toán. Anh ấy làm việc ở công ty du lịch. Anh Cường biết tiếng Pháp. Bây giờ anh ấy muốn học tiếng Anh. Tôi cũng là kế toán như anh Cường. Tôi sống và làm việc ở Luân Đôn. Nhưng bây giờ tôi ở Việt Nam. Tôi muốn học tiếng Việt.

Can you answer the following questions?
   a What is the narrator's occupation?
   b And what about his nationality?
   c What is he doing in Vietnam?
   d Does Cường speak any foreign languages?

SUMMARY

It is time to test how well you have learnt this unit.

Can you understand the following sentences?

1. Bạn tôi sống ở Hà Nội nhưng làm việc ở Hải Phòng.

2. Cô Mai có phải là luật sư không?

3. Anh Chung có biết tiếng Trung Quốc không? Không, anh Chung biết tiếng Nhật.

4. Ông Dũng là bác sĩ. Ông ấy làm việc ở bệnh viện.

5. Em Liên có phải là sinh viên không?

6. Anh Francois có học tiếng Việt không?

7. Chị Lan làm nghề gì? Chị Lan là thư ký.

8. Chúng tôi ở khách sạn Quê Hương.

9. Mẹ tôi làm việc ở công ty du lịch.

10. Bố tôi không làm việc ở bệnh viện.

3

Tiếng Việt có khó không?
Is Vietnamese difficult?

In this unit you will learn
- *How to ask and say what is something like*
- *How to use adjectives*
- *How to intensify adjectives and adverbs*
- *How to use some initial and final particles in a Vietnamese sentence*
- *How to count from 1–10*

Hội thoại hàng ngày *Everyday conversation*

Having just arrived at the Hanoi Nội Bài airport, Richard and Tom are facing the difficult task of finding some accommodation. They have just approached an information counter at the airport.

Nhân viên	Chào anh. Anh muốn hỏi gì?
Richard	Chào chị. Chúng tôi muốn tìm một nhà khách hay một khách sạn nhỏ gần trung tâm thành phố. Chị có thể giới thiệu cho chúng tôi một khách sạn tốt không?
Nhân viên	Hà Nội có nhiều khách sạn du lịch. Khách sạn Bờ Hồ ở trung tâm thành phố đẹp lắm nhưng thường đông khách. Thanh niên thường chọn khách sạn Hòa Bình hoặc nhà khách Tháp Rùa.

TR 4

Richard	Khách sạn Hòa Bình như thế nào?
Nhân viên	Khách sạn này lớn và đẹp lắm. Nó gần bờ Hồ Hoàn Kiếm trên phố Bà Triệu.
Richard	Còn nhà khách Tháp Rùa?
Nhân viên	Nhà khách này nhỏ và yên tĩnh.
Tom	Nhà khách này có đắt không?
Nhân viên	Không đắt lắm.
Tom	Tốt lắm. Chị làm ơn cho chúng tôi đặt một phòng đôi ở nhà khách Tháp Rùa trong hai tuần.
Nhân viên	Dạ, vâng ạ.
Tom	Cảm ơn chị.
Nhân viên	Không có gì.

nhân viên *employee*
hỏi *to ask*
gì *what*
tìm *to look for*
hoặc *or*
nhà khách *guest house* (**nhà** = *house*, **khách** = *guest*)
nhỏ *small, little*
gần *near*
trung tâm *centre*
thành phố *town, city*
có thể *can, be able to*
tốt *good*
nhiều *many, a lot*
đẹp (đẹp lắm) *nice, pretty, beautiful (very nice)*
nhưng *but*
thường *often*
đông *crowded*
khách *guest, visitor*
thanh niên *young people, youth*
chọn *to choose*
như thế nào? *what is (something) like?*
lớn *large, big*
trên *on (preposition)*
phố (phố Bà Triệu) *street, road* (**Bà Triệu** *street*)

yên tĩnh *tranquil, quiet*
đắt *expensive*
làm ơn *please*
đặt *to book*
phòng (phòng đôi) *room (double room)*
hai *two*
tuần *week*

Activity

1 True or false?

    a Richard và Tom muốn ở một khách sạn nhỏ.

    b Họ không muốn ở trung tâm thành phố.

    c Thanh niên thích ở khách sạn Hoà Bình hay nhà khách Tháp Rùa.

    d Khách sạn Hoà Bình gần bờ Hồ Hoàn Kiếm trên đường phố Bà Triệu.

    e Nhà khách Tháp Rùa không yên tĩnh lắm.

    f Nhà khách Tháp Rùa đắt lắm.

Notes

Initial particles

As the name suggests, these appear at the beginning of a sentence and their function is to signal the character of the sentence they introduce.

▸ **dạ** is a polite particle that signals a courteous reaction (positive or negative) to what somebody else said. For example:

Chị làm ơn cho chúng tôi đặt một phòng đôi ở nhà khách Tháp Rùa.	*Please book a double room for us in the Tháp Rùa guest house.*
Dạ vâng ạ.	*Yes* (very politely).

Final particles

Final particles are positioned at the end of a sentence. They cover a whole variety of meanings. Here are some examples:

▶ **ạ** is a final particle which indicates politeness:

Chị làm ơn cho chúng tôi đặt một phòng đôi ở nhà khách Tháp Rùa.	*Please book us a double room in the Tháp Rùa guest house.*
Dạ vâng ạ.	*Yes.*

▶ **à** is used when you are seeking confirmation, it can also reflect mild surprise:

Anh biết tiếng Việt à?	*So you know Vietnamese?*
Chị mệt à?	*You are tired, aren't you?*
Vâng, tôi mệt.	*Yes, I am.*

▶ **nhé** could be translated into English *as all right?, OK?* It is used when the speaker expects agreement with his or her statement or suggestion:

Chúng ta đi xem phim nhé?	*Let's go to the cinema, all right?*

▶ **chứ** – an emphatic interrogative particle:

Ông là người Pháp chứ?	*You are French, am I right?*

▶ **đấy** usually accompanies a question word (such as **gì** *what*, **đâu** *where*, **ai** *who*, **bao giờ** *when*) and is used in questions:

Anh đi đâu đấy?	*Where are you going?*
Cô đọc sách gì đấy?	*What are you reading?*

Grammatical points

1 Adjectives

In the opening conversation, some Vietnamese adjectives were introduced. One of the most noticeable differences between an English and a Vietnamese adjective is its position. A Vietnamese adjective comes after the noun that it describes. For example:

khách sạn *(hotel)*	**nhỏ** *(small)*	*a small hotel*
thành phố *(town, city)*	**cổ** *(old, ancient)*	*an old town*
cô gái *(girl)*	**trẻ** *(young)*	*a young girl*

Another important difference is the fact that Vietnamese adjectives act as verbs and therefore do not need to be accompanied by an additional verb (this means that adjectives such as **trẻ**, **khó**, **đắt** should be more correctly translated as *to be young, to be difficult, to be expensive*, etc.).

Thành phố Hà Nội *town, Hanoi*	**đẹp.** *(to be) beautiful*	*Hanoi is beautiful.*
Khách sạn Hilton *hotel Hilton*	**đắt.** *(to be) expensive*	*The Hilton hotel is expensive.*
Tiếng Việt *language – Vietnamese*	**không khó.** *not, (to be) difficult*	*Vietnamese is not difficult.*

Notice also that all Vietnamese adjectives can be negated in a regular way using **không** (placed before the adjective being negated). For example: **không đẹp** *not nice*, **không khó** *not difficult*, etc.

◆) **TR 4, 1.35**

QUICK VOCAB

trẻ	*young*	**cũ**	*old (opposite to new)*
già	*old (opposite to young)*		

28

nóng	hot	**lớn, to**	big, large
lạnh	cold	**nhỏ**	small
mới	new	**rộng**	wide
hẹp	narrow	**dễ**	simple, easy
cao	tall, high	**khó**	difficult
thấp	low	**đẹp**	nice, pretty, beautiful
dài	long	**xấu**	bad, ugly
ngắn	short	**giàu**	rich
buồn	sad	**nghèo**	poor
vui	cheerful, happy	**thông minh**	clever
sạch	clean	**chăm chỉ**	industrious, hardworking
bẩn	dirty	**lười**	lazy
đắt	expensive	**nổi tiếng**	famous
rẻ	cheap		

Insight

Please remember that in Vietnamese an adjective must be placed after the noun it describes. This means that if you want to say **'a big town'** you must in fact say **'a town big'** (**thành phố lớn**).

---

2 Thế nào? *What is it like?*

When asking what is something or somebody like, the Vietnamese use **thế nào** or **như thế nào**.

Tiếng Việt thế nào?	*What is Vietnamese like?*
Tiếng Việt khó.	*Vietnamese is difficult.*
Cô Hoa như thế nào?	*What is Hoa like?*
Cô Hoa đẹp.	*Hoa is beautiful.*

Insight

When using **thế nào? như thế nào?** Remember that these question words must be placed at the end of a sentence.

---

3 Neither ... nor

The meaning *neither ... nor* is expressed in a very simple way in Vietnamese. For example:

Thành phố Hà Nội không nhỏ cũng không lớn.	*Hanoi is neither small nor big.*
(You are in fact saying that Hanoi is not small and also not big.)	
Ông Dũng không già cũng không trẻ.	*Mr Dũng is neither old nor young.*

4 Emphasizing things: *rất/lắm/quá*

There are several expressions that can be used to intensify the meaning of adjectives and adverbs. The most frequent ones are:

rất	*very, very much*
lắm	*very, greatly*
quá	*too, excessively*

Rất occurs before the word whose meaning we intensify, while **lắm** occurs after the intensified word; **quá** can be placed both before and after. For example:

Thành phố Hà Nội rất đẹp.	*Hanoi is very beautiful.*
Tiếng Việt khó lắm.	*Vietnamese is very difficult.*
Khách sạn Hilton đắt quá.	*The Hilton hotel is too expensive.*

◀) TR 4, 2.14

5 Numbers

Here is a list of Vietnamese numbers from 1–10. Learn and practise them carefully. You will learn more in subsequent units.

1 một
2 hai
3 ba

4 bốn
5 năm
6 sáu
7 bảy
8 tám
9 mười

Hội thoại 2 *Conversation 2*

Nam and Mark are sitting next to one another on the plane bound for Hanoi. Follow their conversation.

Nam	Xin lỗi, tôi thấy anh đang đọc tờ báo Việt Nam. Anh có nói được tiếng Việt không?
Mark	Có, nhưng ít thôi. Tôi đang học. Tôi nghe thì hiểu nhưng nói không giỏi.
Nam	Anh học tiếng Việt ở đâu?
Mark	Ở Luân Đôn và Hà Nội.
Nam	Thế à. Anh thấy tiếng Việt thế nào? Tiếng Việt có khó không?
Mark	Vâng, tôi thấy tiếng Việt hay nhưng khó học.
Nam	Anh phát âm rất tốt.
Mark	Ồ, cảm ơn anh.

TR 4, 2.35

thấy *see, perceive*
đang *be engaged in doing something* (grammatical particle for present tense)
đọc *read*
(tờ) báo (classifier) *newspaper*
nói (nói được) *speak, talk (to be able to speak)*
ít thôi *only a little bit*
học *study, learn*
nghe *listen*
thì *then*
hiểu *understand*

QUICK VOCAB

giỏi *be clever, good, skilful*
Thế à. *Is that so? Really?*
phát âm *pronounce*

Exercises

1 Fill in the missing diacritics:

> **A:** Anh co noi duoc tieng Viet khong?
> **B:** Vang nhung it thoi.
> **A:** Anh thay tieng Viet the nao?
> **B:** Phat am tieng Viet kho lam.
> **A:** Anh noi tieng Viet tot lam.
> **B:** Cam on anh. Toi nghe hieu nhung noi khong gioi.

2 Ask what is something or somebody like. Reply using the adjectives suggested in the brackets, as in the example:
Thành phố Hồ Chí Minh (lớn)
Thành phố Hồ Chí Minh thế nào?
Thành phố Hồ Chí Minh lớn.

   a Tiếng Pháp (không khó lắm)
   b Khách sạn Bờ Hồ (đông người)
   c Ông Nam (già nhưng khỏe)
   d Thành phố Huế (yên tĩnh)
   e Bệnh viện Việt-Mỹ (mới)
   f Bác sĩ Quang (tốt)
   g Sông Hồng (dài)
   h Cô Lan (buồn)
   i Nhà khách 'Hòa Bình' (rẻ)
   j Công ty du lịch này (tốt)

3 Form questions according to the following example:
Thành phố Huế (lớn)
Thành phố Huế có lớn không?

    a Ông Dũng (già)
    b Nước Anh (nhỏ)
    c Tiếng Nhật (khó)
    d Công ty du lịch 'Vietnam Tourism' (tốt)
    e Phố Nguyễn Huệ (yên tĩnh)
    f Bác sĩ Hương (tốt)
    g Hồ Hoàn Kiếm (đẹp)
    h Cô Liên (khỏe)
    i Khách sạn 'Tháp Rùa' (đắt)
    j Trung tâm thành phố (sạch)
    k Nhà xuất bản 'Văn nghệ' (nổi tiếng)

4 Give negative answers to the following questions. For example:
Tiếng Nhật có khó không?
Tiếng Nhật không khó, tiếng Nhật dễ.

    a Khách sạn Hilton có đắt không?
    b Chị Mai có khỏe không?
    c Bệnh viện Bạch Mai có mới không?
    d Thành phố Hà Nội có đẹp không?
    e Trung tâm thành phố Luân Đôn có bẩn không?
    f Luật sự Quang có tốt không?
    g Công ty du lịch có tốt không?
    h Phố Bà Triệu có yên tĩnh không?
    i Bác sĩ Liên có già không?
    j Nhà văn Shakespeare có nổi tiếng không?

5 Translate these sentences into English:
Thời tiết không ấm cũng không lạnh.
Ông Tuấn không trẻ cũng không già.
Bạn tôi không vui cũng không buồn.
Anh David không biết tiếng Pháp cũng không biết tiếng Đức.
Cô Liên không thích đi xem phim cũng không thích đi xem hát.

Ông Trí không giàu cũng không nghèo.
Ông Baker không thích bia cũng không thích cà phê.
Khách sạn 'Tháp Rùa' không đắt cũng không rẻ

thời tiết *weather*   **ấm** *warm*   **bia** *beer*

6 Give Vietnamese equivalents:
Vietnamese is very difficult.
Hanoi is not big but beautiful.
The Bach Mai hospital is old.
My friend Mai is young and pretty.
Saigon is a modern city.
This book is neither interesting nor boring.
The Hotel Metropole is very expensive.
My father is old but healthy.
Mr Hung is a good journalist.
The Sông Hồng publishing house is near the centre of Hanoi.
My friend lives in a small hotel called Bông Sen.
The centre of the town is not very peaceful.

7 Find the opposites to these adjectives:

khó	nhỏ	lạnh	to	nghèo
trẻ	dễ	tốt	bẩn	ngắn
đẹp	lớn	mới	dài	thấp

8 a Read and write the following numbers in Vietnamese:
   7, 9, 10, 4, 2, 8, 5, 1
   b Read and translate the following numbers:
   mười, tám, bốn, sáu, hai, chín, bảy, ba, năm, một

9 Hannah has picked up the following leaflets advertising hotel accommodation. Help her with her choice: she is looking for a small hotel, quiet, not far from the centre of town. Being a student, she wants something reasonably cheap.

a
Nhà khách 'Quê hương'

Nhà khách 'Quê hương' là một nhà khách nhỏ. Phòng trong nhà khách này nhỏ nhưng sạch sẽ. Nhà khách không có nhá ăn riêng. Nhiều người trẻ thích ở đây.

b
Khách sạn Metropole

15 Phố Ngô Quyền
–khách sạn lớn và sang trọng, gần Nhà hát lớn
–109 phòng sang trọng với Ti-vi, Video, máy điện thoại riêng

c
Khách sạn Dân chủ

29 Phố Tràng Tiền
–ở trung tâm thành phố gần Hồ Hoàn Kiếm

SUMMARY

Having reached the end of this unit, you should now be able to describe objects and people and ask what they are like:

a Xe đạp của tôi cũ.
b Khách sạn này có đắt không? Không đắt cũng không rẻ lắm.
c Mua vé máy bay đắt lắm.
d Bát phở gà này ngon lắm.
e Học tiếng Việt khó lắm.
f Cô Mai thế nào? Cô ấy trẻ.
g Thành phố Huế như thế nào? Thành phố Huế đẹp lắm.
h Phim này có vui không?
i Em gái tôi đẹp và thông minh.
j Quyển sách này chán quá.
k Đi máy bay nhanh.
l Mùa thu ở Việt Nam rất lạnh nhưng mùa hè rất nóng.
m Luật sư Quang có tốt không?
n Ăn cơm bình dân rẻ.
o Trung tâm Thành phố Hồ Chí Minh có yên tĩnh không?
p Bố tôi khoẻ.
q Đây là quyển từ điển tốt.

4

Chị có muốn xem bức ảnh gia đình tôi không?

Do you want to see a photograph of my family?

In this unit you will learn
* *How to talk about your family*
* *How to use kinship terms*
* *How to use question words* đâu? gì? ai? bao lâu?
* *Use the question construction '*đã … chưa?*'*
* *How to use more numbers*
* *How to use points of the compass*

Hội thoại hàng ngày *Everyday conversation*

Mary and Hoa work together. Mary teaches English conversation at the same school where Hoa is also a teacher. During their lunch break they are having a chat.

Hoa	Chị ở Việt Nam bao lâu rồi?
Mary	Năm tháng rồi. Đây là lần đầu tiên tôi xa gia đình lâu như vậy.
Hoa	Quê chị ở đâu?

(Contd)

TR 5

Mary	Tôi ở miền Nam nước Anh ở thành phố biển Brighton. Còn chị Hoa, quê của chị ở đâu?
Hoa	Tôi sinh ra tại một làng nhỏ ở miền Bắc Việt Nam. Tỉnh Hà Bắc.
Mary	À, thế à.
Hoa	Gia đình chị có đông không?
Mary	Đông ... Chị có muốn xem bức ảnh gia đình tôi không?
Hoa	Có chứ!
Mary	Đây là toàn thể gia đình tôi – nhân dịp sinh nhật của mẹ tôi. Đây là bố mẹ tôi, bên cạnh là anh tôi và chị tôi.
Hoa	Người già ngồi bên cạnh chị Mary là ai?
Mary	À, đó là ông ngoại của tôi. Ông 78 tuổi nhưng bây giờ ông đã mất.
Hoa	Còn bà của chị?
Mary	Bà của tôi thì còn sống. Chị Hoa có bao nhiêu anh chị em?
Hoa	Tôi có một em gái và một em trai.
Mary	Thế thì Hoa là con cả trong gia đình.
Hoa	Đúng thế. Còn Mary là con út trong gia đình à?
Mary	Con út nghĩa là gì?
Hoa	Con út nghĩa là con nhỏ nhất trong gia đình.

QUICK VOCAB

bao lâu *how long?*
lần (đầu tiên) *time, turn (first time)*
quê *home, birthplace, native land, village*
làng *village*
biển *sea*
có chứ *yes, of course*
bức ảnh *photograph*
toàn thể *all, whole, total*
nhân dịp *on the occasion*
sinh nhật *birthday*
bố *father*
mẹ *mother*
bố mẹ *parents*
anh *older brother*

chị *older sister*
bên cạnh *next to, by*
ngoại *on the mother's side*
ông ngoại *grandfather on the mother's side*
mất *to die*
bà *grandmother*
con cả *the oldest child in the family, first-born child*
đúng *correct, right*
con *child, baby*
con út *the last-born child*
nghĩa (nghĩa là gì?) *meaning (what does it mean?)*

Activities

1 Comprehension:

    a How long has Mary been in Vietnam?

    b Where is she from?

    c Where was Hoa born?

    d Is Mary's grandfather still alive? And what about her grandmother?

    e Is Mary the oldest or the youngest child in the family?

    f How many brothers and sisters does Hoa have?

2 True or false?

    a Mary ở Việt Nam bốn tháng rồi.

    b Đây không phải là lần đầu tiên Mary xa gia đình lâu như vậy.

    c Thành phố Brighton là một thành phố biển.

    d Mary có một anh và hai chị.

    e Chị Hoa sinh ở một làng nhỏ ở miền Nam Việt Nam.

    f Gia đình của Mary không lớn.

    g Chị Hoa muốn xem ảnh gia đình của Mary.

    h Chị Hoa là con cả.

    i Chị Mary không phải là con cả trong gia đình, Mary là con út.

The traditional Vietnamese family

The ties within a Vietnamese family are traditionally very close.
A Vietnamese family usually includes extended family members.
Confucianism strongly determines the place and role of each member
of the family. Filial piety and the cult of ancestors are the two most
important principles ruling the Vietnamese family. Despite many
changes that have led to the loosening of traditional family structures,
the family clan with all its rules and traditions still represents a major
element in the life of every Vietnamese.

As a contrast to English, in Vietnamese the terms describing family
relationships differentiate between older and younger siblings and
between relatives on the father's and the mother's side.

anh (trai) *older brother*
chị (gái) *older sister*
em trai *younger brother*
em gái *younger sister*
bố, cha *father*
mẹ *mother*
ông *grandfather*
bà *grandmother*
ông nội *grandfather (father's side)*
ông ngoại *grandfather (mother's side)*
chồng *husband*
vợ *wife*
bác, chú, cậu *uncle*
cô, dì *aunt*
cháu *grandchild*
anh rể, em rể *brother-in-law*
con rể *son-in-law*
chị dâu, em dâu *sister-in-law*
con dâu *daughter-in-law*

Notes

Age

Stating age in Vietnamese is done by using the word **tuổi** (*years of age*).

For example:

Mẹ tôi 63 tuổi.			*My mother is 63 years old.*
Anh	**bao nhiêu**	**tuổi?**	*How old are you?*
you-older brother	*how many*	*years of age*	

> ### Insight
> Don't be surprised if many Vietnamese whom you have only just met start inundating you with personal questions about your age, marital status etc. This is not a sign of tactlessness on their part but a necessity dictated by the nature of Vietnamese language: they need to get an idea about your age, marital status etc. to determine how to address you.

> ### Insight
> When referring to somebody's age you must use the word **tuổi** (*years of age*); you cannot use the word **năm** (*year*) in this context.

Nhà *Spouse*

In colloquial Vietnamese, **nhà** is often used to mean *spouse*. Its use is limited to situations when one partner from a married couple refers to the other partner. For example:

Nhà tôi tên là Mai.	*My wife is called Mai.*
Nhà tôi là bác sĩ.	*My husband/wife is a doctor.*

Phrases referring to couples

Take care when translating the following:

a **hai vợ chồng (một vợ + một chồng);** *husband and wife, Mr and Mrs*
b **hai vợ chồng tôi** *my husband and I/my wife and I*
c **hai vợ chồng ông Baker** *Mr and Mrs Baker*
d **hai vợ chồng anh Hùng** *Mr Hung and his wife*
e **hai vợ chồng chị Mai** *Mrs Mai and her husband*
f **anh em (một anh + một em)**
    (hai anh em tôi = *my older brother and I/my younger brother and I)*
g **hai mẹ con (một mẹ + một con)**
    (hai mẹ con tôi *my mother and I/my child and I*
    hai mẹ con bà Mai *Mrs Mai and her child)*

(The numeral indicates the number of persons; what follows specifies
these persons and the family relationship between them.)

Points of the compass

bắc	*north*	**đông**	*east*
nam	*south*	**tây**	*west*

When stating a direction which lies between two main points on the
compass (e.g. southeast, northwest), Vietnamese lists the main directions
in reverse order.

đông-nam
(east-south) southeast

tây-bắc
(west-north) northwest

Vietnam is geographically divided into three parts – North Vietnam,
Central Vietnam and South Vietnam. These are referred to in
Vietnamese in several ways, e.g. using the word **miền** *area, region*:
miền Bắc (*North Vietnam*), **miền Trung** (*Central Vietnam*), **miền Nam**

(*South Vietnam*). Other terms used to denote the three parts of Vietnam are **Bắc Bộ** (*North Vietnam*), **Trung Bộ** (*Central Vietnam*) and **Nam Bộ** (*South Vietnam*).

Grammatical points

1 (Ở) đâu? *(where?)*, **gì?** *(what?)*, **ai?** *(who?)*, **bao lâu?**
   (how long?), **nào?** *(which?)*

The above question words are used when identifying someone, something, some place or some time.

In a question, they occupy the same position as the words specifically replying to them in the answer.

Anh ở đâu?	*Where do you live?*
Tôi ở Hà Nội.	*I live in Hanoi.*
Người già kia là ai?	*Who is that old man?*
Người già kia là ông Hùng.	*That old man is Mr Hung.*
Chị ở Việt Nam bao lâu?	*How long have you been living in Vietnam?*
Tôi ở Việt Nam ba tháng.	*I have been in Vietnam three months.*
Chị muốn gì?	*What do you want?*
Tôi muốn gặp ông Baker.	*I want to meet Mr Baker.*
Anh thích cái nhà nào?	*Which house do you like?*
Tôi thích cái nhà này.	*I like this house.*

◀️ TR 5, 1.32

2 More numbers

In the previous unit, we learnt numbers from 1 to 10. As you can see from the following table, numbers higher than 10 are formed by a combination of two numbers: e.g. number 11 is formed by combining number 10 with number 1, 12 is 10 plus 2, etc. In the same way numbers 20, 30, 40, etc. are created. (20 is a combination of number 2 and 10, 30 is 3 and 10 etc.).

11	mười một
12	mười hai
13	mười ba
14	mười bốn
15	mười lăm
16	mười sáu
17	mười bảy
18	mười tám
19	mười chín
20	hai mươi
30	ba mươi
40	bốn mươi
50	năm mươi
60	sáu mươi
70	bảy mươi
80	tám mươi
90	chín mươi
100	một trăm
21	hai mươi mốt
22	hai mươi hai
31	ba mươi mốt
32	ba mươi hai
100	(một) trăm
200	hai trăm
500	năm trăm
1,000	(một) nghìn/(một) ngàn
2,000	hai nghìn/hai ngàn

Pay attention to the following irregularities:

1 Notice the change from **năm** to **lăm**. **Năm** changes into **lăm** after **mười** or **mươi** (**năm** means *5* or a *year* in Vietnamese.) **Mười năm** means *10 years* (instead of *15* as we would expect) and therefore *15* must be **mười lăm**.

2 Although *10* in Vietnamese is **mười**, in numbers from *20* upwards this changes to **mươi** (the tone changes from **dấu huyền** into **không**

dấu), or to put it in another way, **mười** after another number becomes **mươi**.

3 **một** in numbers from 21 upwards becomes **mốt** (e.g. *71*– **bảy mươi mốt**, *91*– **chín mươi mốt**)

4 Zero between other numbers is read as **linh** or **lẻ** e.g. *108* = **một trăm linh tám**, *207* = **hai trăm lẻ bảy**, etc.

5 As an alternative for number **bốn** (*4*), **tư** is often used in higher numbers (**hai mươi tư, bốn mươi tư**, etc.)

In colloquial Vietnamese you also often hear the following expressions:

hăm = hai mươi *20*	**chục** *10*	**hai chục** *20*
băm = ba mươi *30*	**vạn** *10,000*	**hai vạn** *20,000*

Insight

Some of the exceptions in the system of numerals may cause you problems. Make sure you remember that number *five* (**năm**) becomes **lăm** when it is preceeded by another number (i.e. in combinations such as *fifty, twenty-five* etc.) and **mười** turns into **mươi** when it is preceeded by another number (**ba mươi** *thirty*).

---

3 Đã ... chưa? *Have you done something yet?*

In unit 3, we learnt a regular question construction. In this unit's conversation, we find another question containing **đã ... chưa?** This type of question expresses the meaning *Have you done something yet?*

Anh (đã) lập gia đình chưa?
Are you already married? (lit. Have you formed a family yet?)

This question requires a different reply. An affirmative reply uses **rồi** *already*, instead of normal **vâng** *yes*, and the whole reply can be emphasized by an additional **rồi** at the very end of the sentence:

Rồi	**tôi (đã) lập gia đình rồi.**
Yes	*I am already married.*

A negative answer to this type of question uses **chưa** *not yet*, which is positioned before the verb it relates to. The initial *no, not*, where we would normally use **không** *no, not*, is in these types of question replaced by **chưa** (suggesting that there is a possibility of the action concerned taking place in the future).

For example:

Chưa,	**tôi**	**chưa**	**lập**	**gia**	**đình.**
(Not yet)	*(I)*	*(not yet)*	*(form)*		*(family)*

I am not married yet.

Chưa,	**tôi**	**chưa**	**gặp**	**ông Hùng.**
(Not yet)	*(I)*	*(not yet)*	*(meet)*	*(Mr Hung)*

I have not met Mr Hùng yet.

Insight

Remember that a negative answer to the **đã ... chưa** question should not be **không** but **chưa**.

Hội thoại 2 *Conversation 2*

Mark and Nam are discussing their families.

Nam Anh Mark, anh lập gia đình chưa?

Mark Chưa, tôi chưa lập gia đình. Tôi có người yêu nhưng chúng tôi chưa cưới. Còn anh Nam?

Nam Tôi có vợ rồi. Nhà tôi tên là Phương. Có lẽ người Việt Nam lấy vợ sớm hơn người châu Âu.

Mark Năm nay anh bao nhiêu tuổi?

Nam Hai mươi ba. Vợ tôi trẻ hơn tôi.

Mark Anh có con chưa?

Nam Tôi có hai con – một con gái và một con trai. Con gái tôi tên là Mai còn con trai tôi tên là Quang.

TR 5, 2.29

QV

lập gia đình *to form a family, to get married*
người yêu *girlfriend/boyfriend*
cưới *to wed*

46

vợ *wife*
nhà (here) *spouse*
có lẽ *perhaps, maybe*
sớm *early (earlier)*
trẻ hơn *younger*
con gái *daughter*
con trai *son*

Exercises

1 Answer the following questions, using the expressions suggested in the brackets.

    a Ông Đông ở đâu? (Hải Phòng)
    b Anh David học gì? (tiếng Việt)
    c Bác sĩ Hùng làm việc ở đâu? (Đà Nẵng)
    d Kim đọc gì? (báo 'Hà Nội Mới')
    e Bà Lan sinh ở đâu? (làng)
    f Anh Peter học tiếng Việt bao lâu? (mười tháng)
    g Chị Liên uống gì? (cà phê)
    h Khách sạn Bờ Hồ ở đâu? (trung tâm Thành phố Hồ Chí Minh)
    i Nhà báo Quang tìm ai? (luật sư Dũng)
    j Nhà xuất bản ở đâu? (gần Hồ Hoàn Kiếm)
    k Anh Richard ở Huế bao lâu? (ba tháng)
    l Chị Mai đi đâu? (đi học)
    m Bệnh viện ở đâu? (gần khách sạn)

2 Translate into Vietnamese:

    a *How old are you? I am 26.*
    b *Where do you live? I live in the Hotel Bờ Hồ.*
    c *Where is the hotel? It is in the centre of Hanoi.*
    d *Who is this? This is Doctor Hung.*
    e *Is Peter married? No, he is still single.*
    f *My parents live in North Vietnam but my older sister lives in South Vietnam.*

3 Give Vietnamese equivalents:

    a *Have you met Miss Lan? No, not yet.*

    b *Have you visited Central Vietnam? Yes, I have already visited Central Vietnam but I have not yet visited South Vietnam.*

    c *Have you seen a photograph of my family? Yes, I have.*

    d *Have you ever been far from your family?*

    e *Are you married yet? Not yet.*

4 Ask questions, using the following example:

Anh David (đi xích lô)

Anh David đã đi xích lô (bao giờ) chưa?

    a ông Hùng (đi thăm châu Âu)

    b cô Mai (gặp nhà văn Trí)

    c em Liên (viết thư cho bố mẹ)

    d chị Helen (học tiếng Việt)

    e các bạn (chơi bóng bàn)

    f anh David (uống cà phê Việt Nam)

xích lô	*cyclo, pedicab, rickshaw*
châu Âu	*Europe*
chơi	*to play*
bóng bàn	*table tennis*

5 State that the person has never done the suggested activity. For example:

Chị Mai đi thăm châu Âu.

Chị Mai chưa đi thăm châu Âu.

    a Bố mẹ tôi gặp thầy giáo Tuấn.

    b Anh tôi chữa xe đạp.

    c Cô Liên lấy chồng.

    d Chúng tôi xem phim Việt Nam.

    e David học bài này.

    f Mẹ tôi thăm miền Nam Việt Nam.

    g Bố tôi nói chuyện với luật sư Quang.

chữa *repair*

6 Give English equivalents for the following dialogue:

    a Quê anh ở đâu?

    b Quê tôi ở Hải Phòng.

    c Hải Phòng ở đâu?

    d Hải Phòng ở miền Bắc Việt Nam.

7 Translate into Vietnamese:

    a *Where do you live?*

        i *I live in London, the capital of England.*

        ii *What is London like?*

        iii *London is very big but beautiful.*

    b *Where were you born?*

        i *In Hanoi.*

        ii *How old are you?*

        iii *I am 36 years old.*

    c *What does Martin do?*

        i *He is a student, he studies Vietnamese.*

        ii *How long has he been studying Vietnamese?*

        iii *Six months.*

    d *How many brothers and sisters have you got?*

        i *I have one younger brother and one older brother.*

        ii *Is your older brother married?*

        iii *No, he is divorced.*

    ly hôn, ly dị *divorce*   **người ly dị vợ/chồng** *divorcee*

8 a Write down the following numbers in Vietnamese:

    56, 87, 21, 106, 65, 1996, 40, 88, 94, 104, 55, 608, 31, 17, 2735, 410, 91, 10

    b Read and translate the following numbers:

    hai mươi lăm, chín mươi hai, năm trăm, tám trăm linh ba, mười tám, bốn mươi mốt, năm trăm linh năm, tám mươi lăm, sáu mươi, mười ba, một trăm, bảy mươi bảy, ba mươi tư, năm mươi lăm, mười chín, bốn trăm lẻ chín, bốn nghìn, sáu mươi mốt, mười một, bảy nghìn ba trăm sáu mươi lăm, năm trăm linh sáu.

9 Practise your times tables in Vietnamese.

For example:
  a **Hai lần một là hai.**
  Two times one is two.
  b **Hai lần hai là bốn.**
  c **Ba lần bảy là hai mươi mốt.**

10 Translate into Vietnamese:
Hoa lives in Huế but her birthplace is Hải Phòng. Hải Phòng is in North Vietnam. Huế is in Central Vietnam. Hoa is young and beautiful. She has one younger brother named Vũ and one younger sister named Mai. Vũ is a journalist and Mai is a student. Vũ is already married; his wife is a nurse. They have one son. He is three years old.

11 Using a family photograph describe all the members of your family to a friend.

12 Have a look at the map of Vietnam that you see here and say in which part of Vietnam the named places are. Note also the correct Vietnamese spelling of geographical locations.

đồng bằng *delta*

For example: *Huế ở đâu? Huế ở miền Trung Việt Nam.*

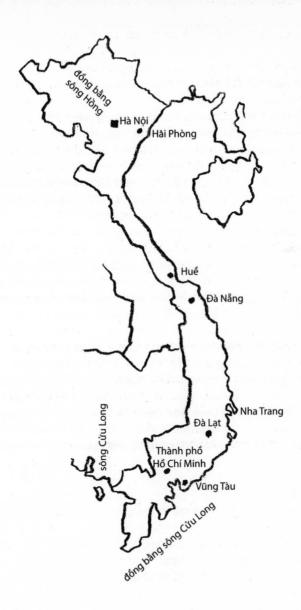

Reading

Read the following text carefully and answer the questions.

Ông Bình là chồng của bà Hương. Họ sống ở miền Bắc Việt Nam. Họ có 2 người con: một con trai tên là Tuấn và một con gái tên là Mai. Năm nay Tuấn 19 tuổi và Mai 23 tuổi. Tuấn chưa có gia đình nhưng Mai có gia đình rồi. Chồng của Mai tên là Chung. Mai và Chung chưa có con.

Cô Loan là thư ký. Năm nay cô ấy 19 tuổi. Cô ấy còn độc thân và còn sống với bố mẹ. Cô làm việc ở một công ty thương mại ở Hà Nội. Cô thường phải đi miền Nam Việt Nam.

Emanuelle là người Pháp. Chị ấy đang học tiếng Việt ở Hà Nội. Năm nay Emanuelle 24 tuổi. Emanuelle chưa có gia đình. Bố mẹ của Emanuelle sống ở Pa-ri, thủ đô nước Pháp. Bố còn làm việc nhưng mẹ của Emanuelle về hưu rồi.

độc thân *single*   **thương mại** *trade, commerce*   **về hưu** *retire*

Can you find answers to these questions?

   a Ông Bình có gia đình chưa?
   b Chị Emanuelle đã lấy chồng chưa?
   c Cô Loan sống với bố mẹ phải không?
   d Bà Hương là ai?
   e Ông bà Bình có mấy đứa con?

f Chung là ai?
g Cô Loan làm việc ở đâu?
h Bố mẹ của Emanuelle còn làm việc, phải không?
i Mai có con chưa?
j Loan thường phải đi đâu?

SUMMARY

Once again you have reached the end of the unit and it is time to test your knowledge.

1 Which of the following numbers indicates the number of days in a year?
   a Ba trăm sáu mươi tám
   b Ba trăm sáu mươi lăm
   c Ba trăm bốn mươi lăm

2 Identify the following numbers:
   a Một nghìn chín trăm tám mươi bảy
   b Ba trăm linh sáu
   c Chín mươi lăm
   d Bốn ngàn hai trăm ba mươi mốt
   e Năm trăm lẻ năm
   f Mười bảy nghìn
   g Năm trăm năm mươi lăm

3 How would you ask your colleague where he was born?
   a Anh sinh năm nào?
   b Anh sinh ở đâu?
   c Sinh nhật bạn vào ngày nào?

4 Your roommate aks you: '**Anh đã thăm miền Nam Việt Nam chưa?**' Does he want to know
   a if you have travelled to Central Vietnam?
   b which part of Vietnam you like most?
   c if you have ever visited South Vietnam?

5 Your Vietnamese boss asks you: '**Anh sống ở Đông Nam Á bao lâu?**' Does he want to know
   a if you have ever travelled around Southeast Asia.
   b when did you arrive in Southeast Asia.
   c how long have you been living in Southeast Asia.

Final checklist

Here is a summary of some useful questions you can use to enquire about your friends and their family:

Tên anh/chị là gì? *What is your name?*
Anh/chị là người nước nào? *Where are you from (which country are you from)?*
Năm nay anh/chị bao nhiêu tuổi? *How old are you this year?*
Anh/chị có mấy anh chị em? *How many brothers and sisters do you have?*
Anh/chị lập gia đình chưa? *Do you have a family yet?*
Anh/chị sống ở đâu? *Where do you live?*
Anh/chị làm nghề gì? *What do you do?*
Anh/chị làm việc ở đâu? *Where do you work?*

1 b **2** (a) 1987 (b) 306 (c) 95 (d) 4231 (e) 505 (f) 17 000 (g) 555
3 (b) **4** (a) **5** (c)

5

Ngày mai là thứ mấy?
What day is it tomorrow?

In this unit you will learn
- *How to say the days of the week and months of the year*
- *How to form ordinal numbers*
- *How to use demonstrative pronouns*
- *How to form the comparative and superlative degree of adjectives*

Hội thoại hàng ngày *Everyday conversation*

Richard wants to invite Dũng to the cinema. Finding a suitable time is proving rather difficult.

▼ TR 6

Richard	Ngày mai anh có rỗi không?
Dũng	Sao anh hỏi vậy?
Richard	Tôi định mời anh đi xem phim với tôi.
Dũng	Thế à. Ngày mai là thứ mấy?
Richard	Thứ năm.
Dũng	Thứ năm à? Để tôi nghĩ xem sáng mai tôi phải đi chợ mua thực phẩm, viết thư cho gia đình tôi, buổi chiều tôi phải lên lớp tiếng Anh và sau đó tôi cần chữa xe đạp. Còn buổi tối tôi phải đi thư viện. Tôi rất thích đi xem phim với anh nhưng hình như ngày mai tôi bận lắm!

Richard	Thật tiếc quá! Anh làm việc nhiều quá! Anh nên nghỉ. Còn ngày kia? Anh có bận gì không?
Dũng	Thứ bảy, chiều thứ bảy tôi thường chơi bóng đá nhưng buổi tối, tôi rỗi.
Richard	Tốt quá! Thế thì chúng ta sẽ đi xem phim tối thứ bảy.

ngày mai *tomorrow*
rỗi *spare time, free*
(tại) sao *why?*
vậy *(like) so*
định *to decide*
mời *to invite*
Thế à. *Is that so? Really?*
Ngày mai là thứ mấy? *What day (in a week) is it tomorrow?*
đi xem phim *to go to the cinema*
thứ sáu *Friday*
để tôi nghĩ xem *let me (think and) see*
chợ *market*
mua *to buy*
thực phẩm *food*
lên lớp *go to school*
chữa *to repair*
xe đạp *bicycle*
(buổi) tối *evening*
thư viện *library*
hình như *it looks like*
bận *busy*
tiếc quá *what a pity!*
nên *should, ought to*
nghỉ *to have a rest*
ngày kia *the day after tomorrow*
thứ bảy *Saturday*
(buổi) chiều *afternoon*
chơi *to play*
bóng đá *football*

QUICK VOCAB

Activity

1 True or false?
  a Richard muốn mời anh Nam đi xem phim.
  b Sáng thứ năm anh Dũng phải viết thư cho gia đình.
  c Chiều thứ bảy anh phải lên lớp học tiếng Anh.
  d Thứ năm anh Dũng rỗi.
  e Sáng thứ bảy anh bận lắm.
  f Anh Dũng không thích chơi bóng đá.

Notes
Vietnamese calendar

Vietnam uses a solar calendar (**dương lịch**) for official purposes but religious activities and celebrations are governed by the lunar calendar (**âm lịch**) formed by a 60-year cycle divided into five 12-year groups. Each year is associated with an animal. (The names of the animals are traditionally referred to using a Sino-Vietnamese expression.) The table on the following page lists one 12-year cycle and the Sino-Vietnamese terms together with their Vietnamese and English equivalents.

The New Year festival

The Vietnamese have many festivals and celebrations but without doubt the biggest one is the New Year festival (**Tết nguyên đán**). The Vietnamese celebrate the New Year according to the lunar calendar. **Tết nguyên đán** is an opportunity for the whole family to meet together. It is a festival that marks the beginning of the spring and it is filled with hopes and expectations that the new year will be happier and better than the previous one. **Tết nguyên đán** is rich in customs and traditions and many special dishes are prepared. Firecrackers (**pháo**) are set off to welcome in the new year.

Vietnamese folk prints are used to decorate houses on the occasion of **Tết**. These are **Đông Hồ** prints made in a village of the same name.

Sino-Vietnamese	Vietnamese	
ty	chuột	*mouse, rat*
sửu	trâu	*ox*
dần	hổ	*tiger*
mão	mèo	*cat*
thìn	rồng	*dragon*
ty	rắn	*snake*
ngọ	ngựa	*horse*
mùi	dê	*goat*
thân	khỉ	*monkey*
dậu	gà	*rooster*
tuất	chó	*dog*
hợi	lợn	*pig*

The year 2010 is known as **Canh Dần** in Vietnamese.

Vietnamese folk prints.

Grammatical points

1 Ordinal numbers

Ordinal numbers are formed from cardinal numbers by adding the ordinal designator **thứ**. This element precedes the cardinal number.

thứ	nhất	*first*	thứ	mười một	*eleventh*
thứ	hai *	*second*	thứ	mười hai	*twelfth*
thứ	ba	*third*	thứ	mười lăm	*fifteenth*
thứ	tư **	*fourth*	thứ	hai mươi	*twentieth*
thứ	năm	*fifth*	thứ	bốn mươi	*fortieth*
thứ	sáu	*sixth*	thứ	một trăm	*hundredth*
thứ	bảy	*seventh*	thứ	một trăm sáu	
thứ	tám	*eighth*		mươi ba	*163rd*
thứ	chín	*ninth*			
thứ	mười	*tenth*			

* **thứ nhì** is sometimes used instead of **thứ hai** (*second*)

** –note that **tư** rather than **bốn** is used in ordinal number *fourth* (**thứ tư**)

> ## Insight
> In the ordinal number *fourth*, **bốn** must be replaced by **tư**.

2 Parts of a day

Parts of a day make use of the word **buổi** *time, session*, thus **buổi tối** *evening*. The main distinction between the daytime and night-time is expressed in Vietnamese by **ban ngày** (*daytime*) and **ban đêm** (*night-time*).

		buổi *time, session*		
sáng	trưa	chiều	tối	đêm, khuya
morning	*lunch*	*afternoon*	*evening*	*night, late night*

◀) **TR 6, 0.57**

3 Days of the week

a In Vietnamese, the terms denoting the days of the week are, with the exception of Sunday, ordinal numbers. Their week starts from Sunday, and therefore Monday is the second day in the week, Tuesday the third day, Wednesday the fourth day, etc.

chủ nhật	*Sunday*	**thứ năm**	*Thursday*
thứ hai	*Monday*	**thứ sáu**	*Friday*
thứ ba	*Tuesday*	**thứ bảy**	*Saturday*
thứ tư	*Wednesday*		

The expression for *Sunday* (**chủ nhật**) means *the Master's Day*.

b The following question is used to ask *What day is it today?* (*What day in a week is it today?*)

Hôm nay	**là**	**(ngày)**	**thứ**	**mấy?**
(today)	*(to be)*	*(day)*	*(ordinal designator)*	*(how many)*
Hôm nay	**là**	**(ngày)**	**thứ ba.**	
(today)	*(to be)*	*(day)*	*(Tuesday)*	

Today is Tuesday.

Ngày mai là thứ mấy?	*What day is it tomorrow?*
Ngày mai là chủ nhật.	*Tomorrow is Sunday.*
hôm nay	*today*
hôm qua	*yesterday*
ngày mai	*tomorrow*
hôm kia	*the day before yesterday*
ngày kia	*the day after tomorrow*

On Monday, on Wednesday in Vietnamese use the preposition **vào**: **vào thứ hai**, **vào thứ tư**, etc.

4 Demonstratives *này, ấy, kia*

Demonstratives **này** *this*, **ấy** *that* and **kia** *that one over there* are placed after a noun.

For example:

khách sạn này	*this hotel*
khách sạn ấy	*that hotel*
khách sạn kia	*that hotel over there*

The difference between **ấy** and **kia**: **ấy** is used to refer to something that is far from the speaker but near to the person being spoken to; **kia** refers to something or somebody located far away from both the speaker and the person being spoken to.

The correct word order, if the noun is already modified by an adjective, is as follows:

noun	adjective	demonstrative	
khách sạn	**đẹp**	**này**	*this nice hotel*
khách sạn	**đẹp**	**ấy**	*that nice hotel*
khách sạn	**đẹp**	**kia**	*that nice hotel (over there)*

It is important to distinguish between **khách sạn đẹp này** *this nice hotel* and **Khách sạn này đẹp** *This hotel is nice.*

> ## Insight
> Students of Vietnamese have often problems with the correct word order, especially when a word is modified by several grammatical words. Remember that adjective comes immediately after a noun and only then comes a demonstrative, for example **cô gái đẹp này** (*this beautiful girl*).

5 bằng be *equal*

To express that something or somebody is equal to something or somebody else, the Vietnamese use the word **bằng** *be equal*:

Helen trẻ bằng Peter.	*Helen is as young as Peter.*
Mẹ tôi già bằng bố tôi.	*My mother is as old as my father.*

6 Adjectives – comparative and superlative

1 comparative: **hơn** *more than*

Hơn is used in Vietnamese to form the comparative. Its position (after the adjective) is illustrated in the following examples:

Helen	trẻ	hơn	Peter.
(Helen)	*(to be young)*	*(more than)*	*Peter.*

Helen is younger than Peter.

Hà Nội	nhỏ	hơn	Sài Gòn.
(Hanoi)	*(to be small)*	*(more than)*	*(Saigon)*

Hanoi is smaller than Saigon.

2 superlative: **nhất**

The superlative is formed using **nhất**. The position of **nhất** (after the adjective) is illustrated in the following examples:

Sài Gòn là một thành phố lớn nhất ở Việt Nam.
Saigon is the largest city in Vietnam.
Helen trẻ nhất trong lớp học.
Helen is the youngest in the class.

Hội thoại 2 *Conversation 2*

David and Thảo are making plans for the weekend.

🔊 TR 6, 1.20

Thảo	Trời hôm nay nóng lắm! Anh có thích đi chơi đâu không?
David	Có, tôi rất thích đi chơi. Tôi biết rồi! Ngày mai là thứ bảy còn ngày kia là chủ nhật-nghĩa là hai ngày nghỉ. Chúng ta có thể đi ra biển.
Thảo	Tốt lắm. Chúng ta đi vịnh Hạ Long đi!
David	Bao giờ đi?
Thảo	Chúng ta đi sáng mai. Chiều mai chúng ta có thể tắm biển được rồi!
David	Còn tối mai chúng ta đi dạo dọc bờ biển. Tôi nghe nói Hạ Long có nhiều hiệu ăn ngon!

(Contd)

Thảo	Sáng chủ nhật chúng ta có thể thuê thuyền và đi tham quan vịnh Hạ Long.
David	Ồ, tôi quên mất! Tối chủ nhật tôi phải đi sân bay đón anh bạn tôi. Bao giờ chúng ta trở về Hà Nội?
Thảo	Thế thì chiều chủ nhật chúng ta trở về.

QUICK VOCAB

trời literally, *sky* (here: *the weather*)
nóng *warm*
nghĩa là *it means ...*
ngày nghỉ *holiday*
có thể *can, be able to*
biển (ra biển) *sea (go [out] to the sea)*
vịnh (vịnh Hạ Long) *bay (*Hạ Long* bay)*
bao giờ? *when?*
tắm (có thể tắm được) *bath, bathe (to be able to bathe)*
đi dạo *go for a walk*
dọc *along*
nghe nói *they say*
hiệu ăn *restaurant*
ngon *tasty*
thuê *to rent*
thuyền *boat*
tham quan *to go on a trip, excursion*
quên mất *forget*
sân bay *airport*
đón *welcome, meet*
trở về *to return*

Exercises

1 Answer the following questions, using today as your starting point.
Hôm nay là ngày thứ mấy?
Ngày mai là thứ mấy?
Hôm kia là thứ mấy?
Hôm qua là thứ mấy?
Anh sinh ngày thứ mấy?

2 Translate into English:

Hôm nay tôi muốn đi chơi.

Buổi sáng tôi thích uống cà phê.

Ngày kia anh Quang phải đi sân bay.

Buổi tối bà Phương thích xem vô tuyến hay nghe ra-đi-ô.

Ngày mai tôi phải chữa xe đạp.

Hôm nay là chủ nhật, tôi không phải dậy sớm.

Tối qua cô Bình đi thư viện.

vô tuyến truyền hình *television*   **nghe** *listen to, hear*

3 Using the clues provided, ask what somebody does at a certain time and then reply following the example:

tối chủ nhật (ở nhà)

Tối chủ nhật anh thường làm gì? (ở nhà)

Tối chủ nhật tôi thường ở nhà.

   a cô Hoa/thứ bảy (không đi làm việc)
   b em gái tôi/buổi sáng (tập thể dục)
   c tôi/thứ hai (học tiếng Anh)
   d anh Nam/chiều thứ sáu (chơi bóng đá)
   e cô Mai/chủ nhật (đi thăm một người bạn cùng làm việc)
   f tôi/khuya (đọc sách)
   g bác sĩ Hùng/sáng thứ hai (phải dậy sớm)
   h luật sư Tuấn/chiều thứ tư (đi họp)
   i tôi và anh bạn tôi/tối thứ bảy (đi hiệu ăn)

tập thể dục *do physical exercises*
bóng đá *football*
họp *meeting*
một người bạn cùng làm việc *colleague*
hiệu ăn *restaurant*

4 Can you provide an English translation of these sentences?

Sông Cửu Long dài hơn sông Hồng.

Mẹ tôi già hơn bố tôi.

Chợ Đồng Xuân nhỏ hơn chợ Bến Thành.

Thành phố Huế nhỏ hơn Hà Nội.

Chị Lan trẻ nhất trong lớp học này.

Hiệu ăn Quê Hương ngon bằng hiệu ăn Bông Sen.

Xe đạp Trung Quốc tốt hơn xe đạp Việt Nam.

Thành phố Hồ Chí Minh lớn nhất ở miền Nam Việt Nam.

Đi xem phim hay hơn chơi bóng bàn.

Tiếng Việt khó bằng tiếng Nhật.

Ai là người trẻ nhất trong gia đình anh?

Máy bay nhanh hơn tàu hỏa.

Hôm nay chị Nguyệt vui hơn hôm qua.

Khách sạn Metropole sang trọng nhất ở Hà Nội.

Nước Anh nhỏ hơn nước Pháp.

5 Give Vietnamese equivalents:

a *What are you doing tonight?*
I am going to the cinema.
And tomorrow night?
I have to go to the airport to meet a friend.

b *Are you free in the afternoon?*
No, I have to go to the library.
And in the evening?
In the evening I am free.

c *I want to meet Mr Smith. Is he free tomorrow morning?*
Tomorrow morning he is busy but in the afternoon he is free.

d *What is the largest city in Vietnam?*
Saigon or, more correctly, Ho Chi Minh City.
And what about Huế?
Huế is smaller than Saigon and also smaller than Hanoi.
(**đúng** = *correct, right*)

6 Imagine that you are Mr Hung's secretary. Consult his diary and then answer the following questions.

thứ hai	thứ ba	thứ tư	thứ năm
gặp ông *Baker* 14.00 – cuộc họp	dậy sớm để đi sân bay đón khách bệnh viện	viết bài báo cho báo 'Kinh tế Việt Nam' thăm bác sĩ Thảo 19.00 – đi xem hát	gọi điện thoại đi Luân Đôn ăn trưa với luật sư Dũng

thứ sáu	thứ bảy	chủ nhật	
ra Huế gặp nhà báo Đức để thảo luận bài báo cho báo 'Kinh tế Việt Nam'	mua bán ở chợ 18.00 – hiệu ăn Bông Sen (ăn tối) với bạn)	nghỉ 14.00 – chơi ten-nít	

thảo luận *discuss*   **kinh tế** *economy*

a Sáng thứ hai ông có rỗi không?
b Anh đi thăm bác sĩ vào ngày nào? Vào lúc nào?
c Tuần này ông sẽ gọi điện thoại đi Luân Đôn phải không?
d Chiều thứ sáu ông Hùng sẽ làm gì?
e Bao giờ Hùng sẽ chơi ten-nít?

7 Compare the following objects and people, using the example.
   sông Cửu Long/sông Hồng/rộng.
   Sông Cửu Long rộng hơn sông Hồng.

a thành phố Hà Nội	Thành phố Hồ Chí Minh	cổ
b học tiếng Pháp	học tiếng Việt	khó
c mẹ tôi	bố tôi	già
d bài đọc hôm nay	bài đọc hôm qua	dễ
e trung tâm Hà Nội	trung tâm Huế	yên tĩnh
f đi nhà hát	đi rạp chiếu bóng	hay

Reading

Ông Baker là nhà kinh doanh. Ông ấy luôn bận vì làm việc nhiều và nghỉ ít. Ngày làm việc của ông Baker bắt đầu sớm. Ông dậy sớm, ăn sáng và đi cơ quan. Buổi sáng ông làm việc ở cơ quan – viết thư, gọi điện thoại, nói chuyện với thư ký v.v. Buổi chiều ông thường tiếp khách hay đi họp. Buổi tối ông về nhà muộn. Ông mệt lắm. Ngày làm việc của ông Baker thật là bận! Chỉ vào chủ nhật ông có thể nghỉ. Trước đây ông thường đi xem bóng đá nhưng bây giờ thích ở nhà hơn.

nhà kinh doanh   *businessman*

Find answers to these questions:
   a   What is Mr Baker's occupation?
   b   When does he usually have a meeting?
   c   Does he still play football?
   d   What does he do on Sundays?

Here's a short end-of-unit test for you to complete.

SUMMARY

1 How do you ask your friend about his plans for Saturday night?
   a **Tối thứ bảy anh sẽ làm gì?**
   b **Tối chủ nhật anh có rỗi không?**
   c **Sáng thứ bảy anh đi đâu?**

2 You invite your neighbour to come to the cinema with you. He replies: '**Tôi rất thích đi xem phim với anh nhưng ngày mai tôi bận quá.**' Is he:
   a very happy to accept your invitation because he loves going to the cinema?
   b sorry but he cannot come with you because he is very busy?
   c sorry but he does not like going to the cinema?

3 How do you ask your friend when is he going to see his doctor?
   a **Anh đi thăm bác sĩ vào ngày nào?**
   b **Ngày mai anh có đi thăm bác sĩ không?**
   c **Thứ bảy này bác sĩ có làm việc không?**

4 Your colleague asks you: '**Buổi sáng anh có thích uống cà phê không?**' Is he asking you
   a if you already had some coffee today?
   b if you prefer tea or coffee?
   c if you like to drink coffee in the morning?

5 Your friend asks you: '**Thành phố nào lớn nhất ở nước Anh?**' What does he want to know?
   a In which English town you live?
   b Which English town is the largest in the country?
   c Whether you like living in England?

6 Your friend says: '**Ngày mai là chủ nhật, tôi không phải dậy sớm.**' Is he
   a informing you that he has to go to work tomorrow?
   b telling you that on Sunday the office is closed?
   c glad that tomorrow he does not have to get up early because it is Sunday?

1 a **2** b **3** a **4** c **5** b **6** c

6

Xin lỗi, bây giờ là mấy giờ?
Excuse me, what's the time?

In this unit you will learn
- *How to ask and tell the time*
- *How to say what date it is*
- *How to ask* **when?**
- *How to specify tense in vietnamese*
- *How to ask* **how many?**

Hội thoại hàng ngày *Everyday conversation*

Jane and Mark plan to go to Huế. They are at the information counter to arrange their flight.

Mark	Cô làm ơn cho biết khi nào có máy bay đi Huế?
Nhân viên	Mỗi tuần ba lần. Vào thứ hai, thứ năm và thứ bảy. Bao giờ ông muốn đi Huế?
Mark	Tôi muốn bay vào thứ năm. Mấy giờ máy bay đi Huế cất cánh?
Nhân viên	Máy bay đi Huế cất cánh lúc mười giờ rưỡi.
Mark	Còn máy bay đến Huế lúc mấy giờ?
Nhân viên	Mười hai giờ kém mười.

Mark	Làm ơn cho hai vé khứ hồi. Còn chỗ vào ngày thứ năm không?
Nhân viên	Còn vài chỗ.
Mark	Mấy giờ tôi phải có mặt ở sân bay?
Nhân viên	Ông cần phải có mặt ở sân bay trước chín giờ rưỡi hay là tám giờ sáng có mặt ở văn phòng hàng không Việt Nam để ra sân bay.
Mark	Cảm ơn.
Nhân viên	Không có gì.

làm ơn *please, do somebody a favour*
Cô làm ơn cho biết ... *Please tell me ...*
khi nào? *when?*
máy bay *plane*
bay *fly*
mấy giờ? *(at) what time?*
cất cánh *take off*
vé (khứ hồi) *ticket (return ticket)*
chỗ *place*
vài *a few, some*
có mặt *be present (**mặt** = face)*
văn phòng *office*
hàng không *airlines*
để *in order to*
ra *to out (to)*

Activity

True or false?
- **a** Anh Mark muốn đi Huế.
- **b** Máy bay đi Huế mỗi tuần hai lần.
- **c** Anh Mark muốn bay vào thứ bảy.
- **d** Máy bay đến Huế lúc mười hai giờ kém mười phút.

e Anh Mark phải có mặt ở sân bay trước chín giờ.

f Tám giờ sáng anh ấy phải có mặt ở văn phòng hàng không Việt Nam để ra sân bay.

Some local place names

Hà Nội – the capital of Vietnam, situated on the banks of Red River (**Sông Hồng**). Previously called **Thăng Long** (*The Soaring Dragon*), the name was changed in 1831 to Hà Nội. After 1954 Hà Nội became the capital of North Vietnam (Vietnamese Democratic Republic) and after the reunification of the country in 1976 became the capital of the whole of Vietnam.

Sài Gòn/Thành phố Hồ Chí Minh – the largest city in Vietnam, located in the southern part of the country. After reunification in 1976 the city was renamed Thành phố Hồ Chí Minh (Ho Chi Minh City) after the famous Vietnamese revolutionary leader. The city is still frequently referred to as Saigon.

Huế – former royal capital located in Central Vietnam on the banks of the Perfume River (**Sông Hương**). Famous for its Royal City (protected and renovated under the auspices of UNESCO) and numerous mausoleums of the **Nguyễn** kings (the founder of the Nguyễn dynasty, king Gia Long, transferred the capital in 1802 from Hà Nội to Huế). Huế is a traditional centre of Buddhism in Vietnam.

Vịnh Hạ Long (**Hạ Long** bay, **Hạ Long** = *descending dragon*, a name based on a legend connected with the origin of the rock formations in the bay) – 180 kilometres north of Hà Nội; scattered about the bay are around 1000 beautiful lime rocks rising from the sea, full of grottoes and surprising views.

Hội An – a famous port (originally called **Fai-Fo**), a landing place of many merchants and adventurers arriving to explore Vietnam in the seventeenth century.

Grammatical points

1 Telling the time

When telling the time we need the following words:

giờ *hour*
phút *minute*
giây *second*

When asking *What time is it?* the Vietnamese use one of the following questions:

Mấy giờ rồi?	*How many hours already?*
Bây giờ (là) mấy giờ?	*Now is how many hours?*

Stating time in Vietnamese is simple. Making use of numbers, you need to read the number of hours, minutes and seconds.

9.00	**chín giờ**	*nine hours*
8.20	**tám giờ hai mươi (phút)**	*eight hours twenty (minutes)*
10.35	**mười giờ ba mươi lăm (phút)**	*ten hours thirty-five (minutes)*

There is a special expression **rưỡi** for *half past*.

8.30	**tám giờ ba mươi phút**	*eight hours thirty minutes*
	or	
	tám (giờ) rưỡi	*eight (hours) half*
10.30	**mười giờ ba mươi phút**	*ten hours thirty minutes*
	or	
	mười (giờ) rưỡi	*ten (hours) half*

Another expression used when telling the time is **kém** *minus*. This is used to express the last 15 minutes in each hour and the exact number of minutes deducted from the next hour (i.e. similar to English *ten to eight* only, in Vietnamese, we are actually saying *'eight minus ten minutes'*).

8.45	tám (giờ) bốn mươi lăm (phút)	*eight (hours) forty-five (minutes)*
	or	
	chín (giờ) kém mười lăm (phút)	*nine (hours) minus fifteen (minutes)*
10.50	mười (giờ) năm mươi (phút)	*ten (hours) fifty (minutes)*
	or	
	mười một (giờ) kém mười (phút)	*eleven (hours) minus ten (minutes)*
6.57	sáu (giờ) năm mươi bảy (phút)	*six (hours) fifty-seven (minutes)*
	or	
	bảy (giờ) kém ba (phút)	*seven (hours) minus three (minutes)*

Official time information is given using the 24-hour clock. However, in everyday conversation the Vietnamese prefer to use the 12-hour system. When they need to specify whether the time is am or pm, they add the appropriate part of the day. For example:

5.00 a.m.	năm giờ sáng *(5 o'clock in the morning)*
5.00 p.m.	năm giờ chiều *(5 o'clock in the afternoon)*
–	**Mấy giờ máy bay đi Huế?**
	What time does the plane go to Huế?
–	**Năm giờ.**
	At five o'clock.
–	**Năm giờ sáng hay chiều?**
	At five in the morning or in the afternoon?
–	**Năm giờ sáng.**
	At five in the morning.

Another useful expression is the word **đúng** *exactly, accurate, right.*

Máy bay đi Huế đúng chín giờ.
The plane goes to Huế at 9 o'clock sharp.

When stating at what time something happens, the Vietnamese use the word **lúc** (or **vào lúc**): **lúc 7 giờ, lúc 12 giờ.**

Mấy giờ anh bắt đầu học?	*At what time do you start studying?*
Tôi bắt đầu học lúc tám giờ.	*I start studying at eight.*
Tôi bắt đầu học vào lúc tám giờ.	

🔊 **TR 7, 1.37**

2 Months

The names of months in Vietnamese make use of numerals. The word **tháng** *month* is followed by the appropriate cardinal number (with the exception of January and December for which special terms exist).

tháng giêng	*January*
tháng hai	*February*
tháng ba	*March*
tháng tư	*April*
tháng năm	*May*
tháng sáu	*June*
tháng bảy	*July*
tháng tám	*August*
tháng chín	*September*
tháng mười	*October*
tháng mười một	*November*
tháng chạp	*December*

3 Date

For saying what the date is we need the following words:

ngày	*day*
tuần	*week*
tháng	*month*
năm	*year*

What date is it today?

Hôm nay là ngày mấy?	*What date is it today?*
Hôm nay là ngày bao nhiêu?	

Hôm nay (là) (ngày) mười hai tháng tám.	*Today is 12th August.*
Chủ nhật (là) (ngày) ba mươi mốt tháng chạp năm 1995.	*Sunday is 31st December 1995.*
Hôm nay là mồng/mùng một tháng tư.	*Today is 1st April.*
Thứ tư là mồng/mùng tám tháng bảy.	*Wednesday is 8th July.*

> ## Insight
> Remember that when stating a date between the first and tenth day of each month, you must use **mồng/mùng** before the appropriate number.

Remember the following:

tuần này	*this week*	**tuần trước**	*last week*	**tuần sau**	*next week*
tháng này	*this month*	**tháng trước**	*last month*	**tháng sau**	*next month*
năm nay	*this year*	**năm ngoái, trước**	*last year*	**năm sau**	*next year*

4 Hàng (hằng) *every*

Hàng (hằng) means *every* and can be used in combination with time units such as day, week, month, year (although NOT with minute and hour) to express the regular occurrence and uninterrupted succession of some activity.

hàng ngày	*daily, every day*
hàng tuần	*weekly, every week*
hàng tháng	*monthly, every month*
hàng năm	*yearly, every year*

For example:

Hàng ngày tôi dậy lúc 7 giờ.	*I get up at 7 every day.*
Hàng tuần tôi đi thăm bố mẹ tôi.	*I visit my parents every week.*
Hàng năm ông Baker sang Việt Nam.	*Mr Baker visits Vietnam every year.*

5 Bao giờ? Khi nào? Lúc nào? *When?*

The question words **bao giờ? khi nào? lúc nào?** *when?* can be placed either at the beginning or at the end of a question. When used at the beginning of a sentence, these indicate future tense (or present tense). When used at the end they indicate past tense. For example:

Future

Bao giờ chị Hoa đi Hạ Long?	*When will Hoa go to Hạ Long?*
Tháng sau chị Hoa đi Hạ Long.	*Hoa will go to Hạ Long next month.*
Khi nào mẹ về nhà?	*When will mother return home?*

Past

Anh David đi Việt Nam **bao giờ?**	*When did David go to Vietnam?*
Tuần trước.	*Last week.*

6 Chỉ... thôi *only*

When expressing the meaning *only*, Vietnamese can use either **chỉ** or **thôi** or a combination of both.

Tôi chỉ biết tiếng Anh thôi.	*I only know English.*
Tôi biết tiếng Anh thôi.	*(I can only speak English.)*
Tôi chỉ biết tiếng Anh.	

From the above examples you can see that **thôi** is positioned at the very end of a sentence.

7 Tense

Vietnamese verbs are tenseless (they do not reflect tense). A simple sentence **Tôi đi Việt Nam** can be translated depending on the context as *I went to Vietnam, I will go to Vietnam* or *I am going to Vietnam*. If there is already some other word that clearly indicates that the statement refers to the present, past or future, the Vietnamese do not feel any need to express the tense by some additional means. However, if we need to make the time reference clear, there are specific grammatical particles to be used.

For example:

Chị Hoa đang viết thư.   *Hoa is writing a letter.*
David đã chữa xe đạp.   *David has repaired the bicycle.*
Cô Lan sẽ đi chơi.   *Lan will go out.*

Tense markers **đang**, **đã**, **mới**, **vừa**, **vừa mới**, **sắp** and **sẽ**; are placed before the verb they relate to.

Present time	Past	Future
đang	**đã**	**sẽ**
	vừa/mới/vừa mới	**sắp**

Tôi đang học tiếng Việt. *I study Vietnamese.* *I am studying Vietnamese.*	**Tôi đã gặp ông Hùng.** *I met Mr Hung.*	**Anh David sẽ đi thăm Huế.** *David will visit Huế.*
	mới/vừa/vừa mới (recent past, something that has just happened; identical meaning)	**sắp** (near future, something is just about to happen)
	Tôi vừa mới về nhà. *I have just returned home.*	**Tôi sắp đi chợ.** *I am about to go to the market.*

Negation: we already know that verbs in Vietnamese are negated by **không** placed before them. Pay attention to the correct word order of a verbal phrase containing both a negative particle and a tense marker.

Tôi đi. *I am going.*
Tôi không đi. *I am not going.*
Tôi sẽ đi. *I will go.*

Tôi sẽ không đi. *I will not go.*
Any ấy cũng sẽ không đi. *He will also not go.*

cũng	tense marker	negative	verb
cũng	đã	không	viết
cũng	sẽ	không	biết
cũng	đang	không	làm việc

Insight

Remember that if a sentence already contains other expressions or phrases that clearly indicate its tense, there is no need for you formally to mark the tense by adding extra grammatical words (i.e. a sentence containg the word **hôm qua** *yesterday* already clearly indicates the past).

8 Bao nhiêu? Mấy? *How much? How many?*

Both the above expressions mean *how much? how many?* **Mấy** is used only in circumstances when we presume that the number of objects or persons discussed is fewer than ten. **Bao nhiêu** is used for amounts higher than ten or in circumstances when we do not have a preliminary idea as the the number of objects (persons).

For example:

Anh David có mấy anh chị em? *How many brothers and sisters do you have, David?*

We presume that David does not have more than ten brothers and sisters; this is indicated by the choice of **mấy** in the question.

Một tuần có mấy ngày? *How many days are there in one week?*

On the other hand:

Cái áo len này giá bao nhiêu? *How much is this jumper?*
Một tháng có bao nhiêu ngày? *How many days are there in a month?*

9 kẻo *otherwise*

Kẻo expresses the meaning *otherwise*.

Chúng ta nhanh lên kẻo nhỡ tàu.	*Let's hurry up otherwise we'll miss the train.*

Hội thoại 2 *Conversation 2*

Mark is in a hurry to catch a train.

Mark	Bây giờ là mấy giờ?
Hoa	Chín giờ rưỡi.
Mark	Chết rồi! Muộn quá! Đồng hồ tôi chỉ chín giờ mười phút thôi.
Hoa	Đồng hồ anh chậm hai mươi phút. Chúng ta nhanh lên kẻo nhỡ tàu.
Mark	Đi nhanh cũng không kịp! Tôi phải thuê tắc-xi. Tắc-xi! Tắc-xi!
Người lái xe tắc-xi	Chào ông. Ông muốn đi đâu?
Mark	Tôi cần đến nhà ga. Có kịp trước mười giờ không, anh?
Người lái xe tắc-xi	Bây giờ chỉ chín giờ ba mươi lăm. Tôi sẽ đi đường ngắn nhất, từ đây đến nhà ga mất khoảng mười phút. Đừng lo, chúng ta còn đủ thời gian.
Mark	Tôi xuống đây! Cám ơn anh đã đưa tôi đến đúng giờ.

chết rồi! *damn it!*
muộn *late*
đồng hồ *watch*
chậm *slow*
nhanh lên *hurry up*
kẻo *otherwise*
nhỡ (tàu) *miss (train)*
người lái xe tắc-xi *taxi driver*
kịp *in time, have time*
thuê *rent, hire*
nhà ga *railway station*
mất *it takes*
đừng (lo) *don't (worry)*
đủ *enough, to have/be enough*
thời gian *time*
xuống *get off*
đưa *take, bring*

Exercises

1 Answer the following questions, using today as your starting point.

    a Hôm nay là thứ mấy?
    b Ngày mai là ngày bao nhiêu?
    c Hôm kia là ngày thứ mấy?
    d Thứ hai là ngày mấy?
    e Thứ bảy là ngày bao nhiêu?

2 Answer these questions:

    a Tối qua anh về nhà lúc mấy giờ? (10.00)
    b Sáng nay anh dậy lúc mấy giờ? (7.00)
    c Chị ăn trưa vào lúc mấy giờ? (12.30)
    d Anh thường bắt đầu làm việc vào lúc mấy giờ? (7.30)
    e Cửa hàng bách hóa mở cửa lúc mấy giờ? (7.00)
    f Cơ quan hàng không Việt Nam làm việc từ lúc mấy giờ đến lúc mấy giờ? (8.00–17.00)
    g Đại sứ quán Anh đóng cửa lúc mấy giờ? (9.00)

cửa hàng bách hoá	*department store*
cơ quan	*office, agency*
đại sứ quán	*Embassy*
mở (cửa)	*open (door)*
đóng (cửa)	*close (door)*

3 Match up each question with the correct answer.

a	Bao giờ chị gặp ông Quang?	tuần trước
b	Ông Baker thăm Huế bao giờ?	chiều mai
c	Bao giờ anh đi chơi?	ngày mai
d	Cô Mai đi sân bay bao giờ?	tuần sau
e	Bao giờ mẹ về nhà?	năm ngoái
f	Em gái Lan đi xem phim bao giờ?	hôm qua

4 Say that the activity happened or will happen at the time suggested in brackets, using the appropriate tense marker. For example:

Em Liên đang viết thư cho gia đình. (ngày mai)
Ngày mai em Liên sẽ viết thư cho gia đình.

a **Ông Vương giới thiệu bà Lan với ông Baker. (tuần trước)**
b **Anh Nam đi thăm quê. (tháng sau)**
c **Nhà báo Quang đang nói với luật sư Hùng. (ngày kia)**
d **Anh Mark chữa xe đạp mới. (hôm qua)**
e **Cô Bình mua vé máy bay. (chiều qua)**
f **Thư ký phải gọi điện thoại Luân Đôn. (tuần sau)**
g **Richard và Nam đi uống cà phê. (tối qua)**
h **Hoa và Mary đi tham quan Hà Nội. (ngày mai)**
i **Chị Hoa nói với thầy giáo Dũng. (tháng trước)**

5 Give Vietnamese equivalents:

a *What are you going to do next Friday? I am going to the cinema.*
b *Did you go to the seaside last week? No, I was very busy.*
c *When will you fly to Huế? Next week on Thursday.*
d *Did you meet Professor Quang? Yes, I met him last year in Paris.*
e *When shall we play tennis? Tomorrow afternoon.*
f *Are you free tonight? I am sorry, I am going to the theatre.*

6 Read and write down the following dates:

2.4.1996	15.12.1974	27.11.1990
4.9.1949	16.5.1989	7.10.1954
31.12.1995	19.7.1932	11.11.1977

7 Read the following dates of birth or death of some famous Vietnamese men and women:

Lý Thường Kiệt sinh ra *(to be born)* **vào năm 1019, mất** *(to die)* **và năm 1105.**

a Bà Triệu (226–248)
b Nguyễn Trãi (1380–19.9.1442)
c Nguyễn Huệ (1753–1792)
d Nguyễn Du (3.1.1766–1820)
e Trương Vĩnh Ký (6.12.1837–1.9.1898)
f Phan Bội Châu (1867–1940)
g Hồ Chí Minh (19.5.1890–1969)
h Nhất Linh (25.7.1906–7.7.1963)

8 Compile your own curriculum vitae.

ly lịch	*curriculum vitae*
họ và tên	*name*
nam/nữ	*male/female*
ngày, tháng, năm sinh	*date of birth (day, month, year)*
nơi sinh	*place of birth*
địa chỉ	*address*
trình độ	*qualification*
qúa trình công tác	*employment progress*
sở thích	*hobbies*
thi vào trường đại học	*to sit university entrance exams*
tốt nghiệp đại học	*to graduate from university*
đi bộ đội	*to do military service*
nhận/chuyển công tác	*get/change a job*

Reading

The following is a list of the main official holidays in Vietnam. See if you can understand it (look up the unknown words in the vocabulary at the end of this book).

Ngày nghỉ trong năm:

ngày 1–1	ngày mở đầu năm dương lịch, nghỉ 1 ngày
ngày Tết nguyên đán	Tết nguyên đán cổ truyền của dân tộc Việt Nam, nghỉ 3 ngày (thường vào cuối tháng 1 hoặc giữa tháng 2 dương lịch)
ngày 30–4	ngày giải phóng miền Nam Việt Nam, nghỉ nửa ngày
ngày 1–5	Ngày Quốc tế Lao động, nghỉ 1 ngày
ngày 2–9	ngày thành lập Cộng hoà xã hội chủ nghĩa Việt Nam, nghỉ 2 ngày

SUMMARY

Let's revise what you have learnt in this unit:

1 Which of the following statements are incorrect?
   a Một năm có năm mười lăm tuần.
   b Một tuần có bảy ngày.
   c Một ngày có hai mươi bốn giờ.
   d Một giờ có hai mươi sáu phút.
   e Tháng chạp có ba mươi ngày.
   f Một năm có bốn mùa.

2 Which of the following options provides the correct answer to this question: '**Hôm nay là ngày bao nhiêu?**'
   a Hôm nay là thứ năm.
   b Hôm nay là mười lăm tháng năm.
   c Hôm nay là sinh nhật của tôi.

3 Your girlfriend asks: '**Bao giờ anh đi tham quan Hà Nội?**' What does she want to know?
   a When did you go sightseeing in Hanoi?
   b When will you go sightseeing in Hanoi?
   c With whom did you go sightseeing in Hanoi?

4 Translate the following questions into English. For extra practice, try to answer them in Vietnamese.
   a Sinh nhật bạn vào ngày nào?
   b Trong tuần Đại sứ quán Anh ở Hà Nội đóng cửa ngày nào?
   c Bà làm việc ca đêm tại bệnh viện ngày nào?
   d Chị sinh tháng nào?
   e Tháng đầu tiên của một năm là tháng nào?
   f Anh sẽ về nước ngày nào?

5 How would you ask your friend in which year he graduated from university?
   a Bao giờ anh tốt nghiệp trường đại học?
   b Anh tốt nghiệp trường đại học năm bao nhiêu?
   c Anh đã tốt nghiệp trường đại học chưa?

6 Translate the following sentences into English:

    a Mấy giờ anh sẽ đến nhà tôi?

    b Hôm qua tôi học tiếng Việt từ buổi sáng đến buổi chiều.

    c Thứ hai tuần sau bạn tôi về nước.

    d Tối mai tôi muốn đi xem hát.

    e Thứ bảy tuần này chúng tôi sẽ đi ăn cơm Việt Nam.

    f Sáng mai mẹ tôi sẽ đi chợ.

7 Give Vietnamese equivalents:

    a *Next Sunday I will meet my friend Nguyệt.*

    b *Tomorrow morning I have to get up early.*

    c *In the afternoon I want to go to the market.*

    d *Next year I want to visit Southeast Asia.*

    e *Yesterday my grandmother cooked Vietnamese noodle soup* (**phở**).

    f *My grandfather retired last year.*

    g *Last month my younger brother got married.*

1 a, d, e **2** b **3** b **4** (a) On what day is your birthday? (b) On which days is the British Embassy in Hanoi closed? (c) On which days is she working night shifts at the hospital? (d) Which month were you born? (e) Which is the first month in the year? (f) When (on which day) will you go back to your country? **5** b **6** (a) At what time will you come to my house? (b) Yesterday I studied Vietnamese from morning until afternoon. (c) My friend will return to his country next week on Monday. (d) Tomorrow evening I want to go to the theatre. (e) This Saturday I will go for a Vietnamese meal. (f) Tomorrow morning my mum will go to the market. **7** (a) Chủ nhật tuần sau tôi sẽ gặp bạn tôi Nguyệt. (b) Sáng mai tôi phải dậy sớm. (c) Buổi chiều tôi muốn đi chợ. (d) Năm sau tôi muốn đi thăm Đông Nam Á. (e) Hôm qua bà tôi đã nấu phở. (f) Năm ngoái ông tôi đã về hưu. (g) Tháng trước anh tôi đã lấy vợ.

7

Anaaaaaaaaaaaaa

Anh có mua gì nữa không?
Do you want to buy anything else?

In this unit you will learn
- *How to ask for something in a shop*
- *How to ask the price of items*
- *How to use classifiers*
- *How to form the plural*
- *How to talk about colours*

Hội thoại hàng ngày *Everyday conversation*

Mary is at the market shopping for fruit.

🔊 TR 8

Người bán	Mời chị mua mở hàng đi! Cam, chuối, nho tươi lắm, chị ạ.
Mary	Bà cho tôi một quả xoài.
Người bán	Chị chọn đi. Quả này ngọt lắm và nhiều nước.
Mary	Quả này bao nhiêu tiền?
Người bán	Ba nghìn đồng.
Mary	Hơi đắt, hai nghìn đồng năm có được không?
Người bán	Thôi được. Chị có mua gì nữa không?
Mary	Tôi cũng muốn mua một nải chuối.

(Contd)

| Người bán | Nải này chín và ngon. |
| Mary | Bao nhiêu tiền tất cả? |

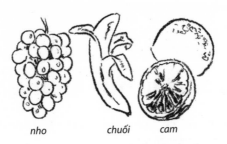

nho   chuối   cam

David has just entered a bookshop. Let's see what he wants to buy.

Chủ hiệu sách	Chào anh! Anh tìm sách gì?
David	Tôi muốn mua một quyển từ điển.
Chủ hiệu sách	Từ điển nào ạ?
David	Từ điển tiếng Việt.
Chủ hiệu sách	Đây là quyển 'Từ điển tiếng Việt' của Hoàng Phê.
	Quyển này xuất bản năm 1995. Đây, mời anh xem.
David	Quyển này có tốt không?
Chủ hiệu sách	Quyển này mới và tốt nhất.
David	Vâng, cho tôi mua quyển này. Giá bao nhiêu?
Chủ hiệu sách	68 nghìn đồng. Anh có mua gì nữa không?
David	Ở đây có bản đồ Hà Nội không?
Chủ hiệu sách	Xin lỗi, hết rồi anh ạ.

John needs some clothes.

Nhân viên	Chào ông. Ông muốn mua gì?
John	Tôi muốn mua một chiếc áo len.
Nhân viên	Ông mặc số mấy?
John	Tôi không biết chắc chắn. Có lẽ số 40.
Nhân viên	Không sao, ông có thể mặc thử. Ông thích màu gì?
John	Màu xanh.
Nhân viên	Xin lỗi ông, xanh gì ạ?
John	Xanh nước biển.
Nhân viên	Xin mời anh mặc thử áo này đi!

mời literally: *to invite* (here: *please*)

mua mở hàng *buy something, to 'open the shop' (i.e. be the first customer of the day)*

cam *orange*

chuối *banana*

nho *grapes*

tươi *fresh*

cân *kilogram*

chọn *to choose*

ngọt *sweet*

nhiều nước *juicy*

nải (chuối) *bunch (of bananas)*

chín *ripe*

tất cả *all, everything*

bao nhiêu *how much, how many*

sách *book*

từ điển *dictionary*

xuất bản *to publish*

giá (giá bao nhiêu) *price, value (How much is ...?)*

bản đồ *map*

len *wool*

áo len *jumper*

mặc *put on*

số *size, number*

chắc chắn *certainly, for sure*

thử (mặc thử) *try (try on)*

màu *colour*

thích *like*

QUICK VOCAB

Activity

True or false?

a Mary mua một cân cam và một nải chuối.

b Mary không mua nho.

c David muốn mua từ điển Việt-Anh.

d Từ điển tiếng Việt của Hoàng Phê tốt lắm.

e Hiệu sách không bán bản đồ Việt Nam.

Shopping

The most popular place for doing everyday shopping in (and in some places the only place) is a market. Here you can buy anything you need – from food, fruit and vegetables, spices, to crockery, chopsticks, electrical goods, baskets, animals. The market is not only a place to shop in but it is also a place to meet up with neighbours and exchange the latest news and gossip. The largest market in Hanoi is the Đồng Xuân market, in Huế it is the Đồng Ba market and Saigon has the Bến Thành market. Strolling around the market is one of the most enjoyable ways to acquaint yourself with local produce and learn the names of various fruit, vegetables and dishes by asking the stallholders. And, of course, it is the place in which to improve your bargaining skills.

Vietnamese currency

The name of the Vietnamese currency is **đồng**. The smaller monetary units called **xu** and **hào** are no longer used. The smallest banknote denomination is 100 đồngs, the biggest 500,000 đồng.

🔊 **TR 8, 1.9**

Colours

đen	*(to be) black*	**xanh (nước) biển**	*(to be) blue*
trắng	*(to be) white*	**xanh lá cây**	*(to be) green*
nâu	*(to be) brown*	**xám**	*(to be) grey*
vàng	*(to be) yellow*	**đỏ**	*(to be) red*
xanh	*(to be) blue and green*	**da cam**	*(to be) orange*
hồng	*(to be) pink*		

Vietnamese only has one word to express the meanings *blue* and *green* (**xanh**). When there is a need to specify which of these two **xanh** qualities we have in mind, a descriptive complement must be added. For example **xanh nước biển** (**xanh** as the sea water = *blue*), **xanh lá cây** (**xanh** as a leaf = *green*).

Áo chị Lan màu gì?	*What colour is Lan's dress?*
Màu xanh.	**Xanh** *(green or blue)* **là.**
Xanh gì?	*Which* **xanh**?
Xanh lá cây.	*Green (**xanh** as a tree leaf.)*

To describe the contrast between dark and light colours, Vietnamese uses **đậm** and **nhạt**.

đậm	*dark*	**nhạt**	*light*
nâu đậm	*dark brown*	**nâu nhạt**	*light brown*

Hội thoại 2 *Conversation 2*

Hoa takes Mary to the market.

TR 8, 1.48

Hoa	Chào Mary. Mary đi đâu đấy?
Mary	Chào Hoa. Tôi cần mua một ít rau quả. Tôi định nấu món ăn mời mấy bạn.
Hoa	Tôi đang rỗi, tôi có thể đi với chị được không?
Mary	Được! Chúng ta đi chợ Đồng Xuân nhé! Tôi thích mua bán ở chợ, tôi rất thích không khí tấp nập của chợ.

Hoa and Mary enter the market.

Mary	Trời ơi! Chưa bao giờ tôi thấy nhiều loại rau quả như thế! Ở đây có nhiều loại hoa quả tôi chưa biết tên. Quả kia tiếng Việt gọi là gì?
Hoa	Đây là quả chôm chôm.
Mary	Còn quả kia? Đó là quả gì?
Hoa	Đó là quả đu đủ. Quả đó rất ngọt.
Mary	Sao ... chị Hoa có thấy mùi thơm gì không?
Hoa	Có chứ! Kia là hàng hoa.
Mary	Chúng ta đi xem và mua mấy bông hoa đi! Bông hoa kia tên là gì?
Hoa	Bông hoa nào?
Mary	Bông hoa màu vàng kia!
Hoa	À, đó là hoa cúc.
Mary	Chị Hoa có thích hoa nào không?
Hoa	Tôi thích hoa hồng nhưng nói chung hoa nào tôi cũng thích. Có tên Hoa, tôi không thể không thích hoa!

QUICK VOCAB

rau quả *vegetables and fruit*
định *intend, plan, decide*
nấu *cook*
món ăn *dish, course*
mời *to invite*
rỗi *(to be) free*
không khí *atmosphere, air*
tấp nập *busy and bustling*

trời ơi! *Good heavens! Good gracious!*
chưa bao giờ *never*
loại *type, kind*
hoa quả *fruit*
Quả kia tiếng Việt gọi là gì? *What is that fruit over there called in Vietnamese?*
gọi *call*
chôm chôm *rambutan*
đu đủ *papaya*
ngọt *sweet*
mùi thơm *aroma, fragrance, smell*
hàng *shop*
(bông) hoa (classifier) *flower*
hoa cúc *chrysanthemum*
hoa hồng *rose*
nói chung *generally speaking*
hoa nào tôi cũng thích *I like all flowers*

Insight

You need to know how best to get a bargain when you visit Vietnam, as bargaining is almost compulsory and no self-respecting bargain hunter would ever accept the first price quoted by a market stallholder in Vietnam. After your initial (shocked) exclamation **Đắt qúa!** you can try the following to secure the best deal:

Bà có thể bớt một chút, được không?

Bà bớt cho tôi đi.

Bà hạ giá một ít, có được không?

Propose an alternative price and add **có được không?** (*is it all right?*).

Grammatical points

1 Classifiers

Classifiers are words that are used in Vietnamese to 'specify' nouns and to 'classify' into which category the noun belongs. This may sound slightly complicated at first but the following examples show that it is not too difficult.

What you need to know about classifiers:

a As already stated, classifiers are used to specify an object, a person, an animal, activity, etc. If a statement refers to a specific object, person, activity, animal, etc., the Vietnamese use a classifier; if the reference is general, the classifier is omitted.

Specific reference	General reference
Con chó của tôi đẹp lắm.	**Chó là bạn của người.**
My dog is beautiful.	*Dogs are people's friends.*
The statement refers to a specific dog, i.e. my dog, and therefore classifier **con** (which is a classifier for animals) is used before the noun dog.	In this statement, no specific dog is referred to, we refer to dogs as a species, therefore no classifier is used.

b Classifiers are placed before the noun they classify.

c When the statement refers to a certain number of objects, a classifier is normally used (we refer to specific objects if we can 'count' them).

ba	**con**	**chó**	*three dogs*
(three)	(classifier for animals)	*(dog)*	
bốn	**quả**	**cam**	*four oranges*
(four)	(classifier for fruit)	*(orange)*	
hai	**quyển**	**từ điển**	*two dictionaries*
(two)	(classifier for books, volumes)	*(dictionary)*	

d Classifiers can only be used without a noun when it is clear from the context what they refer to.

Quyển sách này rất hay.	*This book is very interesting.*
Tôi muốn mua quyển này.	*I want to buy it.*

e Word order

The following table illustrates the correct word order of a classifier construction:

numeral	classifier	noun	adjective	demonstrative pronoun
hai	**quả**	**cam**	**tươi**	**này**
two	*class. for fruit*	*orange*	*fresh*	*this, these*
		these two	*fresh oranges*	

f Categories

Classifiers indicate the category to which a noun belongs. In addition to a 'general classifier' **cái**, there is an extensive list of special classifiers.

The most frequent ones are listed here together with the description of objects they classify.

1 Cái (general classifier, used for inanimate objects)

cái bàn	*table*
cái ghế	*chair*

2 Người (general classifier for people)

người đánh cá	*fisherman*

Vị (polite classifier for people)

vị chủ tịch	*chairman*
vị khách	*guest*

Thằng (pejorative, negative classifier for people)

    thằng lưu manh   *hooligan*

3 Con (classifier for animals, impersonal)

    con chó   *dog*
    con mèo   *cat*

also **con sông** *river*, **con mắt** *eye*, **con đường** *road*, **con dao** *knife*

4 Special classifiers

Bài (text)

    bài báo   *newspaper article*
    bài hát   *song*
    bài thơ   *poem*

Bức (flat, rectangular things)

    bức ảnh   *photograph*
    bức thư   *letter*
    bức tranh   *picture*

Chiếc

  a used when referring to an individual item, with things that usually come in sets of two or more
  b for manufactured items

    chiếc đũa   *a chopstick (one of a pair)*
    chiếc giầy   *a shoe*
    chiếc tàu   *ship*
    chiếc đồng hồ *watch*

đôi (a pair)

đôi giầy	*a pair of shoes*
đôi đũa	*a pair of chopsticks*

Cuốn/Quyển (volume)

quyển sách	*book*
quyển từ điển	*dictionary*
cuốn sách	*book*

Tờ (sheet of paper)

tờ giấy	*a sheet of paper*
tờ báo	*newspaper*

Tấm (rectangular flat piece of material, with cloth, boards, etc.)

tấm gương	*mirror*
tấm gỗ	*wood (flat piece of wood)*

Quả – in the south replaced by **trái** (fruit, round objects)

quả cam	*orange*
quả chuối	*banana*
quả đất	*the Earth*

Bộ (set)

bộ bàn ghế	*set of tables and chairs*
bộ ấm chén	*a tea set*
bộ từ điển	*a set of dictionaries*

Cuộc (process, activity, entity involving interaction) used with games, contests, meetings, parties, struggles...

cuộc chiến tranh	*war*
cuộc đời	*life*
cuộc cách mạng	*revolution*

Many other words can fulfil the role of a classifier.

human reference terms – **anh, chị, bà, con, ông**
containers – **hộp** *box*, **chai** *bottle*, **bát** *bowl*, **ấm** *kettle*, **cốc** *glass*
time units – **bữa, lần, giờ, phút, ngày, mùa, tháng, năm**
units of quantity and value – **đồng, số, giá**
spatial units – **chỗ, phố, lớp, phòng, nước, trời**
units of language – **chữ, tiếng, câu, lời**

Insight

Students of Vietnamese are sometimes overwhelmed by classifiers. Please keep in mind that a noun used with a classifier always refers to a specific object/person/animal (i.e. **Con mèo này nhỏ** *This cat is small* refers to one specific cat only – this cat). When a noun is used without a classifier, the reference is not specific to one particular object/person/animal but to the whole group/species/category (i.e. **Tôi thích mèo** *I like cats* – which means that you like cats in general).

2 Plural markers

There are two main grammatical particles used to form the plural in Vietnamese. These are **các** and **những**. They are positioned before the noun they are making plural.

các	**sinh viên**	*students*
(plural marker)	(student)	
những	**ngôi nhà**	*houses*
(plural marker)	(classifier, *house*)	

There is a difference between the two plural markers.

When using **các** the speaker refers to all of a given set (**các bạn tôi** *my friends*, i.e. all of my friends) while **những** refers to some, several of a given set (**những bạn tôi** *my friends*, e.g. some of my friends).

Note the correct word order. When a classifier is used, the plural marker precedes it. In addition to the two above-mentioned plural markers, some other words fulfil the same function. For example **mọi** (*every*), **mỗi** (*each*) and **từng** (*each*).

3 tất cả/cả *all, whole, altogether*

Tất cả/cả is used to express the meaning *all, altogether*. While there are no restrictions concerning the use of **tất cả**, **cả** can only be used when referring to a known number of items or persons. For example:

Cả ba quyển từ điển này tốt.   *All of these three dictionaries are good.*

Tất cả các sinh viên học chăm chỉ.   *All the students study hard.*

Note the correct word order:

tất cả	**các**	**bạn tôi**	*all my friends*
(all)	(plural marker)	*(my friends)*	

4 mọi *every, all*, mỗi *each and every*

Mọi means *every, all*, and the meaning of **mỗi** is *each and every*. **Mọi** refers to a group as a whole, while **mỗi** refers to each member of the group. For example:

Mẹ tôi làm tất cả mọi việc trong nhà.   *My mother does all the work at home.*

Hôm qua mọi người có mặt.   *Everybody was present yesterday.*

Mỗi ngày tôi học năm giờ.   *Each day I study for five hours.*

mỗi ... một

This construction is often used to state that something is changing a little during a period of time.

Mẹ tôi mỗi năm một già.   *My mother gets a little older each year.*

Thành phố Hà Nội mỗi năm một lớn.   *Hanoi is getting a little bigger every year.*

5 để *in order to*

để is used to state a purpose of action and can be translated as *in order to*.

Anh đến Việt Nam để làm gì? (literally, *You came to Vietnam in order to do what?*) *What is the purpose of your visit to Vietnam?*

Tôi đến Việt Nam để học tiếng Việt. *I came to Vietnam in order to study Vietnamese.*

However, the purpose of action can often be 'unmarked' and **để** can be omitted.

Tôi đến Việt Nam học tiếng Việt.

để also often occurs as an expression denoting the meaning *to allow, let.* For example:

Bố mẹ tôi để tôi đi thăm Việt Nam. *My parents let me go to Vietnam.*

Insight

Remember that when expressing a purpose of some action, **để** can be omitted.

Exercises

1 Provide the correct classifier:

    a Người phóng viên ấy viết hai ... báo.

    b Mẹ tôi mua mười ... cam và mười ... chanh.

    c Em học sinh kia có năm ... vở và hai mươi ... giấy.

    d Tôi vừa đọc xong một ... tiểu thuyết hay.

    e ... chuối này ngon nhưng ... cam này không ngon.

    f Trên giá sách của cô giáo có bao nhiêu ... sách?

    g Hôm nay tôi đã đọc ba ... báo.

    h Bà muốn mua mấy ... đũa?

    i ... nhà này mới.

    j Tôi mua ... từ điển tốt.

    k Bà cho tôi bán bốn ... cam.

    l Tôi có hai ... vé đi xem phim.

    m ... xe đạp của tôi mới.

n Tôi muốn mua một ... giầy.
o Gia đình tôi có hai ... chó.

2 Answer the following questions, using the example:
Anh mua mấy quyển sách. (3)
Tôi mua ba quyển sách.

   a Phòng học có mấy cái ghế? (7)
   b Nhà anh có mấy căn phòng? (4)
   c Hiệu ăn có mấy cái bàn? (8)
   d Việt Nam có bao nhiêu con sông? (nhiều)
   e Cô Ngọc đã viết mấy bức thư cho anh? (5)

   (căn) phòng (classifier)   *room*   **ghế**   *chair*

3 Ask what price (per unit) the following items are and then answer following the example:
   xoài (3000 đồng) một quả
   Xin lỗi, quả xoài này giá bao nhiêu?
   3000 đồng một quả.

   a đũa này (5 nghìn đồng/mười đôi)
   b bát (500 trăm đồng/một cái)
   c từ điển Việt-Anh này (12,000 đồng/một quyển)
   d chuối (2000 đồng/một nải)
   e thuốc lá 'Bông Sen' (5000/một bao)
   f bia 'Halida' (2000/một chai)
   g vé nhà hát (800 đồng/một cái)

   thuốc lá   *cigarette*

4 How would you say in Vietnamese:
   I was very thirsty; I drank two glasses of water.
   Mr and Mrs Smith don't have any children.
   He was not hungry; he only ate one bowl of soup.
   *My grandmother bought several plates and bowls and five
      pairs of chopsticks.*
   The department store does not sell watches.
   I need to buy a packet of cigarettes.

5 What was the purpose of the following activities?
   a Bố tôi đến bưu điện để làm gì? (gửi thư)
   b Ông Chung đến sân bay để làm gì? (gặp bạn)
   c Bà Loan đến chợ để làm gì? (mua chuối và cam)
   d Em gái anh đến thư viện để làm gì? (đọc báo hôm nay)
   e Anh David mua từ điển mới để làm gì? (dịch bài này sang tiếng Anh)

6 How would you ask the sales assistant if you can try on a shirt?
   a Tôi muốn mua cái áo sơ mi này. Cô có màu nâu không?
   b Cái áo sơ mi này giá bao nhiêu?
   c Tôi mặc thử cái áo sơ mi này được không?

7 Give Vietnamese equivalents:
   Hello. What can I do for you?
   I want to buy a new shirt.
   What size are you?
   41.
   What colour do you like?
   Blue or brown.
   This one is very nice and it is not expensive.
   I'll take this one. How much is it?
   12,000 dongs.
   Here is the money.
   Thank you.
   Thank you. Goodbye.

8 Have a look at Helen's shopping list. Where should she go to buy the following items?

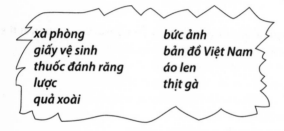

xà phòng   bức ảnh
giấy vệ sinh   bản đồ Việt Nam
thuốc đánh răng   áo len
lược   thịt gà
quả xoài

102

chợ	*market*
cửa hàng bách hoá	*department store*
hiệu sách	*bookshop*
cửa hàng lưu niệm	*souvenir shop*

Reading

Read the following text, using the vocabulary at the back of this book to look up any unknown words.

Chợ là một chỗ quan trọng trong đời sống mỗi gia đình, mỗi làng, mỗi vùng. Chợ lớn thường có hàng chục quầy hàng như các quầy hàng gà, lợn, nước mắm, thuốc, đồ sành sứ, vải, nón, thịt, cá, trầu, bún, gạo, lạc, rau, chuối, bát, đũa v.v. Chợ không chỉ là trung tâm kinh tế mà còn là trung tâm văn hoá. Người ta đến chợ không chỉ để mua hàng, mà còn nói chuyện với bạn, lượn, múa. Mua bán ở chợ rất thuận tiện. Ở chợ người mua hàng chỉ cần một lần đi là có thể mua đủ những gì cần thiết.

| **không chỉ ... mà còn** | *not only ... but also* |

Having read the above text, can you answer these questions?

a *What can you buy at the market? Is there anything you cannot buy there?*
b *What are the advantages of shopping at the market?*
c *Is the market a good place for people to meet and exchange a little bit of gossip?*

A full translation of the reading is given in the translations section at the end of the book.

SUMMARY

Try this end-of-unit test.

1 In your office, you are discussing your shopping habits and one of your Vietnamese friends remarks: **'Tôi thích đi mua bán ở siêu thị vì ở chợ người ta nói thách rất cao. Mua bán ở siêu thị thì không cần mặc cả.'** Does she

  a like to shop at the market because she can bargain with the stallholder?

  b usually shop at the market although she occasionally goes to the supermarket?

  c prefer supermarkets because their prices are fixed?

2 Another friend has a different opinion. She loves shopping at the market and explains her reasons: **'Tôi thích mua bán ở chợ vì ở chợ có nhiều loại rau quả tươi lắm.'** Is this because

  a the prices at the market are lower?

  b the fruit and vegetables sold there are very fresh?

  c they sell different types of produce?

3 A survey among foreign visitors to Vietnam identified the following reasons for their trip to Vietnam. What were they?

  a Tôi đến Việt Nam công tác.

  b Tôi đến Việt Nam để thăm bạn tôi.

  c Tôi đến Việt Nam để học tiếng Việt.

  d Tôi đến Việt Nam để ăn thử một số món ăn Việt Nam.

  e Tôi đến Việt Nam để thăm họ hàng.

  f Tôi đến Việt Nam để tìm hiểu văn hóa Việ Nam.

  g Tôi đến Việt Nam để xem người Việt Nam ăn Tết nguyên đán thế nào.

  h Tôi đến Việt Nam để đi thăm các danh lam thắng cảnh.

  i Tôi đến Việt Nam để thăm quê của mẹ.

4 You are buying a new shirt and a shop assistant asks you: **'Anh thích màu gì nhất?'** She wants to know:

  a if you would like a white shirt?

  b which is your favourite colour?

  c which is your least favourite colour?

5 How do you ask how much a bottle of fish sauce costs?

   a Nước mắm này có tốt không?

   b Một chai nước mắm bao nhiêu tiền?

   c Nước mắm này có tươi không?

6 What would you say to the shop assistant to check if you can try on a pair of shoes?

   a Tôi mặc thử cái áo dài này có được không?

   b Tôi đi thử giày có được không?

   c Đôi giày này làm bằng da, phải không?

7 In a shoe shop, the sales assistant asks: '**Anh đi giày cỡ bao nhiêu?**' Does she want to know:

   a what colour you like?

   b what material you prefer?

   c what size you wear?

8 In the market, you see a type of fruit you don't recognize. How do you ask the stallholder what the fruit is called in Vietnamese?

   a Quả này có ngọt không?

   b Quả này có nhiều nước không?

   c Quả này bằng tiếng Việt gọi là gì?

9 Your friend informs you that he needs to go to a bank for the following reason: '**Tôi phải đi ngân hàng vì tôi muốn mở tài khoản.**' Why is he going there?

   a He wants to change some American dollars into Vietnamese đồng.

   b He wants to open a bank account.

   c He wants to withdraw some money.

1 c **2** b **3** (a) I came to Vietnam on business. (b) I came to Vietnam to visit my friend. I came to Vietnam to learn Vietnamese language. (c) I came to Vietnam to try some Vietnamese dishes. (d) I came to Vietnam to visit relatives. (e) I came to Vietnam to learn more about Vietnamese culture. (f) I came to Vietnam to see how the Vietnamese celebrate their Lunar New Year. (g) I came to Vietnam to visit the sights. (h) I came to Vietnam to visit my parents' birthplace. **4** b **5** b **6** b **7** c **8** c **9** b

8

Chị còn làm việc ở khách sạn không?

Do you still work in the hotel?

In this unit you will learn
- *How to describe your working day*
- *How to say that you have finished doing something*
- *How to form the genitive in vietnamese*
- *How to read fractions, decimal numbers and percentages*

Hội thoại 1 *Conversation 1*

Peter is late. Hoa and Nam are getting nervous waiting for him.

Hoa	Tại sao anh ta chưa đến? Anh ta hẹn đến lúc tám giờ, phải không?
Nam	Phải, chúng ta chờ mấy phút nữa. Anh ta chắc chắn sẽ đến. ... À, anh Peter đây! Tôi sợ là anh không đến.
Peter	Xin lỗi tôi đến muộn. Tôi đã ngủ quên. Lúc hai giờ sáng tôi mới đi ngủ.
Hoa	Tại sao muộn thế?
Peter	Đêm qua tôi phải viết cho xong một bài báo cho báo 'Hà Nội mới'. Nên buổi sáng tôi không dậy được. Tôi không kịp đánh răng, rửa mặt, thậm chí còn không kịp ăn sáng nữa. Chỉ dậy, mặc áo và chạy ra đây để gặp anh và chị!

Nam	Thế thì chúng ta đi ăn sáng trước. Ăn sáng xong chúng ta mới bắt đầu làm việc.
Peter	Đồng ý.

tại sao? *why?*
hẹn *promise*
chờ *wait*
chắc chắn *definitely, for sure, certainly*
sợ *to be afraid*
muộn *late*
ngủ *to sleep*
quên (ngủ quên) *to forget (to oversleep)*
dậy *get up*
kịp *manage*
thậm chí *even*
đồng ý *agree*
mặc (áo) *to put on/to wear (clothes)*
chạy (ra) *to run (out to ...)*
bắt đầu *to start, to begin*

QUICK VOCAB

Activity

True or false?

   a Anh Peter hẹn đến lúc tám giờ.
   b Anh Peter đến muộn vì anh ấy đã ngủ quên.
   c Anh Peter đi ngủ rất sớm.
   d Anh ấy chỉ kịp ăn sáng nhưng không kịp đánh răng.

Vietnamese working hours

Vietnam has a five-day working week. Normal office hours are from 7.30 until 4.30 with a midday break (longer in the summer and shorter in the winter). Shops are usually open seven days a week.

Grammatical points

1 xong *to finish, end*

Positioned after the verb, **xong** indicates that an activity has been completed.

Tôi	**đã**	**đọc**	**xong**	**bài báo**	**này.**
(I)	*(past tense)*	*(read)*	*(finish)*	*(article)*	*(this)*

I have finished reading this article.

Anh ấy	**chưa**	**dịch**	**xong**	**bài tập**	**này.**
(he)	*(not yet)*	*(translate)*	*(finish)*	*(exercise)*	*(this)*

He has not yet finished translating this exercise.

Xong can sometimes be placed after the object. Both variants below are correct:

Tôi làm xong việc này rồi.   *I have already finished this work.*
Tôi làm việc này xong rồi.

2 của *belonging to, of ..., possession, property*

a Của is used to create the meaning of *ownership* or *responsibility* (it forms the genitive).

The possessive phrase has this word order:

object – **của** – *owner*

For example:

mẹ	**của**	**tôi**	*my mother*
(mother)	*(belonging to, of)*	*(I)*	
xe đạp	**của**	**chị Hoa**	*Hoa's bicycle*
(bicycle)	*(belonging to, of)*	*(Miss Hoa)*	

The use of **của** is in some cases optional and it is frequently omitted.

| **Đây là các bạn của tôi.** | *Here are my friends.* |
| **Đây là các bạn tôi.** | |

Của must, however, be used when the expression denoting the object (whose ownership we are stating) is modified by some other words:

| **Đây là quyển từ điển mới của tôi.** | *This is my new dictionary.* |

(The object whose ownership we are establishing, **từ điển** *dictionary*, is already modified by an adjective, **mới** *new*; **của** *must*, therefore, be used in this sentence.)

b của ai? *whose?*

Quyển sách này của ai? Quyển	*Whose book is this? This is my book.*
sách này của tôi.	
Chiếc đồng hồ kia của ai? Chiếc	*Whose is that watch over there?*
đồng hồ kia của anh Nam.	*That watch belongs to Nam.*

3 có … đâu: Implying a negative

The construction **có … đâu** implies a negative statement.

For example:

| **Có gì khó đâu!** | *There is nothing difficult!* |

This form of negation reflects a strong denial and would be used as a reaction to a statement suggesting something with which you didn't agree.

Anh đọc quyển sách này rồi.	*You have already read this book.*
Tôi có đọc sách gì đâu!	*I have not read it! (How can you say that?)*
Anh Nam là luật sư.	*Nam is a lawyer.*
Anh Nam có phải là luật sư đâu!	*Nam is not a lawyer!*

4 lần *times*

Lần is used to express how many times something happens. In the same way as in English, it simply follows the number or any other word denoting quantity.

ba lần	*three times*
năm lần	*five times*
mười lần	*ten times*
nhiều lần	*many times*
mấy lần	*a few times*
vài lần	*several times*

The question *How many times?* is in Vietnamese **Bao nhiêu lần?** or **Mấy lần?**

Anh đã gặp ông ấy mấy lần rồi?	*How many times have you met him?*
Tôi gặp ông ấy mấy lần rồi.	*I have met him several times.*
Anh đã thăm Việt Nam mấy lần rồi?	*How many times have you visited Vietnam?*
Tôi đã thăm Việt Nam hai lần rồi.	*I have visited Vietnam twice.*

5 Indefinitives

Have a look at the following sentences and note the difference between statements **a** and **b**.

a **Ai đi Việt Nam?** *Who went to Vietnam?*
b **Có ai đi Việt Nam không?** *Did anybody go to Vietnam?*

a **Bà muốn mua gì?** *What do you want to buy?*
b **Bà có mua gì không?** *Did you buy anything?*

a **Anh muốn mua từ điển nào?** *Which dictionary do you want to buy?*
b **Anh có mua từ điển nào không?** *Did you buy any dictionary?*

In all **a** sentences, **ai** *who*, **gì** *what*, **nào** *which* are used as interrogative pronouns.

In all **b** sentences, the same words are used in 'indefinitives' (referring to an 'indefinite', 'non-specified' person or object), and would be best translated as *anyone*, *anybody* (**ai**), *anything* (**gì**) and *any* (**nào**).

6 How to read fractions, decimal numbers and percentages

a Fractions:

Using the word **phần** (*part*), fractions are read in Vietnamese as follows:
1/2 = **một phần hai**
3/4 = **ba phần tư**
6/8 = **sáu phần tám**

b Percentages:

Percentage in Vietnamese uses **phần trăm** (*part of a hundred*):
100% = **một trăm phần trăm**
75% = **bảy mươi lăm phần trăm**
90% = **chín mươi phần trăm**
0.01% = **không phảy không một phần trăm** (for **phảy** see below).

c Decimal numbers:

The decimal point is read in Vietnamese as **phảy** (*comma*), *zero* is read as **không**:
0.5 = **không phảy năm**
1.3 = **một phảy ba**

Hội thoại 2 *Conversation 2*

Hoa is discussing her new job with Peter.

Peter	Hoa, chị còn làm việc ở khách sạn không?
Hoa	Không. Tôi không làm việc ở đó nữa. Bây giờ tôi làm ở Nhà xuất bản ngoại ngữ.
Peter	Tại sao không làm việc ở khách sạn?
Hoa	Tôi phải làm việc nhiều, công việc thì thường bắt đầu rất sớm và kết thúc rất muộn. Lương thì khá thấp. Hơn nữa tôi thường phải làm thêm sau giờ làm việc. Còn một điều nữa, năm trước tôi đã cưới và chồng tôi cũng làm việc theo ca. Nhiều ngày chúng tôi không thấy mặt nhau gì cả.
Peter	Thế thì công việc mới thế nào?
Hoa	Công việc ở đây cũng bận nhưng hấp dẫn hơn. Tôi gặp được nhiều người thú vị – nhà văn, nhà thơ, nhà báo. Tôi có thể tập nói tiếng Anh. Thỉnh thoảng tôi phải đi ra nước ngoài.
Peter	Giờ làm việc của chị Hoa như thế nào?
Hoa	Giờ làm việc ở đây thuận tiện hơn. Tôi bắt đầu từ lúc 8 giờ. Tôi đọc nhiều sách và tạp chí hay, viết thư, gọi điện thoại, tiếp khách. Giờ làm việc hết lúc 5 giờ. Nghĩa là buổi tối tôi đủ thời gian rỗi để đi xem phim, xem hát hay thăm bạn.
Peter	Hình như chị thích công việc mới này lắm nhỉ?
Hoa	Chỉ có một vấn đề thôi. Tôi phải học dùng máy tính. Tôi sợ không học được lắm.
Peter	Đừng ngại, bây giờ trẻ con cũng biết dùng máy tính. Có gì khó đâu!

QUICK VOCAB

nhà xuất bản ngoại ngữ *foreign languages publishing house*
kết thúc *to finish, end*
lương *salary*
khá thấp *rather low*
hơn nữa *furthermore*
giờ làm việc *working hours*
điều *thing, matter*

làm việc theo ca *work shifts*
công việc *work*
hấp dẫn *interesting, attractive*
thú vị *interesting*
nhà văn *writer*
nhà thơ *poet*
nhà báo *journalist*
thỉnh thoảng *from time to time*
(đi) ra nước ngoài *to go abroad*
thuận tiện *convenient*
tạp chí *magazine, journal*
tiếp khách *receive visitors*
hết *end, to finish*
nghĩa là *it means*
đủ *to have enough*
thời gian *time*
hình như ... *it looks like ...*
vấn đề *problem*
dùng *to use*
máy (vi) tính *computer*
đừng *don't*
ngại *to worry*
trẻ con *child*
có gì khó đâu! *It is not difficult at all!*

Activities

1 Find answers to the following questions:
   a Where is Hoa working at present?
   b Where did she work before?
   c Why did she leave?
   d Was she happy about her salary?
   e In her present job, can Hoa speak English?
   f Can she travel abroad?
   g Is Hoa married yet?
   h Can she use a computer?

2 True or false?

a Hiện nay chị Hoa làm việc ở khách sạn.

b Năm qua chị Hoa đã lập gia đình.

c Chồng của Hoa làm việc theo ca.

d Chị Hoa biết tiếng Anh.

e Buổi tối chị Hoa ít khi có thời gian rỗi để đi xem phim, xem hát hay thăm bạn.

f Thỉnh thoảng chị Hoa phải đi ra nước ngoài.

g Chị Hoa không biết dùng máy tính.

Exercises

1 State that you have finished doing something, following the example:

Tôi đọc quyển tiểu thuyết này.

Tôi đọc xong quyển tiểu thuyết này.

a Anh Tuấn chữa xe đạp.

b Mẹ tôi nấu bữa trưa.

c Bố mẹ tôi ăn sáng.

d Hoa viết thư cho gia đình.

e Anh David dịch bài báo này sang tiếng Việt.

f Thư ký Liên chưa gọi điện đi Luân Đôn.

g Bố tôi uống cà phê.

h Em Nguyệt chưa đánh răng.

tiểu thuyết   *a novel*

2 How would you ask your friend whether he/she has finished the following?

▶ writing a letter to her family

▶ cooking today's dinner

▶ doing the washing

▶ translating the exercise into Vietnamese

▶ repairing your bicycle

3 Form questions according to the following pattern.

Anh Minh đọc báo hôm nay.

Anh Minh đã đọc xong báo hôm nay chưa?

   a Chị Nguyệt nấu bữa trưa.

   b Cô Hoa làm việc.

   c Em tôi rửa mặt.

   d Ông ngoại của tôi chữa quạt máy.

   e Chúng tôi làm vườn hoa.

   f Thư ký Hoa gọi điện thoại.

   quạt máy *electric fan*   **làm**   **vườn** *do gardening*

4 Give Vietnamese equivalents:

My Vietnamese friend Hoa will arrive in London next Sunday.

The secretary of the Quê hương travel agency works very hard.

Whose dog is it? I think it is David's dog.

The latest ('newest') novel of Dương Thu Hương is very interesting.

Miss Nguyệt is a secretary of this travel agency.

Whose are these dirty shoes? Mine.

5 Ask first and then state to whom the following objects belong, using the example below:

Cái đồng hồ này (mẹ tôi)

Cái đồng hồ này của ai?

Cái đồng hồ này của mẹ tôi.

   a quyển từ điển Việt-Anh (thầy giáo)

   b xe đạp mới này (bạn tôi)

   c cái ô tô này (công ty du lịch)

   d đôi giầy đẹp này (chị Nguyệt)

   e cái vé máy bay đi Huế (thư ký Lan)

   f con mèo này (em Tuyết)

6 How would you ask the following people how many times they have done something? For example:

Anh Minh/thăm nước Anh/1

Anh Minh đã thăm nước Anh mấy lần rồi?

Anh Minh đã thăm nước Anh một lần.

a Bác sĩ Quang/gặp luật sư Thảo/nhiều
b em Ngọc/chơi ten-nít/3x mọi tuần
c cô giáo/hỏi câu hỏi này/2x
d mẹ tôi/đọc bài báo này/3x
e cô Mai/thăm châu Âu/1x

7 Look at the example then disagree with the following statements:
Anh đã sinh ở miền Nam Việt Nam.
Tôi có sinh ở miền Nam Việt Nam đâu!

a **Ông Baker đã thăm vịnh Hạ Long.**
b **Chị thăm thành phố Huế phải không?**
c **Anh trai của Hoa là bác sĩ phải không?**
d **Cô Tuyết làm việc ở bệnh viện.**

8 Imagine you are keeping a diary. Write an entry for one day in Vietnamese.

Reading

Hàng tuần báo Sunday Times in một bài nói về một ngày làm việc của một người nổi tiếng. Tuần này báo giới thiệu ngày làm việc của nhà văn X.

Tôi ghét dậy sớm. Tôi không bao giờ dậy trước chín giờ. Tôi rửa mặt, đọc báo và uống cà phê. Tôi không ăn sáng vì tôi không thể làm được. Tôi bắt đầu làm việc vào khoảng mười một giờ. Từ 11.00 đến 3.00 tôi ở phòng làm việc của tôi. Tôi không trả lời điện thoại, không nói với ai, chỉ ngồi và viết. Tôi hút thuốc lá nhiều. Tôi biết tôi không nên hút. Lúc ba giờ tôi ngừng viết và chuẩn bị bữa ăn trưa hay đi ra hiệu ăn nhỏ gần nhà để ăn trưa. Buổi chiều tôi về phòng làm việc – tôi gọi điện thoại, viết thư trả lời hay thảo luận vấn đề với nhà xuất bản. Trước đây tôi thích đi chơi hay chơi ten-nít vào buổi chiều nhưng bây giờ tôi không chơi thể thao nữa. Khi trời đẹp thì tôi thích làm vườn. Buổi tối tôi ít khi ở nhà, tôi gặp bạn, đi nhà hát hay nói chuyện với nhà báo. Hàng tuần hai, ba lần tôi phải dự tiệc. Tôi không bao giờ xem ti-vi. Trước khi đi ngủ tôi thường uống một cốc rượu và đọc mấy trang tôi đã viết vào buổi sáng. Tôi còn nhớ khi tôi trẻ hơn thì tôi thường đi ngủ vào lúc bốn, năm giờ sáng nhưng bây giờ tôi không được thức khuya nữa.

Find answers to these questions:

a Does the author X like to get up early?
b Does he read newspapers?
c Is he a smoker?
d At what time does he have his lunch?
e Does he like football?
f And what about gardening?
g Is he invited to many parties?
h Does he often watch television?

A full translation of the reading is given in the translations section at the end of the book.

SUMMARY

In this unit, you should have learnt the following:

1 To say that you have/had not finished doing something.
For example:
Mẹ đã nấu cơm xong.
Sinh viên đã dịch xong bài báo này.

2 To ask if people have finished doing something. For example:
Chị đã đọc xong quyển sách này chưa?
Bà đã ăn cơm xong chưa?

3 To state that something belongs to somebody. For example:
Đây là quyển từ điển của tôi.
Chiếc đồng hồ này của bạn tôi.

4 Ask to whom something belongs. For example:
Con mèo này của ai?
Cái xe đạp này của ai?

5 To communicate a strong denial using **có .... đâu.** For example:
Tôi có biết gì đâu!
Tôi có nói với chị ấy đâu!
Ông ấy có phải là luật sư đâu!

6 To say how many times something happened. For example:
Mark đã thăm Việt Nam ba lần rồi.
Đây là lần đầu tiên tôi gặp ông.

7 To use **ai** *who*, **gì** *what*, **nào** *which*, in creating an 'indefinite' meaning. For example **Ở đây có ai biết tiếng Việt Không?**

8 To read fraction, decimals and percentages

9 To describe your daily routine: **Hàng ngày tôi đi ngủ muộn. Buổi sáng tôi rửa mặt và đánh răng.**

10 To recount a typical working day.

9

Chị có chắc là đường này đi đến viện bảo tàng lịch sử không?

Are you sure this is the way to the history museum?

In this unit you will learn
- *To ask how to get somewhere*
- *How to give directions*
- *How to form the imperative*
- *How to ask how long something takes*
- *How to say* approximately

Hội thoại hàng ngày *Everyday conversation*

Trying to locate the British Embassy has proved too difficult for Tim. He was forced to seek help from a passer-by.

Tim	Chào chị. Xin lỗi chị, đến đại sứ quán Anh phải đi đường nào ạ?	
Người qua đường	Đại sứ quán nước Anh à? Anh có địa chỉ không?	
Tim	16 phố Lý Thường Kiệt.	

⊙ TR 10

(Contd)

Người qua đường	Phố Lý Thường Kiệt, tôi biết rồi. Bây giờ anh ở phố Quốc Tử Giám. Anh cứ đi thẳng đến ngã ba thì rẽ phải. Đi tiếp đến phố Nguyễn Khuyến thì rẽ trái, cứ đi đến ngã tư có đèn xanh đèn đỏ rồi rẽ trái nữa. Đại sứ quán Anh đối diện với công viên. Anh nhớ không?
Tim	Cám ơn chị. Còn xa không?
Người qua đường	Khá xa. Đi bộ mất khoảng ba mươi phút.
Tim	Xa quá! Tôi sẽ đến muộn mất.
Người qua đường	Anh nên lấy xích lô! Đi xích lô chỉ mất mười phút thôi.
Tim	Cám ơn chị nhiều nhé!
Người qua đường	Không có gì.
Tim	Xích lô! Xích lô!
Người lái xích lô	Chào ông.
Tim	Từ đây đến đại sứ quán Anh giá bao nhiêu?
Người lái xích lô	Xin ông mười lăm nghìn ạ.
Tim	Thôi được.
Người lái xích lô	Ông lên đi!

QUICK VOCAB

đại sứ quán *Embassy*
địa chỉ *address*
cứ *keep on doing something, persist, continue*
thẳng (đi thẳng) *straight (go straight)*
ngã ba *crossroads*
rẽ *to turn*
(bên) phải *right (side)*
tiếp (đi tiếp) *to continue (continue walking)*
(bên) trái *left (side)*
ngã tư *crossroads*
đèn xanh đèn đỏ *traffic lights*
đối diện *opposite*
công viên *park*
nhớ *remember*
khá (khá xa) *rather, fairly (rather far)*
đi bộ *to go on foot*
mất *it takes* (**Đi bộ mất khoảng ba mươi phút** *To go there on foot takes about 30 minutes*)

khỏang *approximately, about*
phút *minute*
muộn *late*
lấy (xích lô) *to take (a cyclo)*
giá *price, to cost*
bao nhiêu *how much, how many*
lên (ông lên đi) *get on (get on, sir)*

Activity

True or false?

a   Tim muốn đi đại sứ quán nước Anh.
b   Đại sứ quán Anh đối diện với công viên.
c   Đại sứ quán khá xa. Đi bộ mất khỏang ba mươi phút.
d   Tim đã định đi xích lô. Đi xích lô chỉ mất mười phút thôi.
e   Đi xích lô giá mười nghìn đồng.

Hội thoại 2 *Conversation 2*

Helen and Lan are getting lost. They seek help …

Helen	Ôi, tôi mệt lắm. Chị có chắc là đường này đi đến Viện bảo tàng lịch sử không?
Lan	Có chứ, chị cố gắng thêm một chút nữa đi! Không xa đâu. Theo bản đồ này thì phải đến ngã tư trước mặt, qua quảng trường và đi thẳng mấy phút nữa.
Helen	Ngã tư đây rồi nhưng quảng trường ở đâu?
Lan	Ừ, quảng trường … Có lẽ chúng ta bị lạc đường.
Helen	Chúng ta chắc bị lạc đường! Phải hỏi đường thôi!
Lan	Chào ông!
Người qua đường	Chào cô.
Lan	Xin lỗi, chúng tôi nghĩ là chúng tôi bị lạc đường.
	(Contd)

TR 10, 1.17

Người qua đường	Các cô đi đâu?
Lan	Chúng tôi đi Viện bảo tàng lịch sử.
Người qua đường	Các cô đi ngược hướng rồi, phải trở về cuối đường này, rẽ trái, cứ đi thẳng mấy mét nữa thì sẽ thấy quảng trường. Qua quảng trường sẽ thấy một ngôi nhà cao màu vàng với một cái tượng. Đó là Viện bảo tàng lịch sử.
Lan	Cảm ơn ông nhiều. Chúng ta đi đi!
Helen	Không, tôi phải nghỉ một chút đã.

QUICK VOCAB

chắc *certainly*
viện bảo tang *museum*
lịch sử (viện bảo tàng lịch sử) *history (history museum)*
cố gắng *to make an effort, try*
Chị cố gắng thêm một chút nữa đi! *Make a little bit more effort!*
theo (bản đồ) *according to, follow*
trước mắt *in front of (your) eyes*
qua *(to go) over, across, to cross*
quảng trường *a square*
lạc đường (bị lạc đường) *get lost*
hỏi (hỏi đường) *to ask, enquire (ask directions)*
ngược hướng *opposite direction*
trở về *to return*
cuối (đường) *end (of the road)*
tượng *statue*
nghỉ *to have a rest*
một chút *a little bit, for a little while*

Activities

True or false?

a Helen và Lan bị lạc đường.
b Họ muốn đến viện bảo tàng mỹ thuật.

c Họ có một bản đồ.
d Helen và Lan mệt lắm.
e Viện bảo tàng lịch sử là một ngôi nhà cao màu vàng.
f Trước Viện bảo tàng lịch sử có cái tượng.

Answer the following questions:

a Where are Helen and Lan going?
b Do they know the way?
c Did they get lost?
d What colour is the museum?
e Is there something in front of the museum to help them identify it?

Grammatical points

1 Imperative hãy/đi/chớ/đừng/cấm

The imperative can be created in several ways. The words used to form the imperative in Vietnamese are listed here:

1 hãy (always placed before the verb)

Chị hãy dịch bài này sang tiếng Việt!	*Translate this text into Vietnamese!*
Các anh hãy đọc bài đọc này!	*Read this text!*

2 đi

The imperative particle **đi** is always positioned at the very end of a sentence.

Anh ăn đi!	*Eat!*
Chúng ta đi chơi đi!	*Let's go for a walk!*

A combination of both **hãy** and **đi** can be used in one sentence.

Anh hãy làm việc đi!	*Work!*

Negative imperative

3 đừng/chớ/cấm are used to express the meaning *don't do something*. All the particles denoting the negative imperative are placed before the verb.

Các anh đừng nói!	*Don't talk!*
Trời mưa, các chị chớ đi chơi!	*It is raining, don't go for a walk!*
Anh đừng hút thuốc lá ở đây!	*Don't smoke here!*
Cấm hút thuốc lá!	*No smoking!*

Insight

Please remember that **chớ** is less strict and is intended more as a recommendation or suggestion than a strict order not to do something. For example, **Trời lạnh, anh chớ đi dạo** *It is raining, you should not go for a walk*.

2 từ ... đến *from ... to*

The prepositions **từ ... đến** mean *from ... to* (space) or *from ... until* (time). For example:

Space

từ	**nhà tôi**	**đến**	**trường**	*from my house to school*
(from)	*(my house)*	*(to)*	*(school)*	
từ	**sân bay**	**đến**	**khách sạn**	*from the airport to the hotel*
(from)	*(airport)*	*(to)*	*(hotel)*	

Time

từ	**7 giờ sáng**	**đến**	**9 giờ tối**	*from 7 o'clock in the morning*
(from)		*(until)*		*until 9 o'clock in the evening*
từ	**buổi sáng**	**đến**	**buổi chiều**	*from morning until afternoon*
(from)		*(to)*		

3 Distance (in space or time)

To state distance between two places, the Vietnamese use the word **cách**.

Nhà ga	**cách**	**sân bay**	**5 km**	*The station is 5 km from*
(railway station)	*(airport)*	*(5 km)*		*the airport.*
Hà Nội	**cách**	**Huế**	**khá xa.**	*Hanoi is quite a long way from Huế.*

Bao xa? *How far?*

Hà Nội cách Huế bao xa?   *How far is Hanoi from Huế?*
Nhà hát cách bưu điện bao xa? *How far is the theatre from the*
                                   post office?

Cách can also be used when stating the distance in time (i.e. how long ago something happened).

Tôi đã đến Việt Nam cách   *I arrived in Vietnam three weeks*
  đây ba tuần.   *ago.*

4 Mất bao lâu? *How long does it take?*

Mất bao lâu? means *How long does it take?*

Đi từ Hà Nội đến Huế mất   *How long does it take to get*
  bao lâu?   *from Hanoi to Huế?*
Viết tiểu thuyết mất bao lâu? *How long does it take to write a novel?*

5 Approximately

An approximate amount can be expressed with the help of the following expressions:

khỏang, độ, chừng   *about, approximately*
Bà ấy độ 60 tuổi.   *She is about 60 years old.*
Tôi đã gặp ông ấy khỏang bốn lần. *I met him about four times.*

It is also possible to use various combinations of these words
(e.g. **khỏang chừng, khỏang độ, chừng khỏang**, etc.)

Exercises

1 Form sentences, using the following example:
Ngân hàng/bưu điện/200 mét.
Ngân hàng cách bưu điện 200 mét.

    a Chùa Một Cột/Lăng Hồ Chủ tịch/không xa.
    b Đại sứ quán Anh/trung tâm thành phố/gần quá.
    c Khách sạn Dân chủ/Nhà hát lớn/mấy mét.
    d Sân bay Nội Bài/trung tâm Hà Nội/50 km.
    e Thư viện Quốc gia/Trường đại học tổng hợp/2 km.
    f Công viên/chợ Đồng Xuân/xa lắm.
    g Văn phòng hàng không Việt Nam/khách sạn
       Metropole/500 m.
    h Chùa Hương/Hà Nội/70 km.
    i Bờ biển/Sài Gòn/hơn 100 km.
    j Ngân hàng/hiệu ăn/khá xa.
    k Viện bảo tàng mỹ thuật/Văn Miếu/chỉ mấy mét thôi.

ngân hàng	*bank*
bưu điện	*post office*
chùa	*pagoda*
Chùa Một Cột	*One Pillar Pagoda*
lăng	*tomb, mausoleum*
Lăng Hồ Chủ tịch	*Hồ Chí Minh's mausoleum*
văn phòng hàng không Việt Nam	*Vietnamese Airlines office*
Văn Miếu	*Temple of Literature*
viện bảo tàng mỹ thuật	*fine arts museum*

2 Ask how far the following locations are from each other.
For example:
    sân bay/nhà ga
    Sân bay cách nhà ga bao xa?

    a Chùa Một Cột/đại sứ quán Pháp
    b công viên/chợ
    c hiệu sách/cửa hàng bách hóa
    d ngân hàng/nhà hát
    e bưu điện/bệnh viện

3 Ask how long it takes to get from one place to another. For example:
    Đi từ trung tâm thành phố đến nhà ga mất bao lâu?
      a nhà tôi/cơ quan tôi
      b cảng Hải Phòng/vịnh Hạ Long
      c chợ Bến Thành/khách sạn Rex
      d sân bay Tân Sơn Nhất/phố Nguyễn Huệ
      e bờ sông Hồng/viện bảo tàng nghệ thuật
      f hồ Tây/đền Ngọc Sơn

cơ quan	*office*
cảng	*port*
đền	*temple, palace*
đền Ngọc Sơn	*Palace of the Jade Mountain;* (a famous historical sight located on the Returned Sword Lake in the middle of Hanoi)

4 Answer these questions, stating that your reply is only approximate. For example:
    Cô giáo Mai bao nhiêu tuổi? (30)
    Cô Mai độ 30 tuổi.

      a Dân số Việt Nam bao nhiêu? (86 triệu)
      b Một ki lô cam giá bao nhiêu? (2 vạn đồng)
      c Sân bay cách khách sạn Metropole bao xa? (30 km)
      d Anh Peter đã học tiếng Việt bao lâu? (6 tháng)
      e Bác sĩ Tuấn làm việc ở bệnh viện này bao lâu? (5 năm)
      f Đi từ trung tâm thành phố đến nhà ga mất bao lâu? (5 phút)

5 Translate into English:
    Em dậy đi!
    Chúng ta về nhà đi!

Anh chớ làm việc nhiều!
Chúng ta đi chơi đi!
Mời các bạn uống bia đi!
Anh chớ hút thuốc lá ở đây!
Chúng ta đi xem phim đi!
Anh Nam đừng thức khuya!

6 How would you tell your friend to do (or not to do) the following:

- ăn kẹo
- xem phim
- học tiếng Nga
- uống cà phê
- mua từ điển mới
- đi bộ
- đi chơi xa
- rửa mặt
- dùng máy tính của tôi

- uống bia
- đọc báo hôm nay
- đi thăm bạn
- đi du lịch Việt Nam
- dậy sớm
- dịch bài này
- nghỉ
- làm việc theo ca

7 Translate:

Don't smoke here!
Let's go to the cinema tonight.
Don't buy this bicycle, it is expensive.
Do not open the window, it is very cold.
Don't walk so quickly, I am very tired!
You should write a letter to your family.
No smoking!
Please come in and sit down.
Don't worry, Peter will come on time.
Don't be sad, he will phone you.
Meet me tomorrow afternoon in front of the post office.
Answer my question!
Don't buy the red shirt, buy the brown one.
Wash your hands before eating your orange.
Close the door!

8 Translate into English:

a Xin lỗi, anh cho tôi hỏi, viện bảo tàng quân đội ở đâu?

Tôi cũng không biết. Tôi là người nước ngoài. Tôi mới đến Hà Nội hôm qua.
  b Anh làm ơn cho tôi biết phố Lý Thường Kiệt ở đâu?
Chị đi thẳng đường này, đến ngã tư thì rẽ phải.
Cám ơn anh nhiều.

9 Give Vietnamese equivalents:
  a *Excuse me, please. Could you tell me the way to the railway station?*
It's quite a long way from here. You should take a cyclo, then it will only take five minutes.
Thank you.
  b *Hoa, do you know where the nearest bank is?*
Yes, it is quite close. Go along this street and turn right at the end. Walk to the traffic lights, cross the road and on the right you'll see a big white building. That is the bank.
Thanks.
Not at all.

10 Ask how to get to:
  a *the nearest bank*
  b *a railway station*
  c *the French Embassy*
  d *Hanoi University* (**Trường đại học tổng hợp Hà Nội**)
  e *a post office*
  f *a hospital*
  g *a pharmacy* (**hiệu thuốc**)
  h *a department store*
  i *the Arts museum* (**viện bảo tàng nghệ thuật, viện bảo tàng mỹ thuật**)

11 Read the following signs and translate what is forbidden at places where these signs are displayed.

| Cấm chụp ảnh | Cấm hút thuốc | Cấm đỗ xe |

12 Describe in Vietnamese the route you have to take to go from one end of the maze to the opposite end.

Reading

Mr and Mrs Green visited Vietnam last year. They booked their trip through a Vietnamese travel agency and below is the itinerary of their trip. Have a look at their programme and answer the questions that follow:

Chương trình (8 ngày, 7 đêm): Hà Nội–Đà Nẵng Thành phố Hồ Chí Minh

Ngày 1:	đón tại sân bay Nội Bài, về khách sạn, thăm thành phố
Ngày 2:	thăm Lăng Chủ tịch Hồ Chí Minh, đền Quan Thánh, Văn Miếu, bảo tàng Mỹ thuật, hồ Tây
Ngày 3:	đi Đà Nẵng (bằng máy bay), ra Huế (bằng ô tô), thăm Lăng Tự Đức
Ngày 4:	du thuyền trên sông Hương, thăm chùa Thiên Mụ, về Đà Nẵng, thăm núi Ngũ Hành
Ngày 5:	đi TP Hồ Chí Minh (bằng máy bay), thăm thành phố

Ngày 6:	Thăm hội trường Thống Nhất, thăm chùa Thiên Hậu, bảo tàng Lịch sử
Ngày 7:	đến Mỹ Tho, đi thuyền trên sông Tiền, thăm vườn cây quả về TP Hồ Chí Minh
Ngày 8:	mua sắm, rời TP Hồ Chí Minh

a Ông bà Green đã đi từ Huế đến TP Hồ Chí Minh bằng gì?

b Họ đã thăm chùa Thiên Mụ chưa?

c Ngày 2 ông bà Green đã làm gì?

d Ông bà Green có dịp xem bảo tàng Mỹ thuật không?

e Ông bà Green đi thuyền trên các sông nào?

f Họ đã có đủ thời gian để đi mua bán?

SUMMARY

Check your knowledge by completing this end-of-unit test.

1 You got lost on the way to the post office. How do you ask a passer-by for help?

    a Xin lỗi, anh làm ơn cho tôi hỏi, bưu điện quốc tế có xa không?

    b Xin lỗi, từ đây đến bưu điện mất bao lâu?

    c Xin lỗi, anh làm ơn chỉ giúp tôi đường đi đến bưu điện quốc tế.

2 You are planning a trip to Hanoi and need to check how long it takes to get from the Nội Bài airport to the centre of the city. How do you ask?

    a Sân bay Nội Bài cách trung tâm Hà Nội bao xa?

    b Đi từ sân bay Nội Bài đến trung tâm Hà Nội mất bao lâu?

    c Đi từ sân bay Nội Bài đến trung tâm Hà Nội giá bao nhiêu tiền?

3 How do you ask your friend how far from your office is the nearest supermarket?

    a Từ cơ quan đến siêu thị mất bao lâu?

    b Ở trung tâm thành phố có siêu thị nào không?

    c Siêu thị gần nhất cách cơ quan bao xa?

4 You have accepted your colleague's invitation to his birthday party which takes place at his home. He gave you the following instructions.
'Anh cứ đi thẳng, qua hai ngã tư, đến ngã tư thứ ba thi rẽ bên trái. Are you supposed to:

    a go straight, cross the road and turn left?

    b go straight and turn left at the third crossroads?

    c go straight and turn right at the next crossroads?

5 You are in a hurry to do some last-minute shopping at the Đồng Xuân market. How do you ask a cyclo driver who happens to be waiting at the corner of the street how long it would take to get there?

    a Đi xích lô đến chợ Đồng Xuân giá bao nhiêu?

    b Đi xích lô từ đây đến chợ Đồng Xuân mất bao lâu?

    c Chợ Đồng Xuân cách đây có xa không?

6 You need to go to the British Embassy in Hanoi. You ask your landlord for instructions as to how to get there. He tells you: **'Bây giờ tôi rỗi, để tôi đưa anh đi.'** What is his suggestion?

    a He is sorry but he does not know the address.

    b He is new to Hanoi and does not know it very well.

    c He has some spare time and will take you there.

7 How would you translate the following questions?

    a Đi từ trung tâm Hà Nội đến Hồ Tây mất bao lâu?

    b Đại sứ quán Mỹ cách sân bay có xa không?

    c Đi từ Nhà hát lớn đến cửa hàng bách hoá gần nhất mất bao lâu?

1 c **2** b **3** c **4** b **5** b **6** c **7** (a) How long does it take to get from the centre of Hanoi to Hồ Tây (West Lake)? (b) Is the American Embassy far from the airport? (c) How long does it take to get from the theatre to the nearest department store?

Nhà hát lớn = lit. 'The Big Theatre', the name of the main theatre in Hanoi, sometimes referred to as Hanoi Opera House.

10

Tôi có thể xem ngôi nhà ấy được không?
Can I see the house?

In this unit you will learn
- *How to talk about your house, describe your room and its contents*
- *How to use prepositions*
- *How to make a polite request*
- *How to say what things are made of*

Hội thoại hàng ngày *Everyday conversation*

Mr Baker has been appointed his company's Hanoi representative. He is trying to sort out living arrangements in Hanoi. He was recommended an estate agent who could help him.

TR 11

Ông Baker	Chào cô.
Nhân viên	Chào ông. Ông cần gì ạ?
Ông Baker	Tôi cần thuê một ngôi nhà.
Nhân viên	Ông muốn thuê một ngôi nhà nhỏ hay lớn? Ở trung tâm thành phố hay ở ngoại ô?
Ông Baker	Tôi muốn một ngôi nhà cho ba người, không xa trung tâm lắm.
Nhân viên	Ông thích có vườn riêng không?

Ông Baker	Tôi không biết… có lẽ vợ tôi thích có một cái vườn riêng!
Nhân viên	Chúng tôi có một ngôi nhà trên phố Chu Văn An. Dưới nhà có một phòng khách, một phòng bếp, một phòng ăn và một phòng làm việc nhỏ. Trên gác có hai phòng ngủ và phòng tắm. Sau nhà có một cái vườn nhỏ trồng nhiều cây.
Ông Baker	Nhà có chỗ để xe không?
Nhân viên	Có, trước nhà có một chỗ nhỏ để xe.
Ông Baker	Phố Chu Văn An có đông không?
Nhân viên	Có đông đâu! Xung quanh nhà là một vùng yên tĩnh lắm.
Ông Baker	Tốt lắm! Tôi có thể xem ngôi nhà ấy được không?
Nhân viên	Được.

thuê *to rent*
ngoại ô *suburb, outskirts*
vườn *garden*
riêng *own*
có lẽ *perhaps, maybe*
phòng *room*
phòng khách *guest room, living room*
phòng bếp *kitchen*
phòng ăn *dining room*
phòng làm việc *study*
gác *floor*
phòng ngủ *bedroom*
phòng tắm *bathroom*
trồng *to grow, to plant*
cây *tree*
chỗ *place*
chỗ để xe *parking place*
đông *full, crowded, busy*
vùng *area*

Activity

True or false?
  a Ông Baker muốn thuê một ngôi nhà ở trung tâm thành phố.
  b Ông Baker không muốn thuê một ngôi nhà có vườn riêng.
  c Ngôi nhà trên phố Chu Văn An chỉ có hai phòng ngủ.
  d Ngôi nhà ấy không có chỗ để xe.
  e Phố Chu Văn An khá đông.
  f Ngôi nhà có vườn trồng nhiều cây.

Grammatical points

1 Prepositions

trên	*on*	**trên tường** *on the wall*
		trên bàn *on the table*
dưới	*under*	**dưới bàn** *under the table*
trong	*in*	**trong phòng** *in the room*
ngoài	*out*	**ngoài vườn** *out in the garden*
trước	*in front of/before*	**trước nhà** *in front of the house*
		trước giờ học *before the lesson*
sau	*behind/after*	**sau nhà** *behind the house*
		sau giờ học *after the lesson*
(bên) cạnh	*next to, by*	**(bên) cạnh cửa sổ** *by the window*
giữa	*between, among, in the middle*	**giữa thành phố** *in the middle of town*
		giữa tôi và em gái tôi *in between me and my younger sister*
xung quanh	*around*	**xung quanh hồ** *around the lake*
đối diện	*opposite*	**đối diện bệnh viện** *opposite the hospital*

2 trước and sau in time statements

When **trước** and **sau** are used in connection with time in a verbal statement they must be followed by **khi** (*moment*).

trước khi	*before the moment, before*
sau khi	*after the moment, after*
Anh nên ăn sáng trước khi đi làm.	*You should eat some breakfast before going to work.*
Sau khi gặp ông ấy tôi về nhà.	*After meeting him, I returned home.*

Insight

Sau and **trước** when used before a verbal phrase, i.e. when followed by a verb, must be used as **sau khi** and **trước khi.**

3 bằng *made of*

In addition to other meanings, **bằng** is also used to express what something is made of.

Bức tranh này	**bằng**	**lụa.**	*This picture is made of silk.*
(this picture)	*(to be made of)*	*(silk)*	
Ngôi nhà của tôi	**bằng**	**gạch.**	*My house is a brick house.*
(my house)	*(to be made of)*	*(bricks)*	*(My house is made of bricks.)*

Other materials

vải	*fabric*	**lụa**	*silk*
da	*leather*	**kim loại**	*metal*
nhựa	*plastic*	**vàng**	*gold*
thủy tinh	*glass*	**bạc**	*silver*
giấy	*paper*	**gạch**	*bricks*
gỗ	*wood*	**xi măng**	*cement*
pha lê	*crystal*	**đá**	*stone*
sứ (trắng)	*porcelain*	**thép**	*steel*
bông	*cotton*	**sơn mài**	*lacquer*

4 Polite requests

In the previous unit, we learnt how to form the imperative. In this unit, we are going to learn some useful expressions and phrases for making a polite request. There are many words that can be used. In most cases they can be translated simply as *please*. For example:

Xin, Xin mời *(please)*

Xin anh chờ một tí!   *Please wait a moment.*

Đề nghị *(propose, suggest)*

Đề nghị anh im lặng!   *Be quiet, please.*

Mời *(invite)*

Mời anh vào!   *Please come in.*

Mời anh ăn cơm!   *Please eat.*

Làm ơn *(do somebody a favour)*

Chị làm ơn giúp tôi.   *Please [do me a favour and] help me.*

Cho (phép) *(allow, permit)*

Chị cho tôi hỏi: bây giờ là   *Please allow me to ask: what's*
mấy giờ!   *the time?*

Anh cho tôi đi qua!   *Please let me through.*

yêu cầu *(request, demand)*

Mẹ tôi yêu cầu em tôi đi chợ.   *My mother has asked my younger sister to go to the market.*

Hội thoại 2 *Conversation 2*

Helen is showing her friend round her new house.

TR 11, 1.12

Ngọc	À, chị Helen. Chào chị.
Helen	Chào chị Ngọc.
Ngọc	Tuần trước tôi đến nhà chị nhưng không ai ở nhà.
Helen	Ồ, xin lỗi. Cả gia đình tôi vừa mới chuyển chỗ ở. Mời chị đến thăm tôi.
Ngọc	Dạ, vâng. Rất hân hạnh.
Helen	Chúng ta có thể gặp nhau tối mai được không?
Ngọc	Được. Bây giờ nhà của chị ở đâu?

Helen	Đây là địa chỉ của tôi. Nhà tôi rất dễ tìm. Tôi ở tại một ngôi nhà cao bằng gạch đối diện thư viện quốc gia.
Ngọc	Cảm ơn chị. Hẹn gặp lại ngày mai.

Hôm sau. Chị Ngọc đang đến thăm nhà của Helen.

Helen	Mời chị vào phòng của tôi.
Ngọc	Vâng, cảm ơn.Ồ, phòng của chị thật là đẹp!
Helen	Phòng này khá nhỏ, không có gì đặc biệt. Chỉ có một cái giường, một cái tủ áo, một cái bàn, một cái ghế và mấy giá sách. Nhưng cái tốt nhất là vì phòng này trên tầng ba nên qua cửa sổ tôi có thể thấy cả công viên với cây và hoa.
Ngọc	Tôi rất thích bức tranh trên tường kia!
Helen	À, đó là tranh của một họa sĩ Anh.
Ngọc	Còn bức ảnh treo trên tường cạnh cửa ra vào là của ai?
Helen	Đó là bức ảnh chụp bố mẹ tôi.
Ngọc	Tôi rất thích phòng của Helen.
Helen	Tôi còn chưa bài trí xong. Tôi cần phải mua nhiều thứ để làm phòng đẹp hơn.

chuyển (chỗ ở) *to move*
địa chỉ *address*
tìm (dễ tìm) *to look for (easy to find)*
gạch *brick*
thư viện *library*
quốc gia *national*
giường *bed*
tủ *cupboard*
tủ áo *wardrobe*
ghế *chair*
giá sách *bookshelf*
tầng *floor*
cửa sổ *window*
công viên *park*
tường *wall*
họa sĩ *painter*
cửa ra vào *door*
bài trí *arrange, decorate*

QUICK VOCAB

Hội thoại 3 *Conversation 3*

What is Trí looking for?

Peter	Anh tìm cái gì đấy?
Trí	Địa chỉ của ông Tuấn-thầy giáo của tôi. Hôm qua tôi đã gặp ông và hẹn đến thăm nhà ông. Ông đã viết địa chỉ của mình trên một tờ giấy nhỏ nhưng bây giờ tôi không thể tìm thấy tờ giấy ấy.
Peter	Thế anh đã xem trong ngăn kéo chưa?
Trí	Tôi đã xem tất cả ngăn kéo rồi, hơn nữa tôi cũng xem tất cả tủ …
Peter	Thế anh không để nó trong túi à?
Trí	Tôi cũng xem trong đó rồi. … Nhưng hôm qua trời mưa nên tôi phải mặc áo khoác, tôi còn chưa xem trong túi áo đó.
Peter	Thế anh xem đi! Tờ giấy đó phải ở chỗ nào đấy thôi.
Trí	Ồ, địa chỉ thầy giáo Tuấn đây rồi!

QUICK VOCAB

ngăn kéo *drawer*
hơn nữa *furthermore*
để *place, put*
túi *pocket*

Exercises

1 Translate into English:
   Anh ấy ngồi trong phòng.
   Chị Hoa đứng cạnh cửa sổ.
   Trong ngăn kéo có mấy tờ giấy.
   Tôi phải treo cái áo mới này vào trong tủ.
   Cô giáo đặt quyển từ điển trên bàn.
   Trong phòng ngủ có hai cái giường.
   Trên giá sách có nhiều từ điển và nhiều sách bằng tiếng Việt.

đứng *stand* **treo** *hang* **đặt** *to place*

2 Fill in the appropriate preposition:
Xin anh ngồi … ghế.
Máy truyền hình đặt … bàn.
… phòng tắm có một cái máy giặt.
Hai bản đồ treo … tường.
… phòng là một bộ bàn ghế.

3 Give Vietnamese equivalents:
Our house is opposite the railway station.
I met him yesterday in front of the post office.
In my bedroom, there is a bed, two chairs and a wardrobe.
On the streets of Huế there are many bicycles and cars.
In the middle of Hanoi is a large park with many trees.
After our Vietnamese lesson we often drink coffee in a restaurant.
*There is no television in my room, there is only a small radio on the
  table by my bed.*
*Yesterday evening I went to the cinema; I was sitting between my
  younger sister and my friend Hoa.*
After lunch I usually take a walk or read for a while.
Before breakfast I usually do some exercises.
There is no garden behind my house.
I shall meet you at five o'clock in front of the theatre.
There are two glasses on the table.
Behind the theatre there is a small square.
There are two pictures hanging on the wall next to the window.
The 'Quê hương' restaurant is next to the hospital.
Are there any trees in front of your house?

4 Say that you prefer a different material, following the example:
cái va li (vải, da)
Tôi không thích cái va li bằng vải, tôi thích cái va li bằng da hơn.

   a cái đồng hồ (bạc, vàng)
   b cái lọ hoa (sứ, thủy tinh)

c đôi đũa (nhựa, gỗ)
d chiếc nhẫn (bạc, vàng)
e áo sơ mi (bông, lụa)
f bức tranh (lụa, sơn mài)
g cái ấm trà (thủy tinh, sứ)
h cái ghế (nhựa, gỗ)
i ngôi nhà (xi măng, gạch)

5 Sort out in which room you would normally find the objects listed below:

phòng ngủ   giường, tủ lạnh, bộ bàn ghế
phòng ăn   máy giặt, tủ bát đĩa, giá sách,
phòng tắm   máy ghi âm, bàn viết, gương,
phòng khách   đồng hồ
phòng bếp

6 Translate:

Please send me a postcard from Vietnam.
Could you help me, please?
Could you speak more loudly?
Would you mind going with me to the library? I am afraid that I'll get lost.
Please come in and take a seat.
Could you wait a while?

7 Translate this text into Vietnamese:

Mr and Mrs Parker live in London. Their house is near Victoria railway station. Downstairs, the house has a bright sitting room, a kitchen and a small study. Upstairs, there are three bedrooms. The largest bedroom belongs to Mr and Mrs Parker. The second belongs to Peter, their younger son, and in the smallest bedroom lives his brother, Matthew. Behind the house there is a large garden. Mr Parker hates gardening but his wife loves it.

8 Describe your house and your own room.

Reading

Read the advertisement that follows, taken from a Vietnamese newspaper and answer the questions. (Look up the expressions that you don't know in the vocabulary at the end of the book.)

Tổng công ty Hồ Tây cho thuê nhà

Tổng công ty Hồ Tây có hai biệt thự 3 tầng, kiểu dáng đẹp nằm bên bờ Hồ Tây, diện tích sử dụng mỗi biệt thự 248m2; tiện cho việc dùng làm nhà ở hoặc văn phòng làm việc.

Mọi tổ chức, cá nhân trong, ngoài nước có nhu cầu thuê xin liên hệ:

TỔNG CÔNG TY HỒ TÂY

Địa chỉ: 107 Quán Thánh, Ba Đình, Hà Nội.

Điện thoại: 8.231651

---

a *How many houses are on offer?*
b *Are the properties suitable for residential or commercial purposes?*
c *Where are the properties located?*
d *Can foreigners rent the properties?*
e *Does the advertisement indicate the price?*

SUMMARY

In this unit, you should have learnt the following:

1 To use prepositions. For example:
   a Cô Mai sống đối diện bệnh viện.
   b Trong phòng ngủ có hai cái giường.
   c Ngôi nhà của tôi bên cạnh nhà hát.

2 To state what happened before and after. For example:
   a Trước khi đến Hà Nội anh Peter học tiếng Việt ở Luân Đôn.
   b Sau khi bị mất xe máy, anh ấy phải đi bộ.
   c Sau khi tốt nghiệp đại học anh định đi du lịch Đông Nam Á.

3 To say what things are made of. For example:
   a Cái đồng hồ của tôi bằng vàng.
   b Tôi thích đi giày bằng da.
   c Tôi không muốn mua cái va li này vì nó bằng nhựa.

4 To make a polite request. For example:
   a Xin mời bà nhắc lại câu này.
   b Xin anh chờ một chút.
   c Mời anh vào.

5 To describe a house and its location. For example,
   a Ngôi nhà của cô Mai giữa bệnh viện và thư viện, đối diện với khách sạn.

6 To name rooms in a house and to describe a room and its contents.

1 (a) Mai lives opposite the hospital. (b) There are two beds in the bedroom. (c) My house is next to the theatre. 2 (a) Before coming to Hanoi Peter studied Vietnamese in London. (b) After his motorcycle was stolen, he had to go on foot. (c) After graduating from university he went travelling in South East Asia. 3 (a) My watch is made of gold. (b) I like to wear leather shoes. (c) I don't want to buy this suitcase because it is made of plastic. 4 (a) Please repeat this sentence. (b) Please wait a while. (c) Please come in. 5 Mai's house is located between the hospital and the library, opposite to the hotel.

11

Anh có bị sốt không?
Do you have a temperature?

In this unit you will learn
- *How to say what is wrong with you and have a conversation with a doctor*
- *How to ask why something is happening*
- *How to use được and bị as (1) words expressing a speaker's positive/negative attitude to the statement and (2) markers of a passive relation*

Hội thoại hàng ngày *Everyday conversation*

Đi khám bệnh *Going to the doctor*

Being ill is unpleasant, even more so when it happens abroad. Tom and Mary have had the misfortune of falling ill abroad. Let's see what is the matter with them.

Tom	Chào bác sĩ!
Bác sĩ	Chào anh. Anh làm sao?
Tom	Thưa bác sĩ. Tôi bị đau đầu, bị ho và sổ mũi.
Bác sĩ	Anh đau lâu chưa?
Tom	Dạ, hai ngày.
Bác sĩ	Anh có bị sốt không?

(Contd)

🔊 TR 12

Tom	Đêm qua tôi bị sốt cao nhưng hôm nay tôi dễ chịu hơn, không bị sốt nữa.
Bác sĩ	Anh làm ơn há miệng ra!
Tom	Thưa bác sĩ, có sao không ạ?
Bác sĩ	Không có gì nghiêm trọng đâu. Anh bị viêm họng. Anh phải nghỉ mấy ngày. Đây là đơn thuốc, anh mang đơn đến hiệu mua thuốc.
Tom	Cảm ơn bác sĩ. Thưa bác sĩ tôi phải uống thuốc này như thế nào?
Bác sĩ	Thuốc này anh uống mỗi ngày ba lần trước khi ăn cơm.
Tom	Cảm ơn bác sĩ!

Mary has a different problem – toothache.

Mary	Thưa bác sĩ, tôi bị đau răng quá. Tôi bị đau suốt cả đêm qua!
Bác sĩ	Mời chị ngồi vào ghế! Chị bị đau răng nào?
Mary	Thưa bác sĩ, tôi không được rõ, chỉ biết là bên phải.
Bác sĩ	Xin chị há miệng. ... Răng này sâu quá rồi!
Mary	Răng có phải nhổ không ạ?
Bác sĩ	Không, tôi sẽ hàn lại cho chị.
Mary	Xin cảm ơn bác sĩ.

Anh làm sao? *What is the matter with you?*
đau *to hurt, pain*
đầu (bị đau đầu) *head (to have a headache)*
ho *cough*
sổ mũi *to have a runny nose*
sốt *temperature*
dễ chịu *pleasant, bearable*
há miệng (ra) *open mouth*
nghiêm trọng *serious*
viêm họng *sore throat*
đơn thuốc *prescription*
hiệu thuốc *pharmacy*
răng *tooth*
suốt cả đêm *throughout the whole night*
răng sâu *rotten tooth, cavity*
nhổ *pull out*
hàn lại *to fill in (a tooth), put a filling in*

146

Activities

Comprehension. Try to answer the following questions:
  a What is Tom complaining about?
  b Does he have a temperature today?
  c Is there anything seriously wrong with him?
  d How many times a day does Tom have to take his medicine?
  e Does Mary know for certain which tooth is hurting her?
  f Does the tooth have to come out?

True or false?
  a Anh Tom đau đầu hai ngày rồi.
  b Đêm qua Tom không bị sốt nhưng hôm nay anh ấy bị sốt cao.
  c Tom không phải nghỉ ở nhà mấy ngày.
  d Tom phải uống thuốc ba lần sau khi ăn cơm.
  e Mary bị đau răng.
  f Chị ấy biết rõ chị đau răng nào.
  g Bác sĩ không thể hàn lại răng.

Some illnesses

bệnh cúm	*flu*	viêm phổi	*pneumonia*
ho	*cough*	bệnh đái đường	*diabetes*
cảm	*cold*	viêm ruột thừa	*appendicitis*
bệnh sốt rết	*malaria*	bệnh ung thư	*cancer*
phát ban	*rash*	dị ứng	*allergy*
huyết áp cao	*high blood pressure*	ngộ độc thức	
huyết áp thấp	*low blood pressure*	ăn	*food poisoning*

Parts of the body

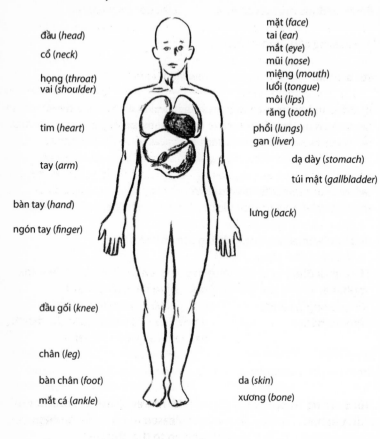

đầu (*head*)

cổ (*neck*)

họng (*throat*)
vai (*shoulder*)

tim (*heart*)

tay (*arm*)

bàn tay (*hand*)

ngón tay (*finger*)

đầu gối (*knee*)

chân (*leg*)

bàn chân (*foot*)
mắt cá (*ankle*)

mặt (*face*)
tai (*ear*)
mắt (*eye*)
mũi (*nose*)
miệng (*mouth*)
lưỡi (*tongue*)
môi (*lips*)
răng (*tooth*)

phổi (*lungs*)
gan (*liver*)

dạ dày (*stomach*)

túi mật (*gallbladder*)

lưng (*back*)

da (*skin*)
xương (*bone*)

Grammatical points

1 *bị* and *được:* multi-purpose words

You might have already noticed that **được** and **bị** appear quite frequently in Vietnamese. They are used as main verbs and play several grammatical roles:

a được means *to get, to receive.*

| **Hôm qua tôi được giấy mời.** | *Yesterday I received an invitation.* |
| **Em Liên được một cái áo mới.** | *Liên got a new dress.* |

The meaing of **bị** is *to suffer*.

| **Tôi bị mưa.** | *I got caught in the rain.* |

b **được** and **bị** are used to express the speaker's attitude to the statement he or she is making. **Bị** is used to express the meaning of *being affected adversely* by something (it reflects the speaker's negative attitude and would be used when talking about something unpleasant such as accidents, illnesses, disappointments, etc.) while **được** carries the meaning of *being affected favourably by something* (expressing a positive attitude). For example:

được *to be affected favourably by something*

| **Chúng tôi được nghỉ hè.** | *We have a summer holiday.* (We were pleased to have a holiday.) |
| **Tối qua ông Trí được đi xem hát.** | *Last night Mr Trí went to the theatre.* (Mr Trí was pleased to go to the theatre, he likes going to the theatre.) |

bị *to be affected adversely by something*

| **Tối qua ông Trí bị đi xem hát.** | *Last night Mr Trí went to the theatre.* (Mr Trí was not pleased to go there, perhaps he hates going to the theatre.) |

A statement with **bị/được** is stronger than one without it.

c Expressing passive meaning in Vietnamese

Vietnamese verbs lack voice distinction; they are neither active nor passive. However, the Vietnamese language has ways of creating 'logical' passive meaning. Both **được** and **bị** can be used for this purpose.

The passive meaning is formed as follows:

Em Tuấn	được		khen.	Tuấn was praised.
(Tuấn)	(passive được)		(to praise)	
Em Tuấn	được	mẹ	khen.	
(Tuấn)	(passive được)	(mother)	(to praise)	Tuấn was praised by mother.

Sinh viên bị cô giáo phê bình. *A student was criticized by the teacher.*
Bố tôi bị công an phạt. *My father was fined by a policeman.*

Use **được** when talking about something you consider pleasant and **bị** when discussing something you consider bad and unpleasant.

d **được** placed after the verb means *to be able to, can*. (See Unit 14 for a more detailed explanation.)

Tôi nói được tiếng Việt. *I can speak Vietnamese.*

2 Tại sao/Vì sao/Sao *Why?*

When asking *Why?*, the Vietnamese use **Tại sao? Vì sao?** or **Sao?**

For example:

Tại sao anh không đến thăm tôi? *Why didn't you come to visit me?*
Vì sao chị đến muộn? *Why did you arrive late?*
Sao anh buồn thế? *Why are you so sad?*

3 Vì ... nên: answering a 'why' question

When answering a *why* question, we use the following conjunctions:

Vì *because*

Nên *therefore*

Vì ... nên

Tại sao anh ấy buồn?	Why is he sad?
Anh ấy buồn vì anh ấy ốm.	He is sad because he is ill.
Vì trời lạnh nên chúng tôi không đi chơi.	Because it [the weather] was cold [therefore] we did go for a walk.
Trời lạnh nên chúng tôi không đi chơi.	It was cold, that's why we did not go for a walk.
Chúng tôi không đi chơi vì trời lạnh.	We did not go for a walk because it was cold.
Vì quyển sách này rất hay nên chị ấy đã mua quyển này.	Because this book is very interesting [therefore] I want to buy it.
Quyển sách này rất hay nên chị ấy đã mua quyển này.	This book is very interesting; that's why she bought it.
Chị ấy đã mua quyển sách này vì quyển này rất hay.	She bought this book because it is very interesting.

Hội thoại 2 *Conversation 2*

Thủy is worried about her friend.

TR 12, 1.20

Thủy	Helen, hôm nay Helen có khỏe không?
Helen	Không, hôm nay tôi không khỏe lắm. Tôi thấy khó chịu quá! Tôi bị nhức đầu và bị đau bụng.
Thủy	Chị đau bụng nhiều không? Chị có ăn gì lạ không?
Helen	Tôi không nhớ. Nhưng suốt hôm qua tôi không muốn ăn uống gì cả.
Thủy	Mặt chị đỏ lắm. Chị có bị sốt không?
Helen	Tôi chưa cặp nhiệt độ.
Thủy	Để tôi lấy thuốc cho chị nhé? Uống thuốc đi!

khó chịu *uneasy*
nhức đầu *to have a headache*
đau bụng *to have stomach-ache*
lạ *strange, unusual*
nhớ *remember*
cặp nhiệt độ *to take (one's) temperature*

Exercises

1 First ask what the matter is with somebody, then reply.
For example:
> **Bà Mai (đau bụng)**
> **Bà Mai làm sao? Bà Mai bị đau bụng.**

- **a** ông Tuấn (chóng mặt)
- **b** em gái tôi (sốt cao)
- **c** bố anh Bích (ốm nặng)
- **d** cô giáo Liên (đau răng)
- **e** ông Baker (ho)
- **f** con gái tôi (cảm)

2 Say why the people concerned did not go to work today.
For example:
> **cô Hoa (bị đau đầu)**
> **Hôm nay cô Hoa không đi làm được vì bị đau đầu.**

- **a** anh Hùng (viêm họng)
- **b** bố tôi (bệnh tim)
- **c** em gái tôi (đau răng)
- **d** mẹ tôi (sốt)
- **e** nhà báo Hùng (gãy chân)
- **f** thư ký Lan (nhỡ tàu)

3 Answer the following questions:
> **Tại sao chị không đi chơi? (trời mưa)**
> **Tôi không đi chơi vì trời mưa.**

Vì trời mưa nên tôi không đi chơi.
Trời mưa nên tôi không đi chơi.

   a Tại sao anh không đi học? (ốm)
   b Vì sao anh đến muộn? (đồng hồ tôi chậm)
   c Tại sao anh vui thế? (nhận thư của gia đình)
   d Tại sao anh muốn đi chợ? (cần mua hoa quả tươi)
   e Tại sao ông ấy buồn? (vợ của ông ốm)
   f Tại sao anh đi bệnh viện? (thăm bạn tôi)
   g Tại sao anh không đi xem phim? (bận quá)
   h Tại sao anh không mua hoa cho mẹ? (quên)

4 Join the following sentences using **vì ... nên**. For example:
Trời mưa. Chúng tôi ở nhà.
Vì trời mưa nên chúng tôi ở nhà.

   a Tiếng Việt khó. Tôi phải học nhiều.
   b Thành phố Huế đẹp. Nhiều người nước ngoài đi thăm.
   c Tôi không thể gặp cô. Hôm nay cô Hoa bận.
   d Hiệu ăn này rất tốt. Hiệu ăn này thường đông người.
   e Tôi bị nhức đầu. Tôi phải đi thăm bác sĩ.
   f Tôi chưa mua xe đạp. Tôi phải đi bộ.
   g Tôi vui. Tôi nhận được thư của gia đình.
   h Tối qua anh ấy đi ngủ sớm. Anh ấy mệt.

5 Transform these sentences to create a passive meaning. For example:
Bố tôi lái ô tô nhanh lắm. Công an phạt bố tôi.
Bố tôi bị công an phạt. (*My father was fined by a policeman.*)

   a Bạn tôi mời tôi đi xem hát.
   b Khách du lịch khen cô Lan – thư ký của Công ty du lịch Hà Nội.
   c Hôm qua tôi đến muộn. Cô giáo đã phê bình tôi.
   d Các nhà phê bình thích quyển tiểu thuyết mới nhất của Dương Thu Hương.
   e Tôi phải đi đến bệnh viện vì con chó của tôi cắn tôi.

       nhà phê bình *critic*   **cắn** *bite*

6 Give English equivalents:

Chị ấy được một bông hoa đẹp.

Đôi giầy của tôi bị bẩn.

Các sinh viên năm thứ nhất được đi thăm Đà Lạt.

Trên đường đến ngân hàng ông Baker đã bị mưa.

Hôm qua tôi được thư bố mẹ tôi.

Ông ấy phải nằm ở bệnh viện vì ông ấy bị ốm nặng.

7 Translate the following sentences into Vietnamese:

Don't go to school. Stay in bed, drink some hot tea and take this medicine. Tomorrow you should feel better.

On Saturday afternoon I played football with my friends. When I returned home, my leg was hurting and I had to see the doctor the next morning.

Don't worry, it is not a serious illness – you have flu.

I have a headache, have you got any headache pills?

Last week I played football and I broke my leg.

8 Match each question with a suitable answer. (This exercise requires a *because* answer to a *why* question.)

Tại sao anh đến muộn?	mẹ tôi bị ốm nặng
Tại sao em khóc?	phải ra sân bay
Vì sao anh buồn?	không an toàn
Tại sao anh không thích khách sạn này?	hôm nay trời mưa to
Vì sao ông dậy sớm?	khá bẩn và đông người
Tại sao chị ở nhà?	xe đạp tôi bị hỏng
Vì sao anh không thích chơi thể thao?	bị lạc đường

9 Give Vietnamese equivalents:

The weather in England is usually bad, that's why many people go to the seaside when it is sunny.

I am sorry I did not come to see you; I was very tired.

I have to go to the market because I have guests tonight.

I did not go to the cinema because I have already seen the film.

Have you met his wife? No, I have not met her yet because I was ill.

Write him a letter because I have forgotten his telephone number.

We don't need to go by car because the hospital is not far away.
Many foreigners come to visit Hanoi because it is a lovely city.
Vietnamese people usually go by bicycle because it is very convenient.

10 Which of the following sentences below would you use to tell to your doctor that you have a stomach-ache?

   a Thưa bác sĩ, hôm nay tôi thấy khó chịu, không ăn, không ngủ được.

   b Thưa bác sĩ, đêm qua tôi bị sốt cao.

   c Thưa bác sĩ, tôi bị đau bụng.

11 Give Vietnamese equivalents:

   a *What's the matter with you?*
   I have a terrible headache and my stomach hurts, too.
   Have you got a temperature?
   No, I have not.
   Go home and rest. And take this medicine three times a day.

   b *Where are you going?*
   I am going to the hospital to visit my friend.
   What's wrong with her?
   She broke her leg and must stay in hospital for a week.

   c *Helen, have you got any aspirin?*
   I am sorry, I haven't. But I can go to the pharmacy and buy some.
   Thank you.

   d *What's the matter with you?*
   I am not sure. I feel tired and dizzy.
   You should go and see a doctor.
   Yes, I know. I phoned the surgery and I am going there this afternoon.

Reading

Read the following text from an educational leaflet on 'How to stay healthy'.

Những lời khuyên của bác sĩ

1 ăn uống một cách lành mạnh (ăn cách lành mạnh không nghĩa là anh phải từ bỏ tất cả những thức ăn mà anh thích); ăn nhiều loại thức ăn khác nhau, đừng ăn thức ăn có nhiều mỡ và đường; ăn nhiều rau và rau sống; ăn cá hoặc thịt gà; đừng uống nhiều rượu.

2 cố gắng đi bộ nhiều hơn; nếu bạn thường dùng xe hoặc sử dụng phương tiện giao thông công cộng trong một đoạn đường ngắn, tại sao không cố gắng đi bộ thay thế.

3 đi xe đạp, chạy bộ, bơi lội, nhảy múa hoặc làm cái gì khác mà bạn thích.

4 đi bộ lên cầu thang tốt hơn là sử dụng thang máy.

5 cố gắng tập thể dục hai hoặc ba lần trong một tuần, mỗi lần 20–30 phút. Bắt đầu nhẹ nhàng và tăng lên từ từ.

6 bỏ hút thuốc (suy nghĩ lý do tại sao anh muốn bỏ hút thuốc; một số người thấy là dễ dàng hơn nếu bỏ thuốc cùng với bạn – bạn có thể giúp đỡ nhau; nghĩ về số tiền anh có thể dành được và anh sẽ dùng số tiền có thêm đó để làm gì).

A full translation of the reading is given in the translations section at the end of the book.

The following riddle (**câu đố**) uses several words for parts of the body. Can you find the right answer?

Câu đố
Có tay, có cổ, có vai
Cái đầu không có, nhưng ai cũng cần!
Đó là gì?

(Cái áo)

SUMMARY

At the end of this unit, you should know how to:

1 Ask why something happened:
Tại sao anh học tiếng Việt?
Vì sao chị không lên lớp?

2 Give reasons for doing something:
Tôi đến muộn vì…
Tôi lo lắng vì mẹ tôi đang ốm.

3 Convey a positive or negative attitude to the statement you are making:
Chúng tôi được nghỉ hè.
Hôm qua bạn tôi được đi xem kịch.

4 Say that you can/cannot do something:
Anh tôi không nói được tiếng Pháp.
Tôi không đi chơi được vì tôi bị gây chân.

5 Express passive meaning. For example:
Anh bị giám đốc phê bình vì đi làm muộn.
Em gái tôi được mẹ tôi khen.

6 Name the main parts of the body

7 Describe various ilnesses and pains

8 Handle a visit to a doctor.

Here are some more exercises – just in case you need the practice!

1 Complete the following sentences by selecting a suitable answer from the right-hand column:

a Chúng tôi về nhà sớm   i vì bị lạc đường

b Tôi không chơi bóng đá   ii vì bị mất xe đạp

   được   iii vì tôi bị gãy chân

c Tôi lo lắng   iv vì bộ phim chán

d Tôi phải mặc áo quần ấm   v vì mẹ tôi đang nằm viện.

e Tôi đến muộn   vi vì mùa đông ở Việt Nam r

f Anh tôi phải đi bộ   lạnh

2 You should be able to translate the following sentences into English:

a Vì ốm nên tôi không thể đến dự lễ sinh nhật của bạn.

b Tôi không ăn được gì cả vì tôi bị đau bụng.

c Vì thích nấu ăn, Minh đã mua một cuốn sách dạy nấu các món ăn Việt Nam.

d Chúng tôi không làm việc được vì mất điện.

e Tôi không đi xem hát vì không có vé.

f Hôm qua anh không đi họp vì bị ốm.

1 Why are you learning Vietnamese? / Why did you not come to school? 2 I came late because ... / I am worried because my mum is ill. 3 We had a summer holiday. / Yesterday my friend went to see a play. 4 I cannot speak French / I cannot go for a walk because my leg is broken. 5 He was critisized by the director because he was late for work. / My younger sister was praised by mum.

1 (a) iv (b) iii (c) v (d) vi (e) i (f) ii 2 (a) I cannot go to my friend's birthday party because I am ill. (b) I cannot eat anything because my stimach aches. (c) Minh bought a Vietnamese cookery book because she likes cooking. (d) We could not work because of a power cut. (e) I could not go to the theatre because I did not have a ticket. (f) Yesterday I did not go to the meeting because I was ill.

12

Anh có biết hiệu ăn nào ngon không?
Do you know a good restaurant?

In this unit you will learn
- *How to order a meal in a restaurant*
- *How to familiarize yourself with some Vietnamese dishes and ingredients*
- *How to express the meaning of* instead of
- *How to use conjunctions* nếu ... thì (if ... then)
- *How to form the vocative*

The well-known Vietnamese writer Thạch Lam once wrote:

Muốn biết rõ một thành phố, không cần phải biết những lâu đài mỹ thuật, những nhà bảo tàng, những tờ báo hay những nhà văn, nhưng cần phải biết những chốn mà dân thành phố ấy ăn chơi. Ăn và chơi, phải, đó là hai điều hành động mà trong ấy người ta tỏ rõ cái tâm tính, cái linh hồn mình một cách chân thực nhất.

If you want to know a town properly, you don't need to know all the palaces, museums, newspapers or writers, but you need to know the places where people eat and enjoy themselves. Eating and having a good time, are, after all, two activities in which a person's real heart and soul are most truthfully reflected.

(Thạch Lam: Hà Nội băm sáu phố phường)

Hội thoại hàng ngày *Everyday conversation*

Mary has just arrived in Hanoi to visit David. Together with their Vietnamese friends, Nam and Hoa, they have spent all day walking around Hanoi. Tired, they have just stopped for a drink.

TR 13

Người phục vụ	Các vị uống gì?
David	Ừ, tôi khát quá!
Nam	Xin cho chúng tôi hai chai bia lạnh.
Hoa	Làm ơn cho tôi một tách cà phê sữa. Còn chị Mary, chị thích uống gì? Chị thích uống cà phê hay bia?
Mary	Không, tôi không thích cả bia lẫn cà phê.
Hoa	Nếu vậy thì uống nước chanh hay nước cam đi!
Mary	Xin một cốc nước chanh.
Người phục vụ	Chị dùng đá không?
Mary	Ít thôi. Cảm ơn.
David	Mary chưa bao giờ ăn món ăn Việt Nam. Chúng mình đi một hiệu ăn đặc sản Việt Nam đi!
Hoa	Tốt lắm. Anh có biết hiệu ăn nào ngon không?
Nam	Người ta nói hiệu ăn Bông Sen có nhiều món ăn đặc sản ngon lắm. Nhưng hiệu ăn này thường rất đông.
David	Không sao, nếu đông người thì chúng mình đi một hiệu ăn khác.
Hoa	Người Việt Nam ăn bằng đũa. Chị Mary có biết cầm đũa không?
Mary	Biết nhưng không thạo lắm.
Hoa	Đừng lo, nếu không ăn bằng đũa được thì ăn bằng thìa vậy!
David	Tôi đói lắm, chúng ta nhanh lên đi!

bia *beer*
tách *cup*
cà phê *coffee*
sữa *milk*
cả bia lẫn cà phê *both beer and coffee*
nước chanh *lemonade*
nước cam *orange juice*
cốc *glass*
đá (Chị dùng đá không?) *ice (Do you take ice?)*
món ăn *dish, course*
đặc sản *special (dish), speciality*
đũa *chopsticks*
cầm *to hold*
thạo *skilful, experienced*
thìa *spoon*
nhanh lên *hurry up*

Activities

Comprehension:

   a Does Hoa like milk in her coffee?
   b What does Mary order to drink?
   c Does Mary want some ice in her drink?
   d Is Mary familiar with Vietnamese cuisine?
   e Where do they all decide to go later? Whose suggestion was it?
   f What is the Bông Sen restaurant famous for? What type of food do they serve there?
   g Will the chopsticks be a problem for Mary?

True or false?

   a Mary thích cà phê.
   b Mary chưa bao giờ ăn món ăn Việt Nam.
   c Hiệu ăn Bông Sen thường đông quá.
   d Chị Mary có biết cầm đũa.

Vietnamese food

Rice

In Vietnam, as in the whole of Asia, rice is the main food. It accompanies all meals. There are many types of rice and the Vietnamese language reflects this variety with a whole list of expressions. The main types of rice are **lúa tẻ** (*ordinary, non-sticky rice*) and **lúa nếp** (*glutinous, sticky rice*). The Vietnamese language is rich in words describing various stages in growing, harvesting and preparing rice. **Mạ** refers to a rice seedling, **lúa** is an expression used for the rice plant growing in the field, **thóc** is harvested but unhusked rice, the word **gạo** describes husked rice, and finally, **cơm** refers to cooked rice.

▶ **nem rán/nem Sài Gòn/chả giò** are three expressions used for *spring rolls*; **nem rán** or **nem Sài Gòn** are terms used in the north while **chả giò** is a South Vietnamese expression.

▶ **nước mắm** is a sauce made from fermented salted fish with a strong aroma. It is used for cooking and dipping. The most famous type is manufactured in Phú Quốc.

Vegetarian cooking

There is a long tradition of vegetarianism in Vietnam. With its roots in Buddhism, vegetarian cooking has been perfected over many years and some regions are famous for their rich and delicious vegetarian cuisine. It is not surprising that one of the most renowned vegetarian cuisines is that of Huế – the traditional centre of Buddhism in Vietnam. The art of Vietnamese vegetarian cooking lies in the ability to make vegetarian meals look like non-vegetarian. Vietnamese women are skilled in preparing sumptuous feasts which include vegetarian versions of many famous Vietnamese specialities (replacing the meat with soya, bean curd, beans or mushrooms).

Grammatical points

1 nếu ... thì *if ... then*

Nếu ... thì is a conjunction construction expressing the conditional meaning of *if ... then*. For example:

Nếu trời không mưa thì tôi sẽ chơi ten nít.	If it does not rain then I shall play tennis.
Nếu anh muốn biết tiếng Việt thì anh phải học nhiều.	If you want to know Vietnamese [then] you have to study a lot.

2 vậy *instead*

Vậy at the end of a sentence is used to express the meaning *instead*. For example:

Nếu anh không biết cầm đũa thì ăn bằng thìa vậy!	If you don't know how to hold chopsticks then eat with a spoon instead.

3 Expressions denoting quantity *(nhiều, ít, đủ, thiếu, thừa, đông, vắng, đầy)*

nhiều	*be a large amount, much, many, a lot*	**Mẹ tôi làm việc nhiều.** *My mother works a lot.*
ít	*be a small amount, little, few*	**Tôi ít tiền.** *I have little money.*
thiếu	*(to have) lack*	**Em trai tôi luôn luôn thiếu tiền.** *My younger brother always lacks money.*
đủ	*(to have) enough*	**Tôi không đủ tiền để mua ô tô.** *I don't have enough money to buy a car.*
thừa	*(to have) too much, too many*	**Phòng này thừa bàn.** *There are too many tables in this room. (There is a surplus of tables in this room.)*
đông	*(to be) full (with people), to be crowded*	**Khách sạn này thường đông người.** *This hotel is often crowded (full of people).*
vắng	*(to be) empty (of people), to be deserted*	**Vào buổi tối các đường phố Hà Nội vắng người.** *In the evening the streets of Hanoi are deserted.*
đầy	*to be full (of), filled with*	**Chai này đầy nước.** *This bottle is full of water*

Note: đông (người) and **vắng (người)** can only be used when referring to people.

Insight

Expressions indicating quantity in Vietnamese can be used as predicates, i.e. they contain verbal meaning, and you, therefore, do not have to add a verb such as *to have*.

Make sure you remember that **đông** and **vắng** can only be used when refering to people.

---

4 Vocative

thưa is a vocative particle used when addressing somebody; it always precedes the noun (kinship term, proper name) referring to the person addressed; **thưa** is formal, polite, respectful vocative:

Thưa ông!	*Sir!*
Thưa bà!	*Madam!*
Thưa bác sĩ!	*Doctor!*

ơi is another vocative particle, this time informal, familiar; **ơi** is placed after the noun referring to the person being addressed:

Anh ơi!	*You!*
Hoa ơi!	*Hoa!*

The word **đồng chí** (*comrade*) is frequently used in official contact in Vietnam. For example, most of the official speeches would start with **Thưa các đồng chí!** This is often used even for non-party members in official contact or for correspondence. However, be careful with this expression; you could easily offend somebody. (Perhaps it is fair to say that you are not likely to encounter many situations when you would need to address somebody in this way and where another form of address would not be acceptable.)

5 cả ... lẫn *both ... and*

The phrase *both ... and* is in Vietnamese expressed by **cả ... lẫn**.

Tôi cả biết tiếng Pháp lẫn biết tiếng Đức.	*I know both French and German.*
Anh tôi thích cả thể thao lẫn âm nhạc.	*My older brother likes sport and music.*

6 Another meaning of *bằng*: 'eating with'

In addition to other meanings **bằng** is also used to express what we can eat with.

Tôi chưa bao giờ ăn bằng đũa.	*I have never eaten with chopsticks.*
Người châu Âu ăn bằng thìa, nĩa và dao.	*Europeans eat with spoon, fork and knife.*

Hội thoại 2 *Conversation 2*

Following David's wish to get Mary to try some Vietnamese specialities, the four of them have just arrived at the restaurant.

Người phục vụ	Chào các vị.
Nam	Chào anh, xếp cho chúng tôi một bàn bốn người.
Người phục vụ	Mời các vị theo tôi. Xin mời ngồi bàn này. Đây là thực đơn ạ.
Nam	Cám ơn. Mary muốn ăn gì?
Mary	Tôi không biết gì về món ăn Việt Nam. Anh gọi cho tôi đi. Gì cũng được.
Nam	Chị đã ăn món bánh cuốn bao giờ chưa?
Mary	Chưa.
Nam	Thế thì ăn thử đi! Ngon tuyệt!
Mary	Tốt lắm.
Nam	Thế thì một bát phở bò và bánh cuốn cho Mary. Còn David, anh thích ăn gì?
David	Tôi sẽ lấy món ưa thích của tôi – nem rán. Hiệu này nổi tiếng về nem rán. Còn món tiếp ... tôi muốn gọi gà xào sả ớt.
	(Contd)

Nam	Hôm nay tôi thích ăn cá. Cho tôi xin cá hấp nấm hương còn bánh tôm nữa.
Hoa	Hiệu này có món ăn chay nào không?
Người phục vụ	Có, nấm xào, nem chay, rau xào, mì xào …
Hoa	Cho tôi một đĩa mì xào và một đĩa rau xào.
Người phục vụ	Thế thì một bát phở bò, một đĩa bánh cuốn, một đĩa nem rán, gà xào sả ớt, cá hấp, bánh tôm, mì xào, rau xào … Thêm gì nữa không?
Nam	Để bắt đầu, chúng tôi muốn thử xúp lươn. Cho thêm hai bát cơm chiên nhé.
Người phục vụ	Dạ vâng, cảm ơn anh. Xin chờ một chút.
Người phục vụ	Các món ăn của các anh chị đây! Có nước mắm, hạt tiêu, ớt đây.
Nam	Cảm ơn anh.

QUICK VOCAB

xếp *to arrange, set up*

thực đơn *menu*

gọi *call (here: to order)*

gì cũng được *anything would be fine*

bánh *cake, pie, pastry*

bánh cuốn *steamed, stuffed pancakes*

thử (ăn thử) *to try*

ngon tuyệt *delicious*

bát *bowl*

phở *noodle soup*

nem rán *spring rolls*

nổi tiếng (về) *famous (for)*

món tiếp *next course, dish*

gà *chicken*

xào *stir fry*

sả *lemon grass*

ớt *chillies*

cá *fish*

cá hấp nấm hương *steamed fish with mushrooms*

bánh tôm *shrimp cake*

ăn chay *to be a vegetarian*

rau *vegetables*

mì *noodles*
đĩa *plate (a serving of)*
xúp (lươn) *soup (eel soup)*
cơm chiên *fried rice*
nước mắm *fish sauce*
hạt tiêu *pepper*

thực phẩm *food*

bánh mì	*bread*	**hạt tiêu**	*pepper*
bơ	*butter*	**muối**	*salt*
sữa	*milk*	**gia vị**	*spices*
thịt	*meat*	**kem**	*ice cream*
thịt bò	*beef*	**bánh ga-tô**	*cake*
thịt lợn	*pork*	**mứt**	*jam*
cá	*fish*	**sô-cô-la**	*chocolate*
vịt	*duck*	**ca-cao**	*cocoa*
gà	*chicken*	**kẹo**	*sweets*
trứng	*egg*		
		rau	*vegetables*
hoa quả	*fruit*	**khoai**	*sweet potato*
dứa	*pineapple*	**khoai tây**	*potato*
dừa	*coconut*	**hành**	*onion*
chuối	*banana*	**nấm**	*mushroom*
đào	*peach*	**cà rốt**	*carrot*
cam	*orange*	**dưa chuột**	*cucumber*
chanh	*lemon*	**cà chua**	*tomato*
bưởi	*grapefruit*	**bắp cải**	*cabbage*
quít	*tangerine*	**đậu, đỗ**	*beans*
xoài	*mango*	**đậu xanh**	*peas*
đu đủ	*papaya*	**xà lách**	*salad*
nho	*grapes*	**măng**	*bamboo shoot*
sầu riêng	*durian*	**giá**	*bean sprout*
vải	*lychee*		
chôm chôm	*rambutan*	**tương**	*soy sauce*
nhãn	*longan*		

> ## Insight
> Remember the following expressions indicating various tastes:
> **đắng** *bitter*, **cay** *hot, spicy*, **ngọt** *sweet*, **chua** *sour*, **nhạt** *bland, tasteless*.

Exercises

1 What are the following dishes like? Answer, making use of the suggestions in parentheses.

    a Chị thấy món nem rán này thế nào? (ngon tuyệt)

    b Các anh thấy phở bò này thế nào? (mặn qúa)

    c Cà phê này thế nào? (ngọt lắm)

    d Anh David, anh thấy bia này thế nào? (ngon nhưng không lạnh)

    e Bà thấy món gà xào dứa thế nào? (cay lắm nhưng ngon tuyệt)

    f Rau này thế nào? (không tươi)

2 Complete the following choosing a suitable phrase from among those suggested on the right-hand side. (This exercise gives you practice in *if … then* clauses.)

    a Nếu anh không muốn ăm cơm Việt Nam thì _____.   hãy uống thuốc.

                                                  anh nên đi thăm.

    b Nếu chị không nhớ số điện thoại của   đi xem hát với tôi.

    c Nam thì _____.   hỏi anh ấy.

    d Nếu anh vẫn đau đầu thì _____.   ăn cơm Tây.

    e Nếu cô không thích áo len xanh này   xem bản đồ đi.

        thì _____.   mua áo len nâu.

    f Nếu anh rỗi thì _____.   anh lấy xích lô đi.

    g Nếu anh chưa bao giờ thăm vịnh Hạ Long thì _____.

    h Nếu khách sạn Thắng lợi xa trung tâm thì _____.

    i Nếu chị bị lạc đường thì _____.

3 Use **nếu … thì** in the following sentences. For example:

    Em không mặc ấm. Em bị ho.

    Nếu không mặc ấm thì em bị ho.

a Chúng tôi không đi nhanh hơn. Chúng tôi nhỡ tàu.
b Anh không bổ hút thuốc. Anh bị ốm nặng.
c Anh có tiền. Anh sẽ đi du lịch.
d Chị không viết thư cho gia đình. Bố mẹ chị sẽ buồn.
e Trời mưa. Chúng tôi ở nhà.
f Tôi rỗi. Tôi sẽ đi dạo.

4 How would you say the following in Vietnamese?

a *My mother cooks delicious Vietnamese specialities.*
I like spring rolls, my brother prefers stir-fried shrimps and my father likes sweet and sour chicken.
If you want to cook spring rolls, you need some meat, noodles, vegetables, salt, pepper and some other spices.
David is a vegetarian, he does not eat meat.
I like iced coffee with a little bit of sugar.
This grapefruit juice is very cold.
My wife does not like cooking; we usually eat in restaurants.
Let's buy these oranges, they are fresh and juicy.
Could you help me to lay the table, please?
I don't know how to eat with chopsticks.
Would you like a beer or mineral water? (**nước khoáng**)

b *I cannot buy a new car because I don't have enough money.*
Last night the cinema was crowded.
In the morning I walk to my office because I hate crowded buses.
There are too many books on this shelf.
The Hoa Sen restaurant is usually full but last night it was deserted.
This glass is full of orange juice.
The theatre was full of people.

5 Make the following suggestions to your friend:
If you don't like fish then eat some beef instead.
If you don't want to meet him, write him a letter instead.
If you are busy today, visit him tomorrow instead.
If you don't have enough money to buy a new bicycle, buy an old one instead.

If you don't like the red shirt, buy the brown one instead.
If you don't want to watch TV, come and visit me instead.

6 Translate into English:

  a **A** Chào chị. Mời chị vào. Chị uống gì? Nước chè hay cà phê?

      B Cho tôi cà phê.

      A Chị uống với đường không?

      B Không, cảm ơn anh.

  b **A** Món này thật là ngon!

      B Chị có biết nấu ăn không?

      A Biết nhưng ít thôi.

      B Chị có thể giúp tôi làm nem rán không?

      A Chị đi mua các thứ còn tôi chuẩn bị làm nem.

7 Consult the menu that follows and try to help your friend who does not speak Vietnamese and who

  a is vegetarian

  b wants a mushroom dish

  c prefers vegetables

  d does not like spring rolls

  e just wants some soup

  f wants to have a noodle dish

to make his choice.

Khách sạn Quê hương	Thực đơn
súp lươn	cá nấu bia
súp rau	gà nấu nấm
súp cua	gà xào sả ớt
phở gà	vịt tần hạt sen
phở bò	thịt bò xào chanh
nem rán	bún thịt nướng
nem chay	miến xào
cua luộc	miến gà
cá chua ngọt	rau xào
tôm nướng	cơm chiên

Reading

Read this text; look up all new words in the vocabulary at the end of the book.

Cơm chay Huế

Huế là một trong những trung tâm văn hóa và du lịch của Việt Nam. Nhiều người thăm Huế để ngắm các di tích lịch sử (Huế có gần trăm ngôi chùa), du thuyền trên sông Hương, còn nhiều khách du lịch cũng thăm Huế để ăn thử các món đặc sản của Huế. Huế nổi tiếng về những món ăn đặc biệt trong đó là những món ăn chay. Cơm chay Huế là một trong những nghệ thuật nấu ăn lâu đời. Nghệ thuật nấu cơm chay tồn tại với sự phát triển cưa đạo Phật ở Việt Nam. Huế có cơm chay ngon vì đây là thủ đô của Phật giáo ở Việt Nam. Có nhiều món ăn chay ngon. Bạn có thể khó nhận ra món đó được làm bằng thứ gì. Cái tài của các bà ở đây là với tất cả sản vật thiên nhiên, không thịt cá gì mà vẫn làm nên giò lụa, nem Sài Gòn, thịt gà ...

  a How many pagodas are there in Huế?
  b On which river is Huế located?
  c Huế is a traditional centre of which religion?
  d Why does Huế have such an elaborate vegetarian cuisine?

A full translation of the reading is given in the translations section at the end of the book.

Tục ngữ *Proverbs*

Ăn ít ngon nhiều.
The less we eat, the more tasty the food is.

Cơm với cá như mạ với con.
Rice and fish belong together like mother and child.

Rượu vào lời ra.
Alcohol makes one talk.

Try to understand the following recipe. The recipe is a real one and you can try to make it.

Thịt gà xào gừng
(Stir-fried chicken with lemon grass and ginger)

Vật liệu

0.5 kg thịt lườn gà
0.05 kg gừng (một nhánh gừng bằng ngón tay)
2 nhánh tỏi
1 củ hành tây
1 tép sả
2 thìa dầu ăn, một thìa dầu dấm
2 thìa nước mắm, một ít muối mùi/ngò để trang trí

Cách làm

1 Lườn gà cắt thành từng miếng dài, nhỏ khoảng 1 cm
2 Sả thái mỏng 1–2 mm
3 Gừng gọt vỏ, thái mỏng rồi thái thành sợi như que diêm, cho gừng vào một bát nhỏ ướp với 1 thìa dầu dấm.
4 Hành tây thái dọc thành miếng bằng ngón tay.
5 Tỏi băm nhỏ.
6 Đun sôi dầu ăn, cho tỏi, hành, sả vào, khi thấy mùi thơm (khoảng 2 phút sau) cho thịt gà vào xào, khi thịt gà săn lại cho bát gừng dấm vào trộn đều. Hạ bớt lửa, cho nước mắm, muối vừa ăn, thỉnh thoảng đảo đều, khi gà chín (khoảng 6–8 phút) xúc ra đĩa, bày rau mùi lên trên. Món này ăn nóng với cơm.

gừng *ginger*
thái mỏng *slice*
thịt lườn gà *fillet of chicken*
gọt *peel*
nhánh lit. *shoot, branch,* here *'piece'*
vỏ *skin, rind*

ngón tay *finger* (**một nhánh gừng bằng ngón tay** – '*a finger long*' *piece of ginger*)

sợi *string, thread*

tỏi *garlic*

que diêm *match*

củ *tuber, root*

băm *chop, mince*

hành *onion*

đun sôi *boil*

tép *small bit, section*

mùi thơm *aroma*

dầu ăn *cooking oil*

săn lại *condense*

dầu dấm *vinegar*

trộn *mix*

ngò, mùi *coriander*

hạ bớt lửa *reduce heat*

trang trí *to decorate* (here: *to garnish*)

đảo *turn*

cắt *to cut*

xúc ra *scoop up*

miếng *piece*

bày *arrange*

Time to test your knowledge!

SUMMARY

1 Which of the following statements are correct?

  a Người Trung Quốc ăn bằng đũa.

  b Người Châu Âu ăn bằng thìa.

  c Người ta thường ăn xúp bằng thìa.

2 Do you agree with the following statements?

  a Cơm bình dân Việt Nam rất rẻ.

  b Món ăn Việt Nam rất ngon nhưng mất nhiều thời gian chuẩn bị.

  c Cà phê Việt Nam không những ngon mà còn rẻ nữa.

  d Ở Việt Nam phố nào cũng có quán phở.

  e Phở là món ưa thích của người Việt Nam.

3 How would you ask your colleague what her favourite Vietnamese dish is?

  a Món nào của Việt Nam chị thích nhất?

  b Chị có thích nấu món gì?

  c Chị có thích nem rán không?

4 You join your Vietnamese colleagues for lunch. One of them asks the waiter: '**Hôm nay có món gì đặc biệt không?**' What does he want to know?

  a Is the fish fresh?

  b Do you have any vegetarian dishes?

  c Do you have any 'today's specials'?

5 Can you provide English translations of the following sentences?

  a Cuộc họp hôm nay đông người.

  b Bà ấy đọc rất ít sách.

  c Tối qua rạp chiếu phim rất vắng.

  d Nhiều người nước ngoài đến thăm miền Trung Việt Nam.

  e Tôi ít khi gặp được anh ấy.

  f Tôi thiếu tiền để đi du lịch.

1 a, b, c **3** a **4** c **5** (a) There were many people at today's meeting. (b) She reads very little. (c) Last evening the cinema was deserted. (d) Many foreigners visit central Vietnam. (e) I seldom meet him. (f) I lack money to go travelling.

13

Chị đã xem dự báo thời tiết chưa?

Have you seen the weather forecast yet?

In this unit you will learn
- *How to talk about the weather and understand a weather forecast*
- *How to describe the seasons*
- *How to say what you are wearing*
- *How use the conjunctions* khi … thì *(when … then)*
- *How to say* not only … but also
- *How to use* theo *to express your opinion*

Hội thoại hàng ngày *Everyday conversation*

Richard is thinking of going to Vietnam. He is talking with his Vietnamese friend Nam and to David (an Englishman who travels to Vietnam frequently) about the best time to go.

Richard	Anh Nam, mùa nào đẹp nhất để đi thăm Việt Nam?
Nam	Rất khó nói. Mình thích mùa thu nhất.
Richard	Tại sao?

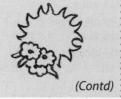

(Contd)

Nam	Mùa thu ở Việt Nam rất đẹp – thời tiết không những đẹp mà còn dễ chịu nữa.
David	Tôi đồng ý, tôi đã ở Việt Nam lâu rồi. Mùa thu trời mát. Hơn nữa ít khi có mưa! Nhưng tôi ghét mùa đông – trời không những lạnh mà còn ẩm nữa!
Nam	Đúng thế, nhiệt độ trung bình vào mùa đông chỉ khoảng 11°C.
Richard	Tôi nghĩ rằng ở Việt Nam không có mùa đông.
Nam	Có chứ! Miền Bắc Việt Nam có bốn mùa như châu Âu. Miền Nam chỉ có hai mùa – mùa mưa và mùa khô.
David	Khi thăm Việt Nam anh có thể thấy sự khác biệt về khí hậu của miền Bắc và miền Nam.
Nam	Rất nhiều người cũng thích mùa xuân ở Việt Nam vì đó là mùa của Tết nguyên đán.
David	Người Việt Nam ăn Tết rất hay. Nếu thăm Việt Nam vào thời gian này anh sẽ thấy được các phong tục Tết. Tết cũng còn có nghĩa là mùa xuân bắt đầu nên thời tiết ấm hơn. Nhưng vào mùa xuân cũng có mưa phùn.
Nam	Mùa nào cũng có cái gì đó đặc biệt.

Notes

Seasons

Here are the words for the four seasons in Vietnamese (**mùa** *season*):

mùa xuân	*spring*
mùa hè, mùa hạ	*summer*
mùa thu	*autumn*
mùa đông	*winter*

To wear

While English only uses one expression with the meaning *to wear* irrespective of what item of clothing one is wearing, Vietnamese uses a different word depending on what you are wearing.

mặc	*to wear (clothes), to put on (clothes)*
đeo (kính, đồng hồ, vòng)	*to wear (glasses, wristwatch, necklace)*
đi (giày)	*to wear (shoes)*
đội (nón)	*to wear (hat)*
bôi/xức (nước hoa)	*to wear (perfume)*

Items of clothing

Vietnamese is rather economical with expressions denoting items of clothing. Generally, **áo** is used when referring to the clothes worn on the upper part of the body and **quần** is used for the trousers. When there is a need to specify the upper garment, an additional expression is added, e.g. **áo mưa** *raincoat* (**mưa** = *rain*); **áo len** *jumper* (**len** = *wool*).

Traditional Vietnamese dress

Áo dài (a long tunic) is the national dress for women. It is worn with wide trousers. In the past, the tunic was worn more frequently; nowadays it is reserved for special occasions.

Nón (the conical hat) is a traditional hat worn as a protection against the sun, secured on the head with a ribbon fastened under the chin. As you pass through the Vietnamese countryside, you cannot fail to notice the silhouettes of farmers working on the field wearing their **nón**. The *poem hat* of Huế (**nón thơ**) is a more elaborate and decorated version of the plain **nón**. A poem or small picture is inserted in between the layers of the hat; these become visible when held up against the sun.

Grammatical points

1 không những ... mà còn... (nữa)
not only ... but also

To express the meaning of *not only ... but also* Vietnamese uses **không những ... mà còn**. The whole construction is frequently emphasized by **nữa** (*more, in addition*) at the end of a sentence.

Thời tiết ở Việt Nam không những đẹp mà còn dễ chịu (nữa).

The weather in Vietnam is not only nice but also pleasant.

Cô Hoa không những đẹp mà còn thông minh (nữa).

Miss Hoa is not only beautiful but also clever.

2 theo *to accompany, to follow*

Theo means *to accompany, to follow*

Theo con đường này và anh sẽ đến nhà ga.

Follow this road and you will come to the station.

Theo is also often used to express the meaning *according to*. For example:

Theo tôi thì mùa xuân là mùa đẹp nhất ở Việt Nam.

According to me [in my opinion] spring is the best season in Vietnam.

Theo dự báo thời tiết thì ngày mai trời sẽ mưa nhiều.

According to the weather forecast, it is going to rain a lot tomorrow.

In the following sentence, **theo** is used together with the verb **mang** (*bring*), creating the meaning *bring along*.

Trời đang mưa, anh nhớ mang theo áo mưa.

It is raining, remember to bring along a raincoat.

3 khi ... thì *when ... then*

These conjunctions are used to express the meaning *when ... then ... .*
For example:

Khi vui thì tôi hát.   *When happy I sing.*
Khi anh Peter mới bắt đầu   *When Peter began learning*
  học tiếng Việt thì anh ấy   *Vietnamese, (then) he knew*
  biết ít về nước Việt Nam.   *little about Vietnam.*

Hội thoại 2 *Conversation 2*

Why does Mary need to know the weather forecast so urgently?

TR 14

Mary	Hôm nay trời lạnh quá nhỉ? Tuần sau tôi định đi biển mà trời xấu như thế! Chị đã mua báo hôm nay chưa? Tôi muốn xem dự báo thời tiết tuần sau như thế nào.
Lan	Rồi, tôi đã mua báo hôm nay rồi. Tôi đang xem – dự báo tuần sau đây: Trời có nhiều mây, có mưa ở vài nơi, nhiệt độ trung bình 18°C.
Mary	Trời ơi! ... À, chị đang đọc dự báo khu vực Bắc bộ nhưng tôi lại đi nghỉ hè ở miền Nam! Dự báo thời tiết khu vực Nam bộ đây. 'Ít mây, trời nắng, gió nhẹ.'

QUICK VOCAB

dự báo thời tiết *the weather forecast*
mây *cloud*
vài *few, several, some*
nơi (vài nơi) *place (some places)*
khu vực *region, area*
nắng *sunny*
gió (gió nhẹ) *wind (light wind)*

Activity

Do you know the answers to these questions?

   a Where is Mary going for her holiday?
   b Has Lan bought today's newspaper?
   c Why does Mary want to see the newspaper?
   d What is the weather going to be like in the north?

Hội thoại 3 *Conversation 3*

Minh is a Vietnamese student currently spending a year in England. This being his first visit to Europe, he is not quite sure whether he is ready for the cold weather.

Paul	À, anh có áo len mới, phải không?
Minh	Mùa đông sắp đến, vì thế tôi đã mua quần áo ấm, áo len này, găng tay và khăn quàng.
Paul	Áo len mới của anh thật là đẹp. Tôi định mua áo len giống như áo len của anh. Anh có cái mũ nào không?
Minh	Anh cho rằng tôi cũng cần mũ à?
Paul	Ở đây anh cần có mũ. Vào mùa đông trời lạnh lắm. Còn nếu anh muốn lên núi thì anh cần bít tất dày.
Minh	Có lẽ tôi không đi lên núi.

QUICK VOCAB

áo len *jumper, sweater*
găng tay *gloves*
khăn quàng *scarf*
giống (như) *similar*
mũ *hat*
núi (lên núi) *mountain (go to the mountains)*
bít tất *socks*
dày *thick*

Exercises

1 Translate into English:

Anh có thích mùa xuân không? Tôi rất thích mùa xuân vì trời ấm.

Anh làm gì khi trời mưa? Khi trời mưa tôi thích ở nhà đọc sách hay xem ti-vi.

Anh nghe dự báo thời tiết ngày mai thế nào? Ngày mai trời sẽ có mưa vào buổi chiều.

Vào mùa xuân thường có mưa phùn.

Không khí Đà Lạt thế nào? Không khí Đà Lạt mát mẻ nhưng thường có sương mù.

Chị đã đọc dự báo thời tiết ngày mai chưa?

mát (mẻ) *cool, fresh*   **sương mù** *fog, mist*

2 Translate into English:

Khi tôi rỗi thì tôi thường chơi bóng bàn.

Khi mẹ tôi còn làm việc thì bà đã phải dậy rất sớm.

Khi tôi còn trẻ thì tôi thích chơi với búp bê.

Khi ông Quang còn học ở trường đại học thì ông ấy phải thuê một phòng nhỏ.

Khi không muốn nấu cơm thì cô Đào thường đi hiệu ăn Bông Sen.

Khi trời mưa tôi không thích đi chơi.

3 Join the following using **khi ... thì**. For example:

anh Trí không khỏe/ở nhà

Khi anh Trí không khỏe thì anh ở nhà.

 a thư ký Hồng phải làm việc sau giờ làm việc/rất mệt

 b chị Helen về nước/sẽ mang theo nhiều sách bằng tiếng Việt

 c anh David ra chợ/bị lạc đường

 d trời mưa/chúng tôi phải mặc áo mưa

 e em gái tôi đi bưu điện/mua hai con tem cho tôi

 f giám đốc Công ty du lịch sang nước Anh/gặp ông Baker

 g em tôi bị gãy chân/phải nằm bệnh viện ba tuần

4 How would you say the following in Vietnamese?

Don't wear this necklace to school.

Put on some warm clothes before you go out.

In winter you must wear gloves because it is very cold.

That person wearing glasses standing by the door is my younger brother.

Try this shirt on.

Young Vietnamese women don't like to wear **áo dài***, they prefer to wear European clothes.*

Why aren't you wearing your watch? It is broken.

Put on your swimsuit and let's have a swim in the sea.

5 Answer the following questions, making use of the suggested expressions:

Tại sao anh thích mùa xuân?	– thường có bão
Mùa hè ở Việt Nam là mùa như thế nào?	– tôi không phải mặc áo ấm
Tại sao anh không thích mùa đông?	– phong cảnh đẹp lắm vì có nhiều hoa
Mùa thu ở miền Bắc Việt Nam thế nào?	– dễ chịu, mát
Anh/chị thích mùa nào nhất trong năm, vì sao?	– trời không những lạnh mà còn ẩm
	– trời nóng và nắng lắm
	– có mưa phùn
	– có Tết nguyên đán
	– trời có gió

6 Form sentences using **không những ... mà còn (nữa)**. For example:

xe đạp tôi (cũ, hỏng)

Xe đạp tôi không những cũ mà còn hỏng nữa.

    a khách sạn này (tốt, thuận tiện)

    b kỹ sư Hào (thông minh, làm việc nhiều)

    c anh trai tôi (thích âm nhạc, thích thể thao)

d từ điển tiếng Việt này (mới, tốt)

e mùa hè ở Việt Nam (nóng, nắng)

f thành phố Huế (cổ, yên tĩnh)

g phim này (dài quá, chán)

h công ty du lịch (lớn, tốt)

i quả đu đủ này (tươi, ngọt lắm)

j món mì xào này (không ngon, mặn)

k tiếng Việt (hay, khó)

l cô Loan (biết tiếng Anh, biết tiếng Pháp)

m hiệu ăn 'Sông Hồng' (ngon, rẻ tiền)

n thời tiết (mưa, có sương mù)

7 Match phrases from the left-hand column with the ones on the right.

theo tôi	ngày mai trời sẽ nắng.
theo dự báo thời tiết	anh nên bỏ hút thuốc.
theo tin của Thông tấn xã Việt Nam	Việt Nam là một nước đẹp lắm.
theo ý kiến của bác sĩ	quyển sách mới nhất của Bảo Ninh
theo nhà phê bình Trí	thủ tướng Võ Văn Kiệt sẽ thăm Nhật Bản.

Thông tấn xã Việt Nam	*Vietnamese News Agency*
thủ tướng	*prime minister*

8 Give Vietnamese equivalents:

a *Are you going for a walk?*
No, it's not only cold but it is also beginning to rain.

b *What was the weather like in England?*
It was quite warm but windy.
Did it rain a lot?
No, it did not.

c *Don't forget to take a raincoat.*
Why? It's warm and sunny.
But according to the weather forecast, it will rain in the afternoon.

9 Say what you need, using the suggestions:

Khi trời mưa thì anh cần gì?	áo mưa, ô,
Khi trời lạnh thì anh phải mặc gì?	áo len, áo ấm
Khi trời có tuyết thì người ta cần gì?	mũ, khăn quàng cổ, găng tay
Khi trời nóng và nắng thì người ta cần gì?	quạt máy, tủ lạnh, áo bơi, áo cộc tay

áo cộc tay	*short-sleeved dress*
tủ lạnh	*refrigerator*
áo bơi	*swimsuit*

10 Khí hậu ở nước anh thế nào? Có giống khí hậu ở Việt Nam không?

Write a paragraph or two answering these two questions.

Reading

Can you understand this weather forecast taken from a Vietnamese newspaper?

Dự báo thời tiết ngày và đêm 22–5–2003				
Thành phố và thị xã	Thời tiết	Gió (m/s)	Nhiệt độ (°C) thấp nhất	cao nhất
Hà Nội	Ngày nắng, đêm không mưa	Đông bắc 2–4	25–27	31–33
Hạ Long và Hải Phòng	Không mưa	Đông bắc 2–4	25–27	28–30
Điện Biên	Có lúc có mưa rào và dông	Nhẹ	22–24	30–32
Huế	Không mưa	Đông bắc 2–4	24–26	31–33

Nha Trang	Có lúc mưa rào và dông	Nhẹ	24–26	31–33
Đà Lạt	Có lúc có gió nhẹ	Nhẹ	16–18	24–26
TP Hồ Chí Minh	Có lúc mưa rào và dông	Tây 3–5	24–26	30–32
Cần Thơ	Có lúc mưa rào và dông	Tây 3–5	24–26	29

lụt lội	*flood*	**mát**	*cool*
hạn hán	*drought*	**mưa rào**	*heavy shower*
sương muối	*frost*	**mây**	*cloud*
sương mù	*fog, mist*	**sáng**	*bright*
bão	*storm, typhoon*	**khó chịu**	*unpleasant, terrible*
gió mùa	*monsoon*	**dễ chịu**	*pleasant*
dông	*thunderstorm*		

SUMMARY

Here is a final checklist of issues covered in this unit and some exercises in case you need to do more revision. At the end of this unit, you should know how to:

1 Express the meaning of *'not only but also'*. For example:

    a Em gái tôi không những học tiếng Pháp mà còn học tiếng Nga nữa.

    b Cô Mai không những đẹp mà còn thông minh nữa.

    c Thành phố này không những cổ mà còn đẹp nữa.

    d Xe máy của tôi không những cũ mà còn hỏng.

    e Đường phố này không những sạch mà còn yên tĩnh nữa.

2 Use **'theo'** to indicate somebody's opinion. For example:

    a Theo bác sĩ anh nên bỏ hút thuốc.

    b Theo tôi ông ấy là người tốt.

    c Theo cô giáo cô Hoa rất chăm chỉ.

3 Create complex sentences using **khi ... thì** state (*when ... then*). For example:

    a Khi đi xe máy tôi luôn luôn đội mũ xe máy.

    b Khi tôi đủ tiền thì tôi sẽ đi du lịch.

    c Khi tôi nghe người Việt Nam nói thì tôi vẫn chưa hiểu hết.

4 Create questions using the construction **khi ... thì**. For example:

    a Khi em rỗi em thường làm gì?

    b Khi trời lạnh thì anh phải mặc gì?

5 Differentiate between the various Vietnamese expressions meaning *'to wear'*. For example:

    a Hôm nay trời rét nên tôi đi găng tay.

    b Bạn gái của tôi thích đeo nhẫn nhưng không thích đeo hoa tai.

    c Vì hôm nay trời mưa nên tôi phải mặc áo mưa.

    d Phụ nữ Việt Nam thường mặc áo dài.

    e Bố tôi phải đeo kính.

6 Describe the main items of clothing

7 Name the seasons of the year

8 Describe various weather conditions

9 Understand the weather forecast.

1 (a) My younger sister not only studies French but also Russian. (b) Mai is not only pretty but also clever. (c) This town is not only ancient but also very beautiful. (d) My motorbike is not only old but also broken. (e) This street is not only clean but also quiet. 2 (a) In his doctor's opinion, he should give up smoking. (b) In my opinion, he is a good person. (c) According to the teacher, Hoa is very hardworking. 3 (a) When I go by motorbike I always wear a helmet. (b) When I have enough money I will go travelling. (c) When I hear the Vietnamese talking I still don't understand them completely. 4 (a) What do you normally do when you are free? (b) What do you wear when the weather is cold? 5 (a) It is cold today, therefore I am wearing gloves. (b) My girlfriend likes wearing a wring but she does not like wearing earrings. (c) Because it was raining yesterday, I had to put on a raincoat. (d) Vietnamese women usually wear áo dài. (traditional Vietnamese tunic). (e) My father has to wear glasses.

14

Anh có nhắn gì không?
Do you want to leave a message?

In this unit you will learn
- *How to make a telephone call*
- *How to leave a message*
- *How to use modal verbs in Vietnamese*
- *How to use the constructions* tự ... lấy *and* một mình

Hội thoại hàng ngày *Everyday conversation*

David phones Nam to invite him out. He is having some problems getting through.

Anh Nam đang ngồi đọc sách thì nghe thấy tiếng chuông điện thoại. Anh vội chạy đến máy điện thoại.

Nam	A-lô!
David	A-lô! Anh Nam đấy phải không?
Nam	Vâng, Nam đây. Ai gọi đấy?
David	Tôi, David.
Nam	Ai đấy? Anh nói to lên! Tôi nghe không rõ.
David	David đây.
Nam	À, anh David. ... Anh David, anh đấy à? A-lô, a-lô!

TR 15

188

Sau mấy phút David gọi điện lại.

David	A-lô! Anh Nam à?
Nam	Vâng, Nam đây.
David	David đây. Xin lỗi anh, chúng ta bị ngắt mạch.
Nam	Lâu lắm không nói chuyện với anh. Có việc gì không?
David	Ở Nhà hát múa rối nước đang có một buổi biểu diễn mới. Chúng mình đi xem nhé!
Nam	Tuyệt quá nhỉ. Hôm nào chúng mình đi?
David	Tôi phải gọi điện đến Nhà hát. Tôi sẽ gọi lại cho anh sau lúc sáu giờ.
Nam	Thế thì đồng ý. Anh gọi lại nhé.

David now phones the theatre to enquire about tonight's programme.

David	A-lô! Có phải đây là Nhà hát múa rối nước không ạ?
Nhà hát	Vâng! Anh cần gì?
David	Tôi muốn hỏi, hôm nay có buổi biểu diễn nào không?
Nhà hát	Có, hôm nay có hai buổi biểu diễn-chiều và tối.
David	Buổi biểu diễn tối bắt đầu lúc mấy giờ?
Nhà hát	Bảy giờ.
David	Còn vé không ạ?
Nhà hát	Còn mấy vé.
David	Cảm ơn cô.
Nhà hát	Không dám.

ngồi *sit*
nghe thấy *hear*
tiếng chuông điện thoại *telephone bell*
ngắt mạch *to be interrupted*
nhà hát *theatre*
rối *puppet*
múa *dance*
nước *water*
múa rối nước *water puppet show*
biểu diễn *performance*
tuyệt quá! *excellent, perfect!*
đồng ý *to agree*
vé *ticket*

Activity

True or false?

a Anh David phải nói to lên vì anh Nam nghe không rõ.

b David sẽ gọi điện lại anh Nam sau lúc sáu giờ.

c Mỗi ngày ở Nhà hát múa rối nước có hai buổi biểu diễn.

d Buổi biểu diễn tối bắt đầu lúc sáu giờ.

e David muốn đi xem buổi biểu diễn tối nhưng nhà hát hết vé.

Vietnamese water puppets

Vietnamese water puppetry (**múa rối nước**) is a specific form of performing art. Its uniqueness lies in its use of a water surface as a stage for performances; the puppets are guided and controlled by puppeteers who are submerged in the water. A complex mechanism is employed to operate the puppets, creating a fascinating spectacle. A much loved character, **ông Tễu** (*buffoon, joker*), introduces the performance, comments on it and laughs with the audience. Music played on traditional Vietnamese musical instruments accompanies the show. Performances draw their themes from folklore and mythology as well as from the everyday life of ordinary farmers.

Grammatical points

1 Modal verbs

Here is a list of the main modal verbs. You already know some of them and now you have a chance to learn some more:

▶ **Muốn** *(want)*

Tôi muốn học tiếng Việt.	*I want to learn Vietnamese.*
Em gái tôi muốn đi chơi	*My younger sister wants to go for*
với tôi.	*a walk with me.*

▶ **Nên** *(ought to, should)*

Anh ấy nên lấy xích lô.	*You should take a cyclo.*
Anh ấy không nên uống rượu.	*He should not drink alcohol.*

▶ **Phải** *(must)*

Chị ấy phải đi bệnh viện.	*She has to go to the hospital.*
Tôi phải viết thư cho gia đình tôi.	*I have to write a letter to my family.*

▶ **Cần** *(need)*

Tôi cần mua rau quả tươi.	*I need to buy some fresh fruit and vegetables.*

▶ **Có thể** + verb/verb + **được** *(can, be able to)*

There are two ways of expressing the meaning of *to be able*, *can*. You can use **có thể** (placed before the main verb):

Cô ấy có thể hát.	*She can sing.*

or you can use **được** positioned after the main verb, before or after a compliment:

Tôi nói được tiếng Việt.	*I can speak Vietnamese.*
Tôi nói tiếng Việt được.	

A combination of both **có thể** (before the main verb) and **được** (after the main verb) can be used in one sentence.

Cô ấy có thể nói tiếng Việt được.	*She can speak Vietnamese.*

Modal verbs are negated in a normal way using **không**. The negative version of **có thể** is **không thể**:

Ngày mai tôi không thể gặp anh. *I cannot meet you tomorrow.*

2 tự (tự ... lấy) *reflexive self*

The meaning of **tự** is *self, by oneself, personally*. It is used to indicate that somebody is doing something by himself (without anybody's help). **Tự** can be used in combination with **lấy** (or **lấy** can also be used on its own). The example that follows illustrates the correct position of these words in a sentence.

tự	**lấy**	**tự ... lấy**
Tôi tự dịch bài thơ này sang tiếng Việt.	**Tôi dịch lấy bài thơ này sang tiếng Việt.**	**Tôi tự dịch lấy bài thơ này sang tiếng Việt.**

I translated this poem into Vietnamese by myself.

Anh Thảo tự chữa xe đạp.	**Anh Thảo chữa lấy xe đạp.**	**Anh Thảo tự chữa lấy xe đạp.**
Thảo has repaired the bicycle by himself.	**Anh Thảo chữa xe đạp lấy.**	

tự is placed before the verb while **lấy** is placed after the verb (before or after the object).

3 một mình *alone*

Một mình means *alone*. For example:

Tối qua tôi đã ở nhà một mình vì bố mẹ tôi đi xem hát. *Yesterday I was at home alone because my parents went to the theatre.*

Hội thoại 2 *Conversation 2*

As promised, next day David is trying to phone Nam back to confirm their arrangements. Lan, Nam's colleague, picks up the phone:

David	A-lô, làm ơn cho tôi nói chuyện với anh Nam.
Lan	Rất tiếc, anh ấy vừa mới đi ngân hàng cách đây mấy phút.
David	Chị có biết bao giờ anh ấy về không?
Lan	Xin lỗi, tôi không biết. Anh có nhắn gì không?
David	Làm ơn nhắn anh ấy gọi điện cho tôi. Số điện thoại của tôi là 87356.
Lan	Anh yên tâm, tôi sẽ chuyển lời.
David	Cảm ơn.
Lan	Không có gì.

ngân hàng *bank*
cách *from, distant*
nhắn *leave a message*
yên tâm *feel assured*
chuyển lời *pass on a message*

QUICK VOCAB

Activities

Comprehension:
  a Is Nam in his office when David phones back?
  b With whom does David speak?
  c Where did Nam go? When is he coming back?
  d Does David leave a message for Nam?

True or false?
  a Anh Nam vừa mới đi bưu điện.
  b Anh David không muốn nhắn gì cả.
  c Cô Lan không biết bao giờ anh Nam về.

Exercises

1 Translate into English:
Anh nên mặc thử áo len này.
Anh không nên thức khuya.
Hôm nay tôi rỗi, chúng ta có thể đi xem phim.
Tôi chưa lái được ô-tô.
Sáng mai tôi sẽ phải dậy sớm.
Chị ấy cần giặt bộ quần áo bẩn này.
Mẹ tôi phải làm việc theo ca.
Mùa mưa sắp đến, chị nên mua áo mưa.
Anh nên ở nhà nghỉ.

2 Fill the gaps with a suitable modal verb:
Chúng tôi ... cám ơn chị ấy.
Ngày mai tôi ... đi cửa hàng bách hóa.
Tại sao anh ... học tiếng Việt?
Các anh không ... thức khuya.
Tôi mệt quá! Tôi ... ngủ.
Tôi khát lắm, tôi ... uống nước.
Cô ... đi xem múa rối nước Việt Nam.
Tôi không ... đi thăm viện bảo tàng nghệ thuật.
Mẹ tôi ... làm việc theo ca.
Ông Chung ... gặp giáo sư Trí.

3 Say what you *should do* or *must do* tomorrow.
– viết thư cho gia đình
– đi thư viện
– đi khám bệnh
– gọi điện thoại đến khách sạn và dành trước phòng
– mua vé máy bay đi Thành phố Hồ Chí Minh
– tập nói bằng tiếng Việt
– đi chợ mua hoa quả tươi
– tập thể dục buổi sáng
– dịch xong bài thơ của Xuân Diệu
– thảo luận vấn đề này với giáo sư Chung
– bỏ hút thuốc lá

4 Translate into Vietnamese:

You cough a lot. You should give up smoking.

I need to speak to Nam.

We ought to eat more vegetables.

You should play more sport if you want to be healthy.

My parents want to buy a new car.

He has got a temperature. You should call the ambulance.

Many tourists want to visit Ha Long bay.

You should not eat so much sugar.

Do I need an umbrella? No, you don't.

I need a new Vietnamese–English dictionary; this one is too old.

You have to see the film Indochine. *It is very interesting.* [**Đông Dương Indochina**]

Before going to Vietnam, you should buy some anti-malarial medicine.

You should not smoke here.

She does not have to go to school tomorrow.

My mother has to cook every day.

You have to ask him about his visit to Vietnam.

Can you translate this article into Vietnamese?

It is cold today. You should wear a jumper.

5 Rephrase the following sentences, using **tự ... lấy** or **một mình**. For example:

Không ai giúp tôi dịch bài báo này.
Tôi tự dịch bài báo này.

Khi không có ai ở nhà, em Tuyết sợ.
Khi ở nhà một mình, em Tuyết sợ.

   a Không ai giúp mẹ tôi may áo sơ mi này.
   b Tối qua không ai đi với tôi thăm Văn Miếu.
   c Tuần qua chỉ có tôi đến lớp học tiếng Anh.
   d Tối qua không có ai đi xem hát với tôi.
   e Không ai giúp em gái tôi viết bài tập ở nhà.
   f Anh ấy đi uống cà phê với ai?
   g Không ai đi với tôi từ sân bay về đây.
   h Chị ở cùng phòng với ai?
   i Không ai giúp mẹ dọn bàn ăn.

6 Give Vietnamese equivalents:

Who cleaned this room? I cleaned it myself.

I prefer to work alone.

*My sister is ill, therefore I have to go and visit my parents on
  my own.*

I hate going to the cinema on my own.

This text is too difficult. I cannot translate it by myself.

She was sitting alone when I entered the room.

I am busy, you have to cook the dinner yourself.

Last night Lan was at home alone.

7 Here is part of a telephone conversation. Fill in the missing parts.

A-lô, ...?

Dạ phải, khách sạn Bờ Hồ đây. Anh muốn nói với ai?

...

Xin lỗi, cô Lan không có ở đây. ...?

Dạ không, tôi không muốn nhắn gì.

8 Learn this useful vocabulary from a telephone directory.

Anh/chị nên biết mấy số điện thoại quang trọng sau đây:
Hà Nội

cấp cứu	15	*ambulance, first aid*
công an	13	*police*
cứu hỏa	14	*fire brigade*
sửa chữa điện thoại	19	*telephone repair service*
đăng ký gọi trong nước	10	*internal calls*
đăng ký gọi ngoài nước	11	*international calls*
chỉ dẫn	16	*information*
báo giờ	17	*time*

Reading

Read this passage about Vietnam and answer the questions below.

Việt Nam nằm trên bán đảo Đông Dương ở Đông Nam Á. Phía Bắc giáp Trung Quốc, phía Tây giáp Lào, Cam-pu-chia, phía Đông, phía Nam được bao bọc bởi biển Đông và phía Tây Nam là vịnh Thái Lan. Việt Nam có diện tích 329 566 km vuông với dân số gần 70 triệu người.

Hà Nội là thủ đô của nước Việt Nam (Cộng hòa xã hội chủ nghĩa Việt Nam). Nó là một thành phố có lịch sử lâu đời. Hà Nội có nhiều di tích lịch sử và danh lăm thắng cảnh. Nếu đến Hà Nội, bạn đừng quên đi thăm các di tích lịch sử nổi tiếng (ví dụ Chùa Một Cột, Văn Miếu, đền Ngọc Sơn ...).

Huế là một trong những trung tâm văn hóa lớn ở miền Nam Việt Nam. Huế là một thành phố đẹp; Huế có đến hàng trăm ngôi chùa, tiểu biểu nhất là chùa Thiên Mụ. Huế nổi tiếng với những lăng tẩm của các vua Nguyễn.

Từ Huế nếu đi máy bay bạn sẽ đặt chân xuống sân bay quốc tế Tân Sơn Nhật, cách trung tâm thành phố Hồ Chí Minh bảy km. Thành phố Hồ Chí Minh (Sài Gòn) là thành phố trẻ mới có khoảng ba trăm năm nay, nằm giữa đồng bằng sông Cửu Long.

  a Which countries have borders with Vietnam?
  b Name some of the most famous historical sights of Hanoi.
  c What is Huế famous for?
  d Ho Chi Minh city is located in the delta of which river?

SUMMARY

Complete the end-of-unit test and find out how well you got on this time.

1 You phone your friend's office only to be told by his secretary: '**Xin anh chờ một chút, để tôi xem anh ấy có ở đây không.**' Is she:
   a telling you that your friend is not at work today?
   b asking you if you want to leave a message?
   c asking you to wait while she checks if he is present?

2 Today is your wedding anniversary and you want to surprise your wife by booking a table in her favourite restaurant, Quê Hương. The person who answers the phone informs you: '**Xin lỗi anh, anh nhầm số rồi, ở đây không có hiệu ăn Quê Hương.**' What do you do?
   a You phone a restaurant that is not fully booked.
   b You ask to reserve a table for two by the window.
   c You dial the restaurant's number one more time, this time making sure that you don't misdial.

3 You are calling directory enquires to find out the correct area code for Hanoi. What do you say?
   a A lô, chào anh, anh làm ơn cho tôi biết mã điện thoại quốc tế.
   b A lô, chào anh, tôi muốn biết mã thành phố Hà Nội.
   c A lô, chào anh, tôi muốn tìm số điện thoại của bưu điện chính ở Hà Nội.

4 Your mobile phone has run out of charge and you need to make an urgent phonecall. Your friend suggests: '**Nếu cần gấp, anh có thể dùng điện thoại di động của tôi.**' What is he proposing?
   a He suggests that you use the nearest public phone box.
   b He offers to lend you his mobile phone to make your urgent call.
   c He suggests that you go to the nearest shop and ask to use its phone.

5 You phone Mr Quang's office only to be told by the operator: '**Đường dây đang bận, vài phút nữa xin anh gọi lại.**' Is the operator:

   a asking you to phone another time because Mr Quang is currently very busy?

   b asking you to call back in a few minutes because Mr Quang's line is engaged?

   c telling you that you must have the wrong number because nobody called Mr Quang works there?

1 c **2** c **3** b **4** b **5** b

15

Thư đi Anh mất bao lâu?
How long does it take for a letter to get to England?

In this unit you will learn

- *How to conduct basic transactions at the post office*
- *How to write a letter*
- *How to use the phrase* the more … the more
- *How to say* apart from
- *How to use* thế/vậy

Hội thoại hàng ngày *Everyday conversation*

At the post office …

TR 16

Nhân viên	Chào anh.
Mark	Chào chị. Tôi muốn gửi bức thư này đi Luân Đôn.
Nhân viên	Vâng ạ. Anh có gửi thư bảo đảm không?
Mark	Không, thư thường thôi. Thư đi Anh mất bao lâu?
Nhân viên	Khoảng ba tuần.
Mark	Thế thì cho tôi gửi thư nhanh.
Nhân viên	Vâng ạ. Mười nghìn đồng. Anh cần gì nữa?
Mark	Ở đây có bán bưu ảnh không?
Nhân viên	Có chứ, bưu ảnh đây. Mời anh chọn.

Mark	Ồ, bưu ảnh chụp Chùa Một Cột này đẹp lắm. Còn đây là Hồ Hoàn Kiếm. ... Cho tôi hai tấm bưu ảnh này. Và hai cái tem nữa. Tất cả bao nhiêu tiền?
Nhân viên	Tất cả 29 nghìn đồng.
Mark	Cám ơn chị.
Nhân viên	Không dám. Chào anh.

gửi *to send, to post*
(bức) thư *letter*
thư bảo đảm *registered letter*
thư thường *ordinary mail*
thư nhanh *express letter*
bưu ảnh *postcard*
chọn *choose, select*
tem *stamp*

Activities

True or false?

a Mark đã đến bưu điện để gửi thư.
b Thư đi Luân Đôn mất hai tuần.
c Ngoài gửi thư anh Mark cũng muốn mua mấy bức bưu ảnh.
d Bưu điện bán nhiều bưu ảnh đẹp lắm, ví dụ bưu ảnh của Chùa Một Cột.
e Anh Mark đã chọn một bức bưu ảnh chụp Hồ Hoàn Kiếm.
f Anh Mark đã mua hai bức bưu ảnh nhưng không mua tem.

How would you say the following in Vietnamese:

Do you want to send this letter registered?

No, thank you, just normal post.

Do you sell postcards?

Of course, please have a look.

How long does it take for a letter to get to London?

Three weeks.

🔊 **TR 16, 0.48**

Ở bưu điện anh có thể mua *Things you can buy at the post office*

tem	*stamps*
bưu ảnh	*postcards*
giấy viết thư	*writing paper*
báo và tạp chí	*newspapers and magazines*
phong bì	*envelopes*

Hội thoại 2 *Conversation 2*

Hoa is waiting anxiously for the postman.

Hoa	Người đưa thư đã đến chưa?
Peter	Chưa, sao chị lại hỏi thế?
Hoa	Tôi đang chờ thư của bố mẹ tôi. Đã mấy tuần nay tôi không nhận được thư của gia đình tôi nên ngày càng lo lắng. Tháng trước mẹ tôi bị ốm, vì thế tôi muốn biết bây giờ sức khỏe của mẹ tôi thế nào.
Peter	Cứ yên tâm. Đừng lo! À người đưa thư đây!
Hoa	Hôm nay tôi có thư không?
Người đưa thư	Xin lỗi chị, không có thư.
Hoa	Nếu vậy thì tôi phải gọi điện thoại cho bố mẹ tôi. Gần đây có điện thoại công cộng không?
Người đưa thư	Có, cuối đường này có một trạm điện thoại công cộng. Hay chị cũng có thể gọi ở bưu điện.

người đưa thư *postman*
lo lắng *to worry*
sức khỏe *health*
yên tâm *have peace of mind*
máy điện thoại *telephone*
công cộng *public*
trạm *station*

Activity

True or false?

a Đã lâu chị Hoa không nhận được thư của gia đình.
b Tháng trước mẹ của chị Hoa bị ốm.
c Hoa không biết mẹ của chị bây giờ thế nào?
d Người đưa thư có một bức thư cho Hoa.
e Chị Hoa đã định gọi điện bố mẹ.
f Vì gần đây không có máy điện thoại công cộng nên chị Hoa phải đi bưu điện.

Grammatical points

1 *thế/vậy so*: relative pronoun

thế/vậy is a relative pronoun used when referring to something that has been previously mentioned. The use of **thế/vậy** enables the speaker to avoid having to repeat the same (sometimes very long) statement.

Mẹ tôi thích âm nhạc. Tôi cũng **vậy**. (Tôi cũng thích âm nhạc.)	*My mother loves music. So do I. (I also like music.)*
Xe đạp của tôi bị hỏng. Vì **thế** (vì xe đạp của tôi bị hỏng) tôi không đến được.	*My bicycle is broken. That is why (because my bicycle broke down) I could not come.*

| Hôm nay trời mưa. Vì *vậy* (vì trời mưa) chúng tôi phải ở nhà. | *It is raining today. That is why (because it rains) we had to stay at home.* |

Sometimes **thế/vậy** can be combined with **như**, making **như thế** (**như vậy**), and with **cũng**, making **cũng thế**.

| Anh vào lớp học không chào cô giáo. Làm *như thế* là sai. | *He entered the classroom without greeting the teacher. To behave like that is wrong.* |
| Anh Đức thường đi xem phim. Tôi *cũng thế*. (Tôi *cũng* thường đi xem phim.) | *Đức goes to the cinema. So do I. (I also often go to the cinema.)* |

2 ngoài, ngoài ... ra *apart from, in addition to*

| Ngoài tiếng Việt (ra), tôi cũng biết tiếng Trung Quốc (nữa). | *Apart from Vietnamese, I also know Chinese.* |

ngoài ra *apart from anything else, apart from other things*

| Ngoài ra, tôi rất thích đi xem phim. | *Apart from anything else (apart from other things), I like going to the cinema.* |

It is important to distinguish between **ngoài ... ra** (at the end of a sentence where we specifically mention all facts) and **ngoài ra** (where we do not specify all the facts.)

3 càng ... càng *the more ... the more*

Càng ... càng is used in Vietnamese to create the meaning of *the more ... the more*.

Chúng tôi	càng	học	nhiều	càng	biết	nhiều.
(we)	*(the more)*	*(study)*	*(a lot)*	*(the more)*	*(know)*	*(a lot)*

The more we study, the more we know.

The construction **càng ngày càng** (or just **ngày càng**) expresses
the meaning that something is increasing *day by day* (*every day*).
For example:

Mua vé máy bay *càng ngày càng* đắt.	*Buying plane tickets is getting more expensive every day.*
Trời *ngày càng* ấm.	*The weather is getting warmer day by day.*

Càng ngày càng is often shortened to become **ngày càng**:

Trời ngày càng tốt.	*The weather is getting better day by day.*

Insight

Remember that when using the construction **càng ...càng** (*the more ...the more*) you should not add **hơn** (*more*) to adjectives because the meaning of 'more' is already contained within the construction.

Exercises

1 Use **thế/vậy**. For example:
   Vé đi xem hát tối này đã hết rồi. (phải đi xem hát ngày mai.)
   Vé đi xem hát tối này đã hết rồi. Vì thế chúng tôi phải đi xem hát ngày mai.

   a **Lâu quá tôi không nhận được thư của gia đình. (phải gọi điện thoại bố mẹ tôi)**
   b **Vợ tôi ốm. (không thể sang nước Lào du lịch)**
   c **Thư đi châu Âu mất ba tuần. (phải gửi thư máy bay)**
   d **Trời ngày càng nóng. (muốn đi bờ biển nghỉ mát)**

2 React to these statements by using **cũng (như) thế**. For example:
   Chồng tôi thích uống bia.
   My husband likes drinking beer.

Tôi cũng thế.
So do I.

   a Chủ nhật qua em gái tôi trở về quê hương.
   b Các sinh viên lớp tiếng Việt đã thăm Viện bảo tàng
       lịch sử.
   c Ông Tuấn mua mấy bưu ảnh.
   d Bác sĩ Cảnh làm việc ở bệnh viện Việt-Đức.
   e Anh tôi thích chơi bóng đá.
   f Mẹ tôi thích mua bán ở chợ.

3 Translate into English:
   Vé máy bay càng ngày càng đắt.
   Chúng tôi càng đọc nhiều càng biết nhiều về văn học Việt Nam.
   Nếu anh ấy đến được thì chúng tôi càng vui.
   Mùa xuân sắp đến, trời ngày càng ấm.
   Vào mùa đông hoa ngày càng đắt.
   Đi xe đạp ở trung tâm Hà Nội càng ngày càng khó.

4 Form sentences using **ngoài (ra)**:
   bác sĩ Chung/thích đọc sách về lịch sử/thích xem phim kinh dị
   mẹ tôi/mua áo sơ mi mới/áo len mới
   bạn tôi/đi du lịch Đông Nam Á/thăm Trung Quốc
   Hà Nội/có nhiều di tích lịch sử/có phong cảnh rất đẹp
   Việt Nam/có nhiều bãi biển/nhiều dãy núi cao
   bố tôi thích ăn cơm Việt Nam/ăn cơm châu Âu

   phong cảnh *landscape, scenery*   **dãy núi** *mountain range*

5 Can you say the following in Vietnamese?
   My parents are getting older day by day.
   The more you play sport the healthier you are.
   The more tourists visit Vietnam the better.
   When I lived in Vietnam, my Vietnamese was getting better day by day.
   The more people come to my birthday party the better.
   The bigger the room in the hotel, the more expensive it is.
   The larger the room, the more comfortable.
   The more you practise, the better your Vietnamese pronunciation is.

6 Complain to your friend that things are not what they used to be and that everything is getting worse day by day (make use of the constructions **ngày càng/càng ngày càng**). Make up at least two complaints. (For example: the prices are increasing, your health is not what it used to be, the weather is getting cold, theatre tickets are expensive, roads are congested, etc.)

7 What would you say if you needed to find out where you can send a fax from?

> **a** Gửi fax giá bao nhiêu tiền?
> **b** Ở đây có dịch vụ gửi fax không?
> **c** Ở đây có bán bưu ảnh không?

8 Say that you are going to the post office to:

> ▶ *phone your parents*
> ▶ *send an urgent telegram* (**bức điện** *telegram*, **khẩm** *urgent*)
> ▶ *buy some stamps, envelopes and writing paper*
> ▶ *post a registered letter to England*
> ▶ *ask how long it takes for a letter to get to Europe*
> ▶ *buy some postcards from Hanoi*
> ▶ *send a parcel to your friend* (**bức phẩm** *parcel*)

9 What did Mary ask at the post office?

Mary	?
Nhân viên	Thư đi Anh mất khoảng ba tuần.
Mary	?
Nhân viên	Có chứ, bưu ảnh đây. Mời chị chọn.
Mary	?
Nhân viên	Tất cả 35 nghìn đồng.

10 Give Vietnamese equivalents:

> **a** *I want to buy two stamps.*
> *I am sorry, we don't sell stamps here.*
> *And where can I buy them then?*
> *You must go to the post office.*

b *There are two letters for you, Mr Smith.*
   This one is registered, I need you to sign here. And there is a
   postcard for you as well.

Writing a letter in Vietnamese

In familiar context (writing to your friends, for example), the best way to
start a letter is using **thân** or **thân mến** (*dear*):

Anh Nam *thân mến,*	*Dear Nam,*
Các bạn *thân mến,*	*Dear friends,*
Em Hoa *thân,*	*Dear Hoa,*

This type of letter should be signed off with **Thân** or **Thân mến** (*Yours*),
followed by your signature.

A formal letter should start with **kính mến** or **kính** (*dear*; more
respectful than **thân mến**) and should be signed off with **Kính** or **Kính
thư** (*Yours sincerely*) followed by your signature.

Now read this letter.

Chị Hoa thân mến,

**Tôi muốn viết thư cho chị nhiều lần rồi nhưng tôi bận quá. Tôi ở
Việt Nam một tháng rồi và tôi đang dần dần làm quen với cuộc
sống ở đây. Tôi ở một khách sạn nhỏ gần Hồ Tây. Mỗi ngày tôi
phải đi xe đạp đến trường. Trước, tôi sợ đi xe đạp vì phố Hà Nội
hiện nay đông lắm nhưng bây giờ tôi không sợ nữa.**

**Chị có khỏe không? Thôi, tôi xin ngừng bút ở đây. Mong nhận
thư của chị sớm.**

                                                Thân Mary

SUMMARY

Complete this end-of-unit test and check how you are progressing.

1 You arrive at the post office to post a letter to England. The clerk behind the counter says: **'Mời anh đặt thư lên bàn cân đi!'** What are you supposed to do?

   a Put the letter in a letter box.

   b Go to the next counter because this counter is only used for posting parcels.

   c Place the letter on the scales.

2 Having weighed the letter the clerk asks: **'Anh cần gửi thư bảo đàm hay bình thường?'** What is he asking you?

   a Do you want to send the letter by air mail?

   b Do you want to send the letter by courier?

   c Do you want to send the letter by registered or normal mail?

3 While you are at the post office, you want to buy ten envelopes and five stamps. How do you ask for these items in Vietnamese?

   a **Mười cái phong bì và năm cái tem giá bao nhiêu?**

   b **Tôi muốn mua mười cái phong bì và năm cái tem.**

   c **Ở đây có bán phong bì và tem không?**

4 A customer at the next counter asks the clerk: **'Giá tem cho một bức thư thường là bao nhiêu?'** Is he asking:

   a where can I buy some stamps?

   b what is the price of a stamp for a regular letter?

   c how much is this postcard?

5 Your friend moans: **'Mua vé máy bay càng ngày càng đắt.'** Is he:

   a complaining that all tickets for his chosen flight are sold out?

   b complaining that plane tickets are getting more expensive every day?

   c complaining that his flight has been cancelled?

6 Your English classmate proudly announces: **'Tôi càng ở Việt Nam lâu càng nói giỏi tiếng Việt.'** What is the proud statement saying?

   a The longer I am in Vietnam the more my Vietnamese improves.
   b The longer I am in Vietnam the more difficult I find it to learn Vietnamese.
   c The longer I am in Vietnam the more I know about the country.

1 c **2** c **3** b **4** b **5** b **6** a

16

Tôi ghét nhạc cổ điển
I hate classical music

In this unit you will learn
- *How to talk about your hobbies and leisure activities*
- *How to express the meaning* although
- *How to say that something is happening at the same time as something else*

Hội thoại hàng ngày *Everyday conversation*

Mark comes to visit his friend Tuấn

Tuấn	Chào anh. Mời anh vào.
Mark	Chào anh! Nghe tin anh ốm nên tôi đến thăm anh. Trời ơi! Chân của anh làm sao?
Tuấn	Chủ nhật vừa rồi tôi chơi bóng đá và bị gãy chân.
Mark	Chơi bóng đá à? Tôi chỉ thích xem thể thao trên ti-vi nhưng tôi không chơi môn nào, theo tôi chơi thể thao không an toàn gì cả. Tôi chỉ thích hai thứ: đi du lịch và chụp ảnh. May mà hai hoạt động này lại phù hợp với nhau. Chụp ảnh thì chắc là an toàn hơn chơi thể thao!
Tuấn	Anh đã đến những nước nào rồi?

(Contd)

Mark	Tất cả các nước Châu Âu, nhiều nước ở Châu Á nào là In-đô-ne-xi-a, Ma-lai-xi-a, nào là Nhật Bản, Trung Quốc. Ngoài ra tôi cũng đã đến Mỹ nhưng tôi chưa đi châu Phi.
Tuấn	Anh đã đi du lịch khắp thế giới nhỉ?
Mark	Chuyến du lịch vừa rồi của tôi là đi thăm miền Trung Việt Nam. Đã từ lâu tôi muốn tham quan tháp Chàm, năm ngoái tôi mới đi được.
Tuấn	Thế à? Chuyến đi thế nào? Thú vị chứ?
Mark	Đối với tôi đây là một chuyến đi không thể quên được.
Tuấn	Cách đây mấy tháng tôi đã xem trên ti-vi một phim tài liệu giới thiệu nền văn minh Chàm.
Mark	Khi nào anh khỏe mời anh đến thăm nhà tôi. Tôi sẽ cho anh xem các bức ảnh về Việt Nam.
Tuấn	Được. Còn tôi sẽ mời anh đi xem cuộc đấu bóng đá có tôi tham dự. Có lẽ anh có thể chụp ảnh tôi!
Mark	Thế thì hay quá!

tin *news, information*
chơi *to play*
bóng đá *football*
thể thao *sport*
môn *classifier (field, speciality)*
an toàn *safe, secure*
may mà *luckily, fortunately*
hoạt động *activity*
phù hợp *to be suited to, correspond*
châu Á *Asia*
châu Âu *Europe*
châu Phi *Africa*
khắp thế giới *all over the world*
tháp Chàm *the Chàm towers*
phim tài liệu *documentary film*
văn minh *civilization*
tham dự *participate in*

Activities

Comprehension:

a What has happened to Tuấn?
b What are Mark's hobbies?
c What does he think about sport?
d Has Mark ever been to Africa?
e Where was his latest trip?

True or false?

a Anh Tuấn thích chơi thể thao.
b Theo Mark thì chơi thể thao không an toàn.
c Mark thích chụp ảnh và đi du lịch.
d Mark chưa bao giờ thăm nước Mỹ.
e Chuyến đi thăm quan cuối cùng của anh ấy là đi thăm tháp Chàm.
f Khi khỏe anh Tuấn sẽ đi thăm anh Mark để xem các bức ảnh của anh Mark.

Hội thoại 2 *Conversation 2*

Ben is having some difficulties trying to persuade his friend to see a new exhibition. Let's see if he has succeeded.

⏺ TR 17

Ben	Trong bảo tàng nghệ thuật đang có cuộc triển lãm tranh lụa của Nguyễn Phan Chánh. Chúng ta đi xem nhé!
Hùng	Cảm ơn anh, để hôm khác, hôm nay tôi bận. Tôi phải đi xem ca nhạc với vợ tôi.
Ben	Tôi nghĩ rằng anh không thích nhạc.
Hùng	Tôi ghét nhạc! Mặc dù tôi không thích nhạc, nhưng thỉnh thoảng tôi vẫn phải đi với vợ, vì vợ tôi rật thích nhạc.
Ben	Anh không thích loại nhạc nào cả, phải không?

(Contd)

Hùng	Tôi khá thích nhạc rock, nhưng nhạc cổ điển thì chán quá. Mỗi lần đi xem tôi rất buồn ngủ. Tôi thích ở nhà xem ti-vi, hay đi hiệu ăn, nói chuyện với bạn, uống rượu và nhảy hơn.
Ben	Tại sao anh không nói thế với vợ anh? Có lẽ chị ấy có thể đi với một người bạn khác.
Hùng	Vì tuần trước vợ tôi đã đi xem với tôi một bộ phim kinh dị rồi. Anh cũng biết rằng vợ tôi ghét xem phim kinh dị. Mặc dù vợ tôi ghét xem phim loại này nhưng ...
Ben	... nhưng thỉnh thoảng bà ấy đi xem chỉ vì anh thích.

QUICK VOCAB

bảo tàng nghệ thuật *Museum of Art*
(cuộc) triển lãm *exhibition*
tranh lụa *painting on silk*
ca nhạc *concert*
ghét *hate*
thỉnh thoảng *from time to time*
loại *type, kind*
nhạc rock *rock*
nhạc cổ truyền *classical music*
chán *boring*
buồn ngủ *sleepy*
nhảy *dance*
phim kinh dị *horror film*

Activities

Can you answer these questions?

a What does Ben want to do tonight?
b What are Hùng's plans for the evening?
c Is he looking forward to it?
d What kind of music does he like?
e Given a choice, what would his ideal evening be like?
f Why does he feel that he must accompany his wife to a concert?

True or false:

a Anh Hùng thích nhạc cổ truyền nhưng tối nay anh ấy muốn ở nhà.
b Anh Hùng thích đi chơi, nói chuyện với bạn và nhảy.
c Vợ anh không thích xem phim kinh dị.

Grammatical points

1 mặc dù (tuy) ... nhưng *although, despite*

The above conjunction construction has the meaning of *although, despite*.

Mặc dù trời mưa nhưng chúng tôi vẫn đi dạo.	*Although it was raining, we still went for a walk.*
Tuy bận nhưng ông Chung vẫn giúp tôi.	*Despite being busy, Mr Chung still helped us.*

2 vừa ... vừa *at the same time*

The use of **vừa ... vừa** indicates that something is happening at the same time as something else. For example:

Tôi thường vừa ăn vừa đọc báo.	*I often eat and read the newspapers at the same time./I often read newspapers while I'm eating.*
Mẹ tôi vừa nấu cơm vừa nghe ra-đi-ô.	*My mother cooks and listens to the radio at the same time./ My mother cooks while listening to the radio.*

3 nhau *each other*

Nhau means *each other*.

Anh Tuấn yêu chị Mai. Chị Mai yêu anh Tuấn.	*Tuấn loves Mai. Mai loves Tuấn.*
Anh Tuấn và chị Mai yêu nhau.	*Tuấn and Mai love one another.*

4 may mà *fortunately, luckily*

May mà means *fortunately, luckily*. For example:

Khi tôi đi thăm anh tôi bị lạc đường. May mà tôi đã hỏi một người qua đường được.	*When I was coming to visit you I got lost. Luckily, I asked a passer-by.*

Exercises

1 Translate into English:

Tôi thường vừa nghe tin vừa luyện tập tiếng Việt.

Anh Tuấn vừa lái xe vừa nghe nhạc.

Bà Mai thường vừa nấu cơm vừa hát.

Cô Ngọc thường vừa đọc báo vừa ăn sáng.

Bố mẹ tôi vừa nói chuyện với nhau vừa xem ti-vi.

2 Say that you like doing the following:

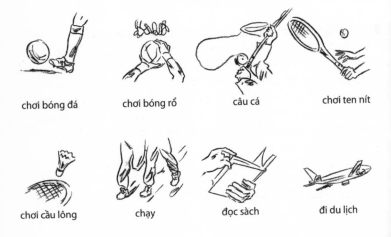

chơi bóng đá   chơi bóng rổ   câu cá   chơi ten nít

chơi cầu lông   chạy   đọc sách   đi du lịch

chụp ảnh

làm vườn

đi hiệu ăn

chơi bóng bàn

3 Rephrase the following sentences, using **nhau**. For example:
Tôi đã ngồi đối diện với David.
Tôi và David đã ngồi đối diện với nhau.

   a Em Hoa thường đi chơi với bố mẹ.
   b Ông Hùng thường chơi cờ với bác sĩ Quang.
   c Anh David học tiếng Việt với anh Mark.
   d Trong lớp học tôi ngồi bên cạnh chị Liên.

4 Give Vietnamese equivalents:
*Although I hate sport, from time to time I have to watch football with
  my husband.*
Despite the weather being cold, my father was still gardening.
*Although the house is very beautiful, I don't want to rent it because it
  is a long way from my office.*
Although I have never visited Vietnam, I have many friends there.
Although my father is 70 years old, he is still healthy.
Although I enjoy working in a hotel, I don't like working shifts.
Despite being tired, my younger brother still went to a party.

5 a Say that you like doing the following when you are sad:
     ▷ *listening to classical music*
     ▷ *staying at home and going to bed early*
     ▷ *going out to meet some friends*
     ▷ *watching a horror film on TV*
     ▷ *reading a book*

  b How would you ask your friend if he enjoys the following?
     ▷ *rock music*
     ▷ *playing sport*
     ▷ *gardening*
     ▷ *reading historical novels*
     ▷ *travelling*

▷ *playing chess* (**chơi cờ**)
  ▷ *cooking*
  ▷ *watching football on television*
  ▷ *going to the park for a walk*
  ▷ *fishing*

c Explain to your friend why you dislike the following activities:

  ▷ *driving a car in the town centre/it is usually crowded*
  ▷ *playing football/too dangerous*
  ▷ *cooking/it takes up too much time*
  ▷ *classical music/it is very boring*
  ▷ *being late/it is not polite* (**lịch sự**)
  ▷ *swimming/you are not very good at it*

6 Give Vietnamese equivalents:

I was late. Luckily, I found a public phone and called him.
My bicycle broke down. Fortunately, my father helped me to repair it.
We forgot our raincoats. Fortunately, it did not rain.
I got lost. Fortunately, I met a person who spoke English and she helped me.

Reading

Below is a programme of Vietnamese television. Study it carefully and then answer the questions.

đài VTV1	đài Truyền hình Việt Nam
	Chương trình **Thứ năm, 22–5–2003**
05.35	**Thể dục buổi sáng**
06.00	**Chào buổi sáng**
06.30	**Phim truyện**
07.25	**Bản tin thời tiết**
08.30	**Phim tài liệu**
09.00	**Bản tin**
10.00	**Thời sự**

13.00	Thể thao
14.00	Bản tin tiếng Anh
14.30	Bản tin tiếng Pháp
15.00	Ôn tập văn hoá lớp 12
16.00	Thế giới động vật
17.00	Kinh tế
17.30	Dạy tin học
18.00	Phim truyện (phim Hàn Quốc – tập 3)
19.00	Vòng quanh thế giới
19.30	Phim truyện: Ngã ba thời gian (tập 3)
21.00	Ý kiến bạn xem truyền hình
22.00	Học ngoại ngữ: học tiếng Anh qua trò chơi và bài hát
23.00	Thời sự cuối ngày

VTV2

10.00	Sức khỏe cho mọi người
11.00	Phim hoạt hình
11.30	Bản tin trưa
12.00	Phim khoa học
12.30	Chương trình dành cho thiếu nhi
14.00	Việt Nam – đất nước – con người
15.00	Quà tặng âm nhạc: bài ca quê hương
16.00	Ca nhạc
18.00	Văn hoá thể thao quân đội
19.00	Thời sự
20.00	Quảng cáo
20.15	Các vấn đề xã hội
21.00	Kinh doanh và pháp luật
21.30	Du lịch văn hoá: khu du lịch đầm Long
22.00	Điểm tin bóng đá
22.15	Phim tài liệu: tìm hiểu nghệ thuật cổ truyền Việt Nam
23.05	Tin cuối ngày

chương trình *programme*
phim hoạt hình *cartoon*
phim tài liệu *documentary film*
phim truyện *feature film*
chiếu phim *to show, screen a film*

QUICK VOCAB

sân khấu *stage drama*
tin *news*
tin trong nước *domestic news*
tin thế giới *world news*
thời sự *current news*
thông tin thương mại *business news*
phim phổ biến kiến thức *educational film,* lit. *film disseminating knowledge*
điểm báo *review of newspapers*
ca nhạc *concert*

  a Does Vietnamese television broadcast news in English?
  b Do Vietnamese viewers have an opportunity to voice their views?
  c At what time can you watch the weather forecast?
  d At 22.15 VTV2 is showing a documentary film. What is the subject of this documentary?
  e Are there any programmes for children?

Now test your knowledge with this end-of-unit test.

SUMMARY

1 You ask your friend if he prefers sport or music. He answers:
'Tôi vừa thích âm nhạc vừa thích thể thao.' Does he:
   a enjoy sport but hate music?
   b enjoy both sport and music?
   c dislike both sport and music?

2 You are discussing films. How do you ask your colleague what type of films he likes?
   a **Theo anh tôi nên xem phim nào?**
   b **Anh có xem phim này trên vô tuyến không?**
   c **Trong các loại phim anh thích loại phim nào nhất?**

3 Another of your colleagues asks: **'Tối nay có phim gì hay trên vô tuyến không?'** Does he want to know:
   a if you liked the film that was on TV last night?
   b if they are showing any interesting film on TV tonight?
   c if you ever watch television?

4 Your friend asks: **'Đêm qua anh có xem bóng đá trên ti vi không?'** He enquires if you:
   a watched football on TV last night?
   b played football last night?
   c read the results of the football match that was shown on TV last night?

5 Your colleague says: **'Tôi không thích phim với phụ đề.'** What does he dislike?
   a He does not like horrors.
   b He does not like films with subtitles.
   c He does not like cartoons.

1 b **2** c **3** b **4** a **5** b

17

Tôi có thể bay đến Việt Nam qua đường Hồng Kông không?
Can I fly to Vietnam via Hong Kong?

In this unit you will learn
- *How to make travel arrangements/book a hotel room, buy a ticket, change money, arrange a visa, buy souvenirs*
- *How to use verbs expressing direction of movement*
- *How to say which means of transport you use*
- *How to express the meaning of returning from somewhere*

◀) TR 18

_____

Hội thoại hàng ngày *Everyday conversation*

Travelling is exciting but can also be tiring or even dangerous. The following people all plan to go abroad and have to make various arrangements to make sure their journey is enjoyable and safe.

Booking a room

Ông Baker	Chị cho tôi đặt trước một phòng ở khách sạn Metropole.
Nhân viên	Dạ vâng. Xin cho biết tên ạ.
Ông Baker	Tên tôi là David Baker.
Nhân viên	Ông muốn ở khách sạn Metropole từ ngày nào đến ngày nào?
Ông Baker	Từ ngày thứ hai tuần sau đến thứ bảy tuần sau. Thế là 6 ngày tật cả.
Nhân viên	Dạ vâng.

Buying a ticket

Khách du lịch	Xin lỗi cô. Tôi có thể bay đến Việt Nam qua đường Hồng Kông không?
Nhân viên bán vé	Được, chị ạ. Hàng không Qantas bay từ Luân Đôn qua Hồng Kông đến Hà Nội. Chị có thể ở Hồng Kông mấy ngày và sau đó bay tiếp đến Hà Nội. Chuyến bay này rật hấp dẫn đối với khách du lịch.
Khách du lịch	Vậy xin cô một vé đi Hà Nội qua đường Hồng Kông.
Nhân viên bán vé	Bao giờ chị đi?
Khách du lịch	Tôi định đi vào thứ hai tuần sau.
Nhân viên bán vé	Thứ hai tuần sau ... nghĩa là ngày 23. Vé một lượt hay khứ hồi?
Khách du lịch	Xin cho vé một lượt. Cảm ơn chị.
Nhân viên bán vé	Không dám.

hàng không *aviation, airlines*
chuyến bay *flight*
hấp dẫn *interesting, attractive*
vé một lượt *one way ticket*
vé khứ hồi *return ticket*

Foreign currencies in Vietnamese

Changing money

Khách du lịch	Xin chào. Tôi cần đổi 100 đô la sang đồng Việt Nam.
Nhân viên	Xin anh cho xem hộ chiếu.
Khách du lịch	Hộ chiếu đây. Giá hối đoái là bao nhiêu?
Nhân viên	Một đô la là 11,026 đồng Việt Nam. Xin anh ký tên ở đây.
Khách du lịch	Cảm ơn cô.

QUICK VOCAB

đổi *to change, exchange*
hộ chiếu *passport*
giá hối đoái *exchange rate*
ký (tên) *to sign (name)*
Ngân hàng Nhà nước Việt Nam *Vietnamese State Bank*
giá chính thức *exchange rate*

Thủ tục lên máy bay *Checking in at the airport*

Nhân viên	Chào ông. Ông làm ơn cho tôi xem vé máy bay và hộ chiếu.
Khách du lịch	Đây ạ!
Nhân viên	Cảm ơn ông. Ông bay đến Bangkok à? Hành lý của ông ở đâu?
Khách du lịch	Tôi chỉ có hành lý xách tay thôi.
Nhân viên	Ông tự đóng va li lấy phải không?
Khách du lịch	Vâng, tôi tự làm lấy.
Nhân viên	Ông muốn ngồi bên cạnh cửa sổ hay bên cạnh lối đi?
Khách du lịch	Xin cho tôi chỗ cạnh cửa sổ.
Nhân viên	Phiếu lên máy bay đây. Bây giờ xin ông làm tiếp thủ tục kiểm tra hộ chiếu và thuế quan.
Khách du lịch	Cảm ơn cô.
Nhân viên	Chúc ông lên đường bình an!

hành lý (xách tay) *luggage (hand luggage)*
đóng va li *to pack a suitcase* (**va li** = *suitcase,* from French valise)
lối đi *aisle*
phiếu lên máy bay *boarding card*
thủ tục *formality, procedure*
kiểm tra *to check, control*
thuế (quan) *tax, duty (customs official)*
chúc *to wish*
bình an *safe, secure*
Chúc ông lên đường bình an! *Have a safe journey!*

QUICK VOCAB

Buying a souvenir

TR 18, 1.45

Mary	Tôi sắp về nước. Tôi muốn mua một vài tác phẩm Việt Nam mang về làm kỷ niệm. Theo anh tôi nên mua gì?
Nam	Một món quà thật Việt Nam à? Chị đã xem tranh dân gian Đông Hồ bao giờ chưa? Người ta thường bán tranh này vào dịp Tết. Nó thật đẹp và rẻ.
Mary	Tốt lắm. Tôi sẽ mua mấy bức tranh dân gian. Còn cho mẹ tôi tôi muốn mua áo dài Việt Nam và khăn trải bàn thêu tay.
Nam	Đôi voi gốm cũng hấp dẫn quá! Chị phải mang cẩn thận. Và đừng quên nón Việt Nam.
Mary	Nhiều quá! Khi tôi sang Anh tôi chắc sẽ phải trả tiền quá cân mất!

tác phẩm *work (of an author)*
kỷ niệm *memento, souvenir, anniversary*
tranh dân gian *folk painting*
dịp (vào dịp) *occasion (on the occasion of)*
Tết *New Year festival* (**Tết nguyên đán**)
khăn trải bàn *tablecloth*
áo dài *long tunic* (traditional Vietnamese dress)
thêu (thêu tay) *embroider(ed), (hand embroidered)*
voi *elephant*
gốm *pottery*
cẩn thận *carefully*
nón *conical hat*
quá cân *excess weight*

QUICK VOCAB

Insight

At the airport you may hear:

Chị tự đóng va li lấy phải không? *Did you pack the suitcase yourself?*

Chị có gì phải khai không? *Do you have anything to declare?*

Đề nghị cho tôi xem phiếu lên máy bay và hộ chiếu? *Can I see your boarding card and your passport?*

Insight

Some useful vocabulary to help you find your way around the airport:

Kiểm tra an ninh *security check*

Kiểm tra hải quan *customs*

Nộp thuê sân bay *airport tax*

Nộp thuê quá cước *excess baggage*

Transport

Vietnam still lacks a reliable public transport system. Old and overcrowded buses are usually the only means of public transport connecting many distant provinces and villages. The main railway line cutting through Vietnam from the north down to the south is in need of repair. Until recently there were hardly any private cars. This has, however, changed following the liberalization of the economy in 1986. Most Vietnamese rely on a bicycle or a motorbike to get about. The **xích lô** (*cyclo pedicab*) is the main form of hired transport. It is usually quite safe and cyclo drivers are generally quite friendly. This does not mean, however, that they do not try to overcharge you. You have to bargain and the safest way is to agree a price before you set foot on the cyclo, so avoiding any later dispute. While previously nearly non-existent (with the exception of a few cars available at the airport and the largest hotels for foreigners), taxis are gradually becoming more numerous, at least in Hanoi and Ho Chi Minh City. The increase in the number of cars and motorbikes makes the already chaotic traffic system yet more hazardous. In 1997 the government issued a new traffic code, but don't be surprised if it is not observed very closely.

The following cartoon illustrates the chaotic situation on a typical Vietnamese road.

Anh thông cảm, tôi mải nhìn đèn hiệu vì họ treo cao quá!
I beg your pardon, I was preoccupied with looking at the traffic lights; they are hanging so high!

Grammatical points

1 Direction of motion

The following words all refer to a movement:

lên   *go up, movement upwards*
xuống   *go down, downwards*

ra	*go out (of)*
vào	*go in, enter*
qua/sang	*go over, across*

These verbs take a direct object and can be combined with another verb of motion (for example **đi** (*to go*), **đến** (*to come, arrive*), **chạy** (*to run*), **lại** (*to arrive, come*)), etc.

Cô giáo vào trường./	*The teacher entered the school.*
Cô giáo đi vào trường.	

Be careful when translating these sentences; they could present some problems. While the verb states the direction of motion, the noun denotes the destination.

Mẹ tôi	**ra**	**chợ.**	*My mother went (out)*
(my mother)	*(go out)*	*(market)*	*to the market.*

Many geographical locations are perceived as being *up* or *down* or *in, inside* or *out, outside* as they would appear looking at a map (for example, *up in the north* or *down in the south, up in the mountains* or *down by the sea,* as well as *in the country,* or *outside the country = abroad*). The Vietnamese would use in these circumstances words denoting the appropriate direction of motion.

Going from Hanoi down south is usually expressed by using **vào**, while the opposite direction (from south up north) is expressed with **ra**.

Tuần trước bố mẹ tôi vào Nam.	*My parents went south last week.*
Cuối tháng này tôi muốn bay	*At the end of the month*
ra Hà Nội.	*I want to fly to Hanoi.*

- ▶ Sometimes these verbs appear in the following form: **lên trên**, **xuống dưới**, **vào trong**, **ra ngoài**.
- ▶ **Lên** and **xuống** are also used to express the meaning *get on* (**lên**) and *get off* (**xuống**) a vehicle. For example:

| lên tàu hỏa | *get on the train* |
| xuống máy bay | *get off the plane* |

Insight

Translating sentences containing verbs of motion can be confusing. Remember that in this sentence, **Sinh viên ra thư viện**, **ra** indicates the direction of the movement (**ra** = *going out*) and **thư viện** specifies the destination. This sentence, therefore, means *The student went out to the library* (not 'The student came out of the library').

2 *đi … về*: combining sentences

| **Anh** | **Nam** | **đi** | **Huế** | **về.** | *Nam returned from Huế.* |
| (older brother) | (Nam) | (to go) | (Huế) | (return) | |

The above sentence combines the meanings of the two sentences, the first sentence being **Anh Nam đi Huế** *Nam went to Huế* and the second **Anh Nam về** *Nam returned*.

This 'condensed' way is frequently used to express the meaning of returning from somewhere. Here are some more examples:

Mẹ tôi ra chợ về.	*My mother came back from the market./*
	My mother went to the market and returned.
Ông Baker sang	*Mr Baker returned from Vietnam./Mr Baker*
Việt Nam về.	*went [over] to Vietnam and returned.*

Insight

When combining two sentences in order to say that 'you returned from somewhere', remember the following – you have to go somewhere first before you can return from there; therefore, simply state where you are going/where you went and just add the verb **về** at the end.

3 bằng *by means of transport*

To go by some means of transport can be expressed in Vietnamese by using **bằng**. For example:

Anh ấy đã đi Huế bằng máy bay. *He went to Huế by plane.*
Ông Hùng thường đi bằng xích lô. *Mr Hùng often goes by cyclo.*
Anh David không thích đi bằng *David does not like going by*
tàu hỏa. *train.*

However, the use of **bằng** in this meaning is optional and can be omitted.

Anh ấy đã đi máy bay vào Huế.
Ông Hùng thường đi xích lô.
Anh David không thích đi tàu hỏa.

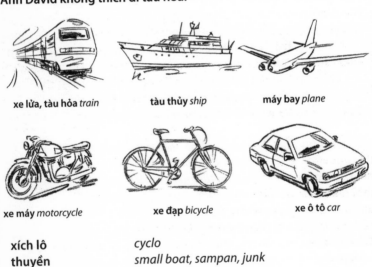

xe lửa, tàu hỏa *train*   **tàu thủy** *ship*   **máy bay** *plane*

xe máy *motorcycle*   **xe đạp** *bicycle*   **xe ô tô** *car*

xích lô	*cyclo*
thuyền	*small boat, sampan, junk*
xe (ô tô) búyt	*bus*
xe điện ngầm	*the underground*
đi bộ	*to go on foot, to walk*

Hội thoại 2 *Conversation 2*

David wants to extend his stay in Vietnam. He has just arrived at the Ministry of the Interior to enquire about the right procedure to prolong his visa.

At the Ministry of the Interior

David   Chào ông.

Nhân viên   Chào anh. Anh cần gì?

David   Thưa ông, thị thực của tôi sắp hết hạn nhưng tôi muốn ở Việt Nam thêm một thời gian nữa. Tôi phải làm thế nào để gia hạn thị thực bây giờ?

Nhân viên   Anh đang làm gì ở Việt Nam?

David   Tôi đang viết sách hướng dẫn du lịch Việt Nam và tôi cũng học tiếng Việt ở Trung tâm ngoại ngữ.

Nhân viên   Bao giờ thị thực anh hết hạn?

David   Cuối tháng sau, nhưng tôi muốn ở Việt Nam hai tháng nữa-đến đầu tháng mười.

Nhân viên   Anh phải điền vào đơn xin gia hạn thị thực này. Anh cũng cần một thư của Trung tâm ngoại ngữ cho phép anh được tiếp tục học đến đầu tháng mười.

David   Cảm ơn ông. Xin chào ông.

thị thực *visa*
hết hạn *expire*
thời gian *time, period*
gia hạn (thị thực) *extend (visa)*
sách hướng dẫn du lịch *tourist guide (a book)*
điền (vào đơn xin gia hạn thị thực) *fill in an application for a visa extension*
ngoại ngữ *foreign language*
cho phép *to give permission*

Activities

You should now be able to answer the following questions:
- **a** In David's case, is it possible to prolong his Vietnamese visa?
- **b** How much longer would David like to stay in Vietnam?
- **c** What is he doing in Vietnam?
- **d** Does he speak Vietnamese?
- **e** When does his visa expire?
- **f** What does he have to do to be able to extend his visa?

True or false?
- **a** Anh David đã đến Bộ Nội Vụ Việt Nam để gia hạn thị thực.
- **b** Anh David đang viết sách về Việt Nam.
- **c** Anh David muốn ở Việt Nam ba tháng nữa.
- **d** Anh David không muốn tiếp tục học tiếng Việt.
- **e** Anh ấy phải điền đơn xin gia hạn thị thực.
- **f** Anh ấy cũng cần một thư của Trung tâm ngoại ngữ.

Exercises

1 Translate into English:
- **a** Nam qua tôi đã vào miền Nam Việt Nam để thăm quan đồng bằng Sông Cửu Long.
- **b** Buổi biểu diễn sắp bắt đầu. Chúng ta vào đi!
- **c** Năm trước anh Minh (Việt Kiều) sang Việt Nam du lịch và thăm họ hàng.
- **d** Anh Nam ơi! Xuống gác đi, có người đến thăm anh!
- **e** Xin bà vào phòng tôi. Mời bà ngồi xuống.
- **f** Mỗi buổi sáng rất sớm mẹ tôi đã ra chợ.
- **g** Trời nắng lắm, chúng ta ra vườn đi.

2 Using the suggested means of transport, answer the following questions. For example:
Anh đi làm bằng gì? (xe đạp)
Tôi đi làm bằng xe đạp.

a Năm qua anh đi Huế bằng gì? (tàu hỏa)

b Em gái anh đã về quê hương bằng gì? (xe ô tô)

c Những người trẻ ở Việt Nam thích đi bằng gì? (xe máy)

d Giáo sư Chung vào miền Nam bằng gì? (máy bay)

e Mẹ anh thường ra chợ bằng gì? (xích lô)

f Nhiều người ở Luân Đôn đi làm việc bằng gì? (xe điện ngầm)

g Chị sẽ sang Việt Nam bằng gì? (máy bay)

3 How would you say the following?

▷ every morning you go to work by train

▷ last year you went from Vietnam to Cambodia by plane

▷ you don't like travelling on the underground because it is always very crowded

▷ Vietnamese people usually use bicycles or cyclos to go to work

▷ you are always sick when travelling on a ship

▷ Vietnam does not have the underground

▷ last summer you went on a boat trip around Hạ Long bay

▷ to get from your house to your office takes about ten minutes by bus or half an hour on foot

▷ your father usually takes a taxi when going to the airport

4 Ask where the people returned from and answer. For example:

(**Nam, thăm quê hương**)

Anh Nam đi đâu về?

Anh Nam đi thăm quê hương về.

a cô giáo – đi họp

b mẹ tôi – đi chợ mua rau quả tươi

c anh trai tôi – du lịch Đông Nam Á

d chị Mai – đi chơi

e các sinh viên – tham quan Hội An

f chị Ngọc – đi khám bệnh

g giám đốc công ty du lịch – đi sân bay đón khách

h anh Thái – đi bưu điện gửi bức điện

i bà Quế – nghỉ ở bờ biển

j ông Tuấn – đi bệnh viện thăm bạn

k em gái tôi – đi học

l anh Mạnh – ngân hàng

5 You are at a hotel reception desk. Use the additional vocabulary provided to:

  a say that you want to rent:
- a single room with private bathroom
- a double room with air conditioning
- a room with telephone and fridge
- a double room for three nights with a TV set (even better with a satellite TV)
- a room on the ground floor

điều hòa nhiệt độ	*air conditioning*
phòng tắm riêng	*private bathroom*
truyền hình vệ tinh	*satellite TV*
séc	*cheque*
thẻ tín dụng	*credit card*

  b ask whether:
- you can pay by credit or cheque
- the hotel offers car hire service
- you can buy theatre tickets in the hotel
- you can have your shirts washed
- they can wake you up at 7.30 next morning

  c complain that:
- there is no hot water
- the air conditioning does not work
- there is no mineral water in the fridge

6 a Say what you have to do before going to Vietnam:
- buy a plane ticket
- book a hotel room
- get a visa
- change money
- buy a map and a good travel guide
- find the address and the telephone number of the British Embassy in Vietnam
- go to the library and read some books about the country

    ▷ buy some anti-malarial tablets
    ▷ check the weather forecast
    ▷ phone a taxi to take you to the airport

b Say that you are going to:
    ▷ visit museums and galleries
    ▷ send a postcard to friends and family
    ▷ take photographs
    ▷ buy some souvenirs
    ▷ try some specialities
    ▷ practise your Vietnamese language
    ▷ read newspapers in Vietnamese
    ▷ buy some books about Vietnam

c Say what tourists usually buy in a duty free shop
    ▷ perfume
    ▷ alcohol
    ▷ cigarettes
    ▷ chocolates and sweets
    ▷ maps and travel guides
    ▷ cameras
    ▷ camera films
    ▷ tapes
    ▷ jewellery

sách hướng dẫn du lịch	*travel guide*
thuốc bệnh sốt rét	*anti-malarial tablets*
phòng triển lãm	*galleries*
cửa hàng miễn thuế	*duty free shop*
nước hoa	*perfume*
phim ảnh	*camera films*
băng	*tapes*

7 At the airport check-in counter you overheard these questions.
    What were the people asking?
    a **Máy này có an toàn cho phim ảnh?**
    b **Xin lỗi, làm thủ tục lên máy bay ở đâu?**
    c **Bà tự đóng va li lấy phải không?**

tranh lụa	*painting on silk*
tranh sơn mài	*lacquer picture*
đôi voi gốm	*a pair of pottery elephants*
đũa sơn mài	*lacquered chopsticks*
áo dài	*long tunic*
tranh dân gian Đông Hồ	*folk paintings from* Đông Hồ *(village)*
nón Việt Nam	*conical hat*
khăn trải bàn thêu tay	*hand-embroidered tablecloth*
quạt tre	*bamboo fan*

It is time to test your knowledge – again!

SUMMARY

1 After work you meet with your workmates in the nearby coffee shop to deliberate over your holiday plans. One of your colleagues asks:' **Đi du lịch ba lô hay đi trọn gói, theo anh cách nào hay hơn?'** *What does he want to know?*
   a Have you ever gone backpacking?
   b Do you prefer backpacking or package holidays?
   c Do you think backpacking is dangerous?

2 You and your friend decide to travel from North to South Vietnam. Your friend tries to convince you that the best way to travel this route is by train. He explains: **'Nếu anh đi bằng tàu hoả thì anh sẽ có dịp ngắm phong cảnh dọc đường.'** Why is he keen to recommend the train?
   a You can travel overnight and save money on hotel rooms.
   b You don't have to buy expensive plane tickets.
   c You can admire the scenery.

3 Having agreed to travel by train, your friend points out that you need to make some more decisions: **'Chúng ta nên mua vé hạng nhất hay hạng hai?'** What are your choices?
   a Whether to buy a first class ticket or a second class ticket?
   b Whether to take an express train or an ordinary train?
   c Whether to take a direct train or change trains several times on route?

4 Given the length of the journey it seems wiser to book a sleeper train and that means having to make some more choices. **'Chúng ta nên mua vé giường mềm hay vé giường cứng?'**
   a Shall we buy a 'soft sleeper' ticket or a 'hard sleeper' ticket?
   b Shall we buy a 'hard sleeper 'ticket as it is cheaper than a 'soft sleeper' ticket?
   c Shall we reserve a sleeper ticket in advance?

5 Your parents decide to do some travelling while in Vietnam and go to a travel agent to see what trips are on offer. The agent says:

'**Chúng tôi có rất nhiều chuyến đi trọn gói.**'

  a We don't sell any package holidays in Vietnam.

  b We have a large selection of package tours.

  c We currently provide a discount on holidays in Vietnam.

1 b **2** c **3** a **4** a **5** b

18

Anh có biết núi nào cao nhất ở Việt Nam không?

Do you know the highest mountain in Vietnam?

In this unit you will learn

- *How to talk about contemporary vietnam, its culture, economy and politics*
- *How to familiarize yourself with useful vocabulary for reading vietnamese newspapers, including a list of abbreviations*
- *How to form passive sentences*
- *How to use the verbs* trở nên *and* trở thành *(to become)*
- *How to use* lại

Hội thoại hàng ngày *Everyday conversation*

Peter is leaving for Vietnam soon. He is trying to get as much background information about the country as possible.

Nam	Anh đọc sách gì mà hay thế?
Peter	Hiệu sách vừa mới nhận được quyển Từ điển bách khoa Việt Nam. Tôi sắp đi Việt Nam nên tôi mua để đọc thêm về đất nước và con người Việt Nam. Càng biết nhiều về

(Contd)

lịch sử, địa lý và văn hóa Việt Nam thì chuyến đi của tôi sẽ càng thú vị. Trong sách này có nhiều điều thật hay. Ví dụ, anh có biết núi nào cao nhất ở Việt Nam không?

Nam   Ồ, xin lỗi, địa lý không phải là môn học hấp dẫn đối với tôi.

Peter   Đó là núi Phan-xi-pan cao 3,142 mét. Một câu hỏi nữa: Trên đất nước Việt Nam có bao nhiêu dân tộc ít người sinh sống?

Nam   Câu hỏi này dễ lắm: ở Việt Nam có hơn 50 dân tộc ít người. Ngoài người Việt cũng có dân tộc Hoa, Tày, Thái, Mèo, Khơ me, Ê đê, Ba Na, Gia Rai v.v.

Peter   Giỏi lắm! Nhưng anh có biết rằng mỗi dân tộc có vài ba tên gọi không? Ví dụ người Việt còn có các tên như Kinh, Kẻ Chợ, Giao, Nhà Nhí v.v.

Nam   Có lẽ anh sẽ có dịp lên các làng dân tộc ít người để chứng kiến cuộc sống hàng ngày của họ. Bây giờ tôi muốn hỏi: Hiện nay dân số Việt Nam bao nhiêu?

Peter   Chờ một chút, tôi phải tìm thấy trang nói về dân số. À, đây. Dân số Việt Nam-vào năm 1999 Việt Nam có gần 77 triệu người.

Nam   Quyển này thật hay! Anh đọc gì nữa đi!

A few days later Nam returns with a present for Peter.

Nam   Tôi mua cho anh một số tác phẩm văn học Việt Nam dịch ra tiếng Anh. Tôi biết anh chăm học tiếng Việt mấy tháng rồi nhưng tôi vẫn nghĩ có lẽ tiếng Việt của anh còn chưa đủ để đọc sách bằng tiếng Việt.

Peter   Đúng thế! Tuy tôi đã học nhưng vẫn chưa giỏi. À, 'Truyện Kiều'. Cảm ơn anh. Tôi đã đọc quyển này rồi nhưng tôi thích đọc lại.

Nam   Còn đây là mấy quyển hiện đại hơn: tiểu thuyết 'Nỗi buồn chiến tranh' do nhà văn Bảo Ninh viết và mấy truyện ngắn của Nguyễn Huy Thiệp.

Peter   Tôi nghe nói nhiều về Bảo Ninh nhưng tôi chưa đọc 'Nỗi buồn chiến tranh'. Nghe nói là hay lắm phải không?

Nam   Tôi thấy là hay. Đó là một quyển nói về chiến tranh chống Mỹ. Chiến tranh đã là đề tài quan trọng nhất của văn học Việt Nam trong nửa thế kỷ qua. Bảo Ninh đã là chiến sĩ và ông ấy đã thấy chiến tranh thế nào.

hiệu sách *bookshop*
từ điển bách khoa *encyclopaedia*
đất nước *country*
con người *people, humankind*
lịch sử *history*
địa lý *geography*
văn hóa *culture*
chuyến đi *trip, journey*
thú vị *interesting*
núi *mountain*
môn học *subject of study*
hấp dẫn *attractive*
đối với *as regards, with*
dân tộc *nation*
dân tộc ít người *ethnic minority*
sinh sống *live*
ngoài *apart from*
dịp *occasion*
làng *village*
chứng kiến *to witness*
cuộc sống *life*
hàng ngày *every day*
dân số *population*
số *number*
trang *page*
tác phẩm *work*
hiện đại *contemporary, modern*
tiểu thuyết *a novel*
nỗi buồn *sorrow*
chiến tranh *war*
truyện ngắn *short story*

QUICK VOCAB

chống *against, to oppose, to fight against*
đề tài *topic*
quan trọng *important*
nửa *half*
thế kỷ *century*
chiến sĩ *soldier*
tặng *to give, award*
giải thưởng *prize*
Hội Nhà văn Việt Nam *Vietnamese Writers' Association*
nổi tiếng *famous*
mượn *borrow*
bản dịch *translation*
vô đề *untitled*

Activity

True or false?

a   Anh Peter sắp đi Việt Nam.

b   Anh đã mua quyển Từ điển bách khoa Việt Nam.

c   Nam không thích địa lý.

d   Ngoài người Kinh, ở Việt Nam cũng có nhiều dân tộc ít người.

e   Anh Nam không biết dân số Việt Nam bao nhiêu.

f   Peter và Nam cũng nói chuyện về các dân tộc ít người.

g   Peter học tiếng Việt mấy tháng rồi nhưng chưa dám đọc sách bằng tiếng Việt.

h   Peter chưa bao giờ đọc Truyện Kiều.

i   Mấy truyện ngắn của Nguyễn Huy Thiệp được dịch ra tiếng Anh.

Hội thoại 2 *Conversation 2*

Minh (Việt Kiều) has just returned from Vietnam. His friends are enquiring about the current situation in Vietnam.

Ruth	Anh thấy tình hình hiện nay ở Việt Nam thế nào?
Minh	Mấy năm rồi Việt Nam thực hiện chính sách đổi mới và mở cửa. Cả nước thay đổi rật nhanh.
Robert	Tôi có đọc thấy rằng Việt Nam, trước kia là một nước thiếu lương thực nhưng nay đã trở thành một nước xuất khẩu gạo.
Minh	Đúng thế, hiện nay Việt Nam là một nước đứng hàng thứ ba trên thế giới trong số các nước xuất khẩu gạo, sau Thái Lan và Mỹ.
Robert	Tôi nghe nói rằng bây giờ ở Việt Nam có rất nhiều người nước ngoài.
Minh	Vì Việt Nam có nhiều thứ hấp dẫn đối với khách du lịch- chẳng hạn như thiên nhiên, núi non biển cả, di tích lịch sử v.v- nên ngành du lịch Việt Nam phát triển rất nhanh. Ngoài ra còn có nhiều công ty nước ngoài mở trụ sở tại Việt Nam.
Robert	Hình như mọi đều tốt đẹp cả, phải không?
Minh	Cũng còn có nhiều vấn đề cả chính trị lẫn kinh tế. Còn có nhiều người nghèo, nhiều thanh niên không có việc làm. Anh cũng có thể thấy mặt trái của sự phát triển của ngành du lịch – nhiều địa điểm du lịch không được sạch sẽ và mật độ giao thông ngày càng cao. Các đường phố Hà Nội không những đông đúc mà còn có một vấn đề khác – sự ô nhiễm môi trường.

tình hình *situation*
thực hiện *carry out, implement*
chính sách *policy*
đổi mới *renovation*
(chính sách) mở cửa *open-door policy*
lương thực *food*
xuất khẩu *export*
đứng *to stand*
hàng (hàng thứ ba) *rank, line, row (third rank)*
thiên nhiên *nature*
núi non biển cả *mountains and the sea*
phát triển *progress*
trụ sở *headquarters, main office*

chính trị *politics*
kinh tế *economics*
mặt trái *negative side*
ngành (ngành du lịch) *branch, field, discipline (tourism)*
địa điểm *location, place*
giữ (giữ sạch sẽ) *keep (keep clean)*
giao thông *traffic, communication*
vấn đề *problem*
ô nhiễm môi trường *air pollution*

Activity

True or false?

a Việt Nam đang thực hiện chính sách mở cửa.
b Việt Nam thiếu lương thực.
c Ít khách du lịch đến thăm Việt Nam.
d Thiên nhiên Việt Nam thật là đẹp.
e Nhiều địa điểm du lịch bẩn.
f Mật độ giao thông ở Việt Nam ngày càng cao.

Notes

Abbreviations

In the Vietnamese media as well as on many public signs, you will often see abbreviations. These are quite difficult to decipher without a good knowledge of Vietnamese. You may find the following list useful:

CHXHCN	Cộng hòa xã hội chủ nghĩa Việt Nam	Vietnamese Socialist Republic
TPHCM	Thành phố Hồ Chí Minh	Ho Chi Minh City
TTXVN	Thông tấn xã Việt Nam	Vietnam News Agency
CP	chính phủ	government
QH	Quốc Hội	National Assembly

HĐNN	Hội đồng nhà nước	Council of State
QĐND	Quân đội nhân dân	People's Army
UBND	ủy ban nhân dân	people's committee
HTX	hợp tác xã	co-operative
KH & KT	khoa học & kỹ thuật	science & technology
LHQ	Liên hiệp quốc	the United Nations
GS	giáo sư	professor
TS	tiến sĩ	doctor (academic title)

Grammatical points

1 Expressing passive meaning

In earlier units, we have already seen two words that are used for this purpose – **được** and **bị**. In this unit, we have encountered another word – **do** (*caused by, the result of*), often used in Vietnamese to express passive meaning:

Tiểu thuyết Nỗi buồn chiến tranh do nhà văn Bảo Ninh viết.	*The novel Sorrow of War [that was] written by Bảo Ninh.*
Món ăn do mẹ tôi nấu ngon lắm.	*The meal [that was] prepared by my mother is very tasty.*

2 Everything, everybody, everywhere ...

There are several expressions in Vietnamese that mean *everything, everybody, everywhere*. In addition to the words we have already encountered, a special grammatical construction can be used to express the same meaning. Study carefully the table that follows (you will see that there are always at least two options). You can use either:

a an interrogative word **ai**, **đâu** or **bao giờ** followed by **cũng**
or
b a noun followed by **nào cũng**

ai cũng	*everybody*
người nào cũng	*everybody (every person)*

sinh viên nào cũng	*everybody (every student)*
Ai cũng thích hoa. Người nào cũng thích hoa.	*Everybody loves flowers.*
đâu cũng	*everywhere*
chỗ nào cũng	*everywhere (every place)*
Ở Hà Nội đâu cũng có cây.	*There are trees everywhere*
Ở Hà Nội chỗ nào cũng có cây.	*in Hanoi.*
bao giờ cũng	*always*
lúc nào cũng	*always (every moment)*
Bao giờ tôi cũng nhớ quê.	*I remember my home all the time.*
Lúc nào tôi cũng nhớ quê.	

All these constructions can be negated using **không** (*no, not*). Notice that **cũng** does not appear in the negative versions.

không ai	*nobody*
không người nào	*nobody*
không đâu	*nowhere*
không chỗ nào	*nowhere*
không bao giờ	*never*
không lúc nào	*never*

Insight

The grammatical construction employed to express the meaning 'everything', 'everyone', 'everywhere', can create some problems. Make sure that you read the whole sentence before attempting to translate it. It is important to realize that the word **cũng** forms a part of a construction and you must not translate it as if it were a separate word meaning *also*.

3 trở thành/trở nên *to become*

Both these words mean *to become*; however, **trở nên** is followed by an adjective or adverb while **trở thành** is followed by a noun.

Ngày mai thời tiết sẽ *trở nên* **xấu.**	*The weather will become bad tomorrow.*
Sau khi tốt nghiệp đại học anh tôi muốn *trở thành* **luật sư.**	*After graduating from university, my older brother wants to become a lawyer.*

Insight

Many students of Vietnamese confuse the rules regarding the verb *to become*. Make sure you remember: **trở nên** precedes adjectives/ adverbs and **trở thành** precedes nouns.

4 lại *to come, to arrive*

Lại is a verb meaning *to come, to arrive*. In addition to its original meaning, **lại** also has several distinct grammatical roles.

a main verb

Mời chị lại nhà tôi.	*Please come to my house. (I am inviting you to come to my house.)*

b When **lại** follows the main verb, it means *to do something over again, to do it one more time*.

Tôi thích quyển sách này. Tôi muốn đọc lại quyển sách này.	*I like this book. I want to read this book again (one more time).*

c When **lại** precedes the main verb, it implies the meaning of *resuming some activity*.

Bây giờ tôi mệt lắm, ngày mai tôi lại đọc quyển sách này.	*I am very tired now, tomorrow I shall resume reading this book.*

d **lại** is also used to express surprise (when something is contrary to our expectations):

Tại sao anh lại nói như thế?   *Why do you say that? i.e.*
                                     I am surprised you say that.

e   verb **đi** verb **lại**

The above construction means *to do something over and over again.*
For example:

Tôi đọc đi đọc lại bài báo này   *I have read this article over*
   nhưng tôi chưa hiểu.   *and over again but I still don't*
                                       understand it.

Anh hỏi đi hỏi lại tôi về vấn   *He kept on asking me over and*
   đề này.   *over again about this problem.*

Exercises

1 Translate these sentences into English:
   Tối thứ bảy nhà hát nào cũng hết vé.
   Ai cũng thích cô Mai.
   Trong lớp học này không người nào nói được tiếng Pháp cả.
   Sinh viên nào cũng thích học tiếng Việt.
   Mùa hè nào tôi cũng đi nghỉ mát ở vịnh Hạ Long.

2 How would you say the following in Vietnamese?
   Every child loves ice cream.
   There are bicycles everywhere in Hanoi.
   Every market sells fresh fruit and vegetables.
   I am sorry, all the tickets are sold out.
   I never eat any breakfast.
   Everybody in our class wants to visit Vietnam.
   Nobody likes hospitals.
   Every young person in Vietnam wants to learn English.
   There are books everywhere in his study.
   Every department store sells clothes.

3 Translate these sentences into Vietnamese:

One of the most famous pictures by Nguyễn Phan Chánh is called 'Cô thuê'.

This story written by Lê Minh Khuê was translated into English.

The postcard sent to me by my parents is very pretty.

I have never read the famous Tale of Kiều (Truyện Kiều) written by Nguyễn Du but I have heard a lot about it.

The dress that my mother bought for me is too big.

4 Use **do** in the following sentences. For example:

Bảo Ninh/viết tiểu thuyết 'Nỗi buồn chiến tranh'/rất hay

Tiểu thuyết 'Nỗi buồn chiến tranh' do Bảo Ninh viết, rất hay

   a **Nguyễn Phan Chánh/vẽ tranh 'Cô thêu'/nổi tiếng**
   b **Nhà báo Minh/viết bài về ô nhiễm môi trường/rất tốt**
   c **Nhà xuất bản Hà Nội/xuất bản quyển Từ điển bách khoa Việt Nam/khá đắt**
   d **Bố tôi/chụp bức ảnh này/đẹp lắm**
   e **Bạn tôi/tổ chức buổi liên hoan/vui lắm**

   tổ chức *to organize*   **(buổi)liên hoan** *party*

5 Use **trở nên** or **trở thành** in the following sentences. For example:

Theo dự báo thời tiết ngày mai trời sẽ rất xấu.

Theo dự báo thời tiết ngày mai trời sẽ trở nên xấu.

(According to the weather forecast, the weather is going to get bad tomorrow.)

   a **Em trai tôi sẽ là nhà báo.**
   b **Tình hình kinh tế ở Việt Nam sẽ tốt hơn.**
   c **Ông Đức sẽ là thầy giáo.**
   d **Nếu tôi luyện tập nhiều thì tiếng Việt của tôi sẽ giỏi hơn.**

6 Give Vietnamese equivalents:

I enjoyed the trip to Nha Trang; if I have enough money I want to go there again.

He was asking me over and over again about her.

I went to visit my friend but because he was not at home I will have to go there again.

*The documentary film on the history of Vietnam was shown over and
over again on TV.
Come to my house tomorrow. It is my birthday.
He gave up smoking last year but this year he started smoking again.
This exercise is not correct, do it again.*

Reading

Vietnamese newspapers occasionally publish short articles describing
the impressions of foreigners visiting Vietnam. This is a short account of
Helen's trip:

**Helen sang Việt Nam sáu tháng nghiên cứu về bệnh nhiệt đới. Ngay
từ những ngày đầu tiên, Helen học tiếng Việt hy vọng có thể nói với
người bệnh. Cô ăn uống thoải mái các món ăn Việt Nam. Helen còn
vào thăm các gia đình người Mường, người Dao, đứng chụp ảnh
với các phụ nữ H'Mong trong bộ áo dân tộc. Cô chưa bao giờ chụp
ảnh nhiều như mấy tháng ở Việt Nam. Cô không những chỉ ghi hình
những cảnh đẹp nơi đã đến thăm, mà còn có nhiều bức ảnh sinh
hoạt: một gia đình H'Mong bên bếp lửa, những con thuyền trên
sông, mấy em nhỏ đứng trước đình làng ...**

**Lúc chia tay Helen nói: 'Tôt rất yêu phong cảnh, con người và văn
hóa Việt Nam. Tôi là người may mắn vì ngoài công việc tôi đã đi
được nhiều nơi, được tiếp xúc với cuộc sống hàng ngày của con
người Việt Nam. Vì thế tôi hiểu được đất nước các bạn nhiều hơn
những người du lịch bình thường'.**

SUMMARY

In this unit, you should have learnt the following grammatical issues:

1 How to express passive meaning using **'do'**:
- **a** Tôi rất thích truyện ngắn này do nhà văn Nguyễn Huy Thiệp viết.
- **b** Món ăn này do mẹ tôi nấu ngon tuyệt.
- **c** Tôi đang đọc tiểu thuyết do nhà văn Bảo Ninh viết.
- **d** Hôm qua tôi đã mua sách học tiếng Việt do bạn giới thiệu với tôi.

2 How to say *everything, everyone, everywhere/nothing, nobody/ nowhere* using a grammatical construction:
- **a** Tuần nào bạn tôi cũng chơi bóng đá.
- **b** Chủ nhật nào tôi cũng đi bơi.
- **c** Tối thứ bảy nhà hát nào cũng hết vé.
- **d** Chủ nhật nào bố mẹ tôi cũng làm vườn.
- **e** Không ai thích bị phê bình.
- **f** Năm nào tôi cũng về quê để ăn Tết nguyên đán.
- **g** Ở Việt Nam làng nào cũng có chùa.
- **h** Bao giờ tôi cũng đi học đúng giờ.
- **i** Ở nông thôn Việt Nam chỗ nào cũng trồng lúa.

3 How to say *'to become'* correctly:
- **a** Sau khi tốt nghiệp đại học anh tôi muốn trở thành luật sư.
- **b** Hôm nay trời trở nên lạnh quá.
- **c** Cô ấy trở thành một cô gái đẹp.
- **d** Năm nay bố tôi trở nên ốm nặng.
- **e** Ông của tôi đã trở thành một nhà văn nổi tiếng.

Revision unit

1 Do you understand this conversation between David and Liên?

Liên	Anh ở Hà Nội bao lâu rồi?
David	Gần hai tháng.
Liên	Anh thấy Hà Nội thế nào? Anh có thích Hà Nội không?
David	Tôi bận quá nên chưa có dịp nào để đi tham quan cả. Hơn nữa, tôi cũng sợ bị lạc lắm.
Liên	Anh đừng lo! Hà Nội không lớn lắm đâu.
Nam	À, tôi biết rồi! Chủ nhật anh có rỗi không?
David	Tôi rỗi.
Nam	Chúng mình có thể gặp nhau vào buổi chiều và đi dạo. Anh có thể vừa tập nói tiếng Việt vừa ngắm cảnh Hà Nội.

2 Give Vietnamese equivalents

1 *Excuse me, can you show me the way to the nearest bank?*

2 *There are many souvenir shops in Hanoi.*

3 *I have never travelled on a Vietnamese plane.*

4 *Have you visited Hạ Long bay yet? Not yet, but I plan to go there next month.*

5 *What's the matter with you? I have a headache and feel dizzy. You should go and see a doctor.*

6 *This stir fry is too spicy. Can I have a glass of mineral water, please?*

7 *Vietnam does not have many department stores. People usually shop at the market because it is more convenient.*

8 *The best season for tourists to visit Vietnam is in the autumn.*

9 *If I have enough money, I shall buy a silver watch.*

10 *Although the meal was delicious, we still did not like the restaurant because it was crowded.*

11 *My younger sister returned from the market; she bought ten eggs, a bottle of fish sauce and ten pairs of chopsticks.*

12 *If you don't like this brown dress, try the pink one instead.*

13 *How old is your father?*

14 *Last week I went on a trip to the Perfume Pagoda. The pagoda is about 70 km away from Hanoi. I went there by car. In the evening, although I was very tired and hungry, I still wanted to tell my friends about the trip.*

15 *In my opinion, this is the best restaurant in Chợ Lớn.*

16 *Have you ever written a letter in Vietnamese?*

17 *Follow this road and in about ten minutes you will see the One Pillar Pagoda.*

18 *Jane did not phone me. She sent a letter instead.*

19 *Although her parents live far away, Loan phones them nearly every day.*

20 *Are there any traffic lights in the centre of Hanoi?*

21 *I have just finished writing a letter to my brother.*

22 *If you go to Vietnam this summer, don't forget to bring along your dictionary.*

23 *I like both singing and dancing, but I hate sport.*

24 *What's the name of this fruit in Vietnamese?*

25 *Many people in Vietnam want to work for a foreign company.*

26 *If you want to understand Vietnamese people, you have to learn more about their culture.*

27 *Many foreigners are afraid of crossing the roads in Vietnam.*

28 *What do you drink? I am not very thirsty, perhaps a small glass of orange juice.*

29 *Vietnamese people like to eat rice with a little bit of meat, fish, vegetables or eggs.*

30 *I am sorry, I don't remember the name of the man sitting next to Mr Quang.*

31 *Are you free tonight? Do you want to go for a walk with me?*

32 *There are many lakes in Hanoi; one of the most beautiful is the Lake of the Returned Sword.*

33 *I want a vegetarian meal. Could you help me choose?*

34 *Every day the train arrives on time but today it was late.*

35 *My fridge has broken down. Where can I buy a new one?*

36 *When I was in hospital, I had to call the nurse every time I wanted to get up.*

37 *I did not go home by underground, I took a taxi instead.*

38 *You should not smoke here.*

39 *I have to find the telephone number for an ambulance.*

40 *Vietnam is a tropical country with many beautiful holiday resorts.*

41 *Can I speak to Mr Baker, please? I am sorry, he is not here. Do you want to leave a message?*

42 *My mother has to work shifts.*

43 *Nobody enjoys being ill.*

44 *After lunch I usually take a walk or read for a while.*

3 Translate into English

1 Ở Hà Nội có khá nhiều tai nạn giao thông vì nhiều người đến đường cấm xe đạp, đường một chiều v.v.

2 Phòng của chị Loan ở bên cạnh phòng ăn, đối diện với phòng khách.

3 Nhiều người nước ngoài rất thích những món ăn đặc sản của Việt Nam.

4 Vì Việt Nam là một nước ở miền nhiệt đới nên có rất nhiều loại hoa quả.

5 Tôi đau bụng, có lẽ tôi bị ốm nặng.

6 Trước đây Nam thích chạy xe nhanh. Nhưng bây giờ thì anh ấy không dám chạy xe nhanh nữa.

7 Tôi bị nằm viện.

8 Hôm qua tôi được các bạn mời đi xem phim.

9 Theo dự báo thời tiết, hôm nay trời sẽ mưa.

10 Tôi được một tin vui.

11 Xin lỗi chị, rất tiếc, chủ nhật này tôi không đi Hải Phòng được.

12 Anh Nam ra phố mua sách. Anh Nam vào hiệu sách mua hai cuốn tiểu thuyết mang về nhà.

13 Người Hà Nội đi xe đạp nhiều không phải vì họ thích đi xe đạp mà vì Hà Nội vẫn chưa có một hệ thống giao thông rẻ tiền và thuận tiện.

14 Tôi đã yêu cầu nhà bếp làm nem rán.

15 Bác sĩ khuyên chúng tôi không nên ăn quả chưa chín.

16 Tôi đang học nghiên cứu châu Á.

17 Tôi đi cửa hàng bán đồ lưu niệm.

18 Đối với người Việt Nam, tiếng Anh bây giờ quan trọng lắm.

19 Chỉ có tôi và anh Nam biết tiếng Pháp thôi.

20 Anh Dũng vừa đi vừa về bằng máy bay.

21 Tuy tôi có nói to hơn nhưng cô ấy vẫn không nghe thấy.

22 Hiện nay anh ấy bị ho và còn nhức đầu nữa.

23 Anh có mua được gì không?

24 Hai quả cam này bằng nhau.

25 Trong bài giảng của giáo sư có vấn đề nào các anh không hiểu không?

26 Cà phê ở Việt Nam không những ngon tuyệt mà còn rẻ tiền nữa.

27 Chúng tôi mới gặp nhau lần đầu.

28 Chỉ một tháng nữa thôi chúng tôi sẽ nghỉ hè.

29 Tôi không muốn nói, chỉ muốn im lặng.

30 Mẹ tôi đi làm việc về.

31 Nếu các anh có thời gian rỗi, mời các anh lại chơi nhà tôi.

32 Tôi đề nghị anh nên nói thẳng với cô ấy về việc này.

33 Chủ nhật này bố mẹ chúng tôi kỷ niệm 50 năm ngày hai người lấy nhau.

34 Nếu anh muốn đến nhà ông Hùng thì anh cứ đi thẳng đến bờ sông, rồi rẽ tay phải.

35 Trước lúc đi ngủ khi nào tôi cũng rửa mặt.

36 Tập thể thao là việc tốt nhất để giữ sức khỏe.

37 Đêm qua bạn tôi đã bị ốm; tôi sợ quá phải đưa bạn ấy đi bệnh viện. Nhưng may mà hôm nay anh ấy khỏe.

38 Tôi ở thư viện ra.

4 Write the following letter in Vietnamese

Dear Nam,

I have been in Vietnam for two months now. Since this is my first visit to Vietnam, I want to see all the historical sights and museums. My Vietnamese is not very good but I am able to talk to my Vietnamese friends. If they speak slowly, I can understand them. Everybody in Vietnam wants to learn English and I am helping my friends with their pronunciation. I love walking along the streets, taking photographs, watching people riding their bicycles, children playing football, people chatting and drinking coffee in small restaurants. Best of all, I like going to the market. To shop at the market is very convenient. You can buy anything there from electrical goods, shoes, toys, to flowers, fruit and vegetables, meat, fish, eggs, spices, etc. The largest market in Hanoi is called 'Đồng Xuân'. It is in the centre of Hanoi not far from the bank of the Red River. It is always very crowded.

Last week I was invited for a meal by a Vietnamese family. The dinner was delicious. We had spring rolls, sweet and sour pork with mushrooms and beef noodle soup. The dessert was fresh pineapple with ice cream. I have to learn to make spring rolls myself because I like them very much.

In the evening, I usually stay up late and read a book or a Vietnamese newspaper or write a letter to my family. The weather is quite pleasant; it is not very hot nor very cold either. Although it does not rain very often, I got caught in the rain last Sunday when I was returning from the cinema. I had to buy a new raincoat.

Vietnam is a very interesting country. I hope to be able to go down to the south and to visit some provinces in Central Vietnam. I would also like to go to the seaside.

I am looking forward to your letter.

Julian

5 Fill in the missing diacritics

1 Gia dinh toi an sang vao luc tam gio.

2 Buoi toi toi thuong o nha doc sach hay xem vo tuyen truyen hinh.

3 May bay khong cat canh duoc vi thoi tiet xau.

4 Tai sao hom qua cac anh khong di xem phim?

5 Ban toi Hoa la thu ky. Co ay lam viec o Ha Noi. Anh Tuan khong song o Ha Noi. Anh ay song gan Ha Noi. Anh Tuan la sinh vien. Anh ay hoc tieng Anh.

6 Co Hoa va anh Tuan gap anh David truoc khach san. Co Hoa va anh Tuan chao David.

6 Read carefully and translate the words below

1 làm – lắm

2 khát – khác

3 to – tờ

4 giá – già

5 đâu – đầu

6 chỗ – chó – chợ

7 ba – bà

8 mua – mùa – mưa

9 bay – bảy

10 máy – mấy

11 ngày – ngay

12 bố – bò

13 sông – sống – xong

14 bàn – bạn – bán

15 bận – bẩn

16 chưa – chữa

7 Write a short essay on some of the following topics

▶ Why I am learning Vietnamese.
▶ You would like to apply for a job in Vietnam. Prepare a short summary of your life (education, work experience, language knowledge, etc.) and state your plans for the future (see Units 1 and 8).
▶ Describe where your house is located and the route you take from the nearest tube (railway) station back to your house (see Units 9 and 10).
▶ Write a few lines about your family (see Unit 4).

Translations of dialogues

Unit 1

Conversation 1

Nam	Ah, David. Hello.
David	Hello, Nam.
Nam	It has been a long time since I met you. How are you these days?
David	Thanks. I am fine. And what about you?
Nam	Thank you. I am fine. Oh, I am sorry. Allow me to introduce to you my friend, Miss Liên.
David	Hello. My name is David. I am very pleased to meet you.
Liên	Hello. You are American, aren't you?
David	No. I am an Englishman.
Nam	I am very thirsty. Let's go and drink some coffee!

Conversation 2

Bình	Hello.
Mark	Hello. I am Mark. And what about you, what is your name?
Bình	My name is Bình. I am very pleased to meet you.
Mark	I am also very pleased to meet you. This is my friend, Peter.
Bình	Hello, Peter.
Peter	Hello, Bình.
Bình	Where are you from (from which country are you)?
Peter	I am English.
Bình	And what about you, Mark? You are also an Englishman, aren't you?
Mark	No, I am not an Englishman like Peter, I am a Canadian.

Unit 2

Conversation 1

Peter, Mark	Hello.
Hoa	Hello.
Peter	Excuse me, you are Miss Hoa, aren't you? I am Peter, Nam's friend.
Hoa	Ah, Nam. I have not met him for a long time. How is he these days?
Peter	Nam is fine. I am sorry, this is my friend Mark.
Hoa	I am pleased to meet you. What are you (plural) doing in Hanoi? Did you come here as tourists or to work (on business)?
Peter	I am a student. I came here to learn Vietnamese. And Mark …
Mark	I work in a travel agency. And what about you Hoa, what do you do (what is your profession)?
Peter	You are also a doctor like Nam, aren't you?
Hoa	No, I am a nurse. I work in the Bạch Mai hospital. Where do you live?
Peter	We live in the hotel Sông Hồng ('Red River').
Hoa	Oh, I am sorry. I have to go now. I hope to see you again soon.
Peter, Mark	Goodbye.

Conversation 2

Liên	You are an Englishman, aren't you?
David	Yes, I live and work in London, the capital of England.
Liên	Oh, you are also from a capital like me. I live in Hanoi – the capital of Vietnam. What is your occupation?
David	I am a journalist. And you? Are you a doctor like Nam?
Liên	No. I am a secretary.
Nam	Liên works in a publishing house.

Liên	What are you doing in Hanoi, David?
David	I came here as a tourist but I also want to learn Vietnamese. I want to talk to Vietnamese people and understand this country.
Nam	How long have you been learning Vietnamese?
David	Only two months. Vietnamese is very difficult!

Unit 3

Conversation 1

Clerk	Hello, sir. What do you want to ask?
Richard	Hello. We want to find a small hotel or guest house near the centre of town. Can you recommend a good one?
Clerk	Hanoi has many tourist hotels. The Hotel Bờ Hồ (Lakeside Hotel) in the town centre is very nice but is often full. Young people often choose the Hòa Bình (Peace) hotel or the Tháp Rùa (the Turtle Tower) guest house.
Richard	What's the Hòa Bình hotel like?
Clerk	(This hotel) is big and very beautiful. It is near the Returned Sword lake on the Bà Triệu street.
Richard	And what about the Tháp Rùa guest house?
Clerk	This guest house is small and peaceful.
Tom	Is it expensive?
Clerk	Not very.
Tom	All right. Please book us a double room in the Tháp Rùa guest house for two weeks.
Clerk	Yes. (polite)
Tom	Thank you.
Clerk	You are welcome.

Nam	Excuse me, I see you are reading a Vietnamese newspaper. Do you speak Vietnamese?
Mark	Yes, but only a little. I am learning. I can understand but I don't speak well.
Nam	Where do you study Vietnamese?
Mark	In London and Hanoi.
Nam	I see. What do you think of Vietnamese? Is it difficult?
Mark	Yes, I think Vietnamese is interesting but difficult to learn.
Nam	Your pronunciation is very good. (You pronounce very well.)
Mark	Oh, thank you.

Unit 4

Conversation 1

Hoa	How long have you been in Vietnam?
Mary	Five months. This is the first time I have been away from my family for so long.
Hoa	Where is your home?
Mary	In the south of England, in the seaside town of Brighton. And you, Hoa, where is your birthplace?
Hoa	I was born in a small village in North Vietnam. Province Hà Bắc.
Mary	I see.
Hoa	Is your family large?
Mary	Large. ... Do you want to see a photograph of my family?
Hoa	Yes, of course.
Mary	This is my whole family on the occasion of my mother's birthday. Here are my parents, next to them is my older brother and older sister.
Hoa	Who is that old man sitting next to you?
Mary	Oh, that's my (maternal) grandfather. He was 78 but he has died now.

Hoa	And what about your grandmother?
Mary	She is still alive. How many brothers and sisters do you have, Hoa?
Hoa	I have one younger sister and one younger brother.
Mary	That means you are the oldest child in the family.
Hoa	That's right. And you are **con út** in the family?
Mary	What does **con út** mean?
Hoa	It means the youngest (smallest) child in the family.

Conversation 2

Nam	Are you married yet, Mark? (Have you formed a family yet, Mark?)
Mark	I am not married yet. (I have not formed a family yet.) I have a girlfriend but we have not married yet. And what about you, Nam?
Nam	I have a wife. (I am married). Her name is Phương. Perhaps Vietnamese people marry earlier than Europeans.
Mark	How old are you this year?
Nam	Twenty-three. My wife is younger than I am.
Mark	Have you got children?
Nam	I have two children – one daughter and one son. My daughter's name is Mai and my son is called Quang.

Unit 5

Conversation 1

Richard	Are you free tomorrow?
Dũng	Why do you ask?
Richard	I have decided to invite you to the cinema (to go to the cinema with me).
Dũng	I see. What day is it tomorrow?

(Contd)

Richard	Friday.
Dũng	Friday? Let me think – tomorrow morning I have to go to the market to buy some food, write a letter to my family, in the afternoon I have to go to an English lesson and afterwards I need to repair my bicycle. And in the evening I must go to the library. I would like to go to the cinema with you but it looks as if I am very busy tomorrow.
Richard	That's a real pity. You work too much. You should have a rest. And what about the day after tomorrow? Are you doing anything? (Are you busy?)
Dũng	Saturday, Saturday in the afternoon I usually play football but in the evening I am free.
Richard	OK. We'll go to the cinema on Saturday in the evening.

Conversation 2

Thảo	It's very warm today. Would you like to go out somewhere?
David	I'd like that very much. I know what! Tomorrow is Saturday and the day after tomorrow is Sunday, which means two free days. We can go to the seaside.
Thảo	Fine. Let's go to Halong bay.
David	When shall we go?
Thảo	Let's go early tomorrow morning. Tomorrow in the afternoon we can already be swimming in the sea.
David	And tomorrow evening we shall go for a walk along the beach. I heard that there are many delicious restaurants in Halong!
Thảo	On Sunday in the morning we could hire a boat and go to see Halong bay.
David	Oh, I forgot! Sunday evening I have to go to the airport to meet a friend of mine. When shall we return to Hanoi?
Thảo	In that case we shall return on Sunday in the afternoon.

Unit 6

Conversation 1

Mark	Could you tell me, please, when is there a plane (going) to Huế?
Clerk	Three times a week. On Monday, Thursday and Saturday. When do you want to go to Huế?
Mark	I want to fly on Thursday. What time does the plane to Huế take off?
Clerk	The plane to Huế takes off at half past ten.
Mark	And what time does the plane arrive at Huế?
Clerk	At ten to twelve.
Mark	Please give me two return tickets. Is there a place (seat) on Thursday?
Clerk	There are still a few places.
Mark	What time do I have to be (present) at the airport?
Clerk	You need to be at the airport before half past nine, or at eight in the morning be at the Vietnam Airlines office to go to the airport.
Mark	Thank you.
Clerk	You are welcome.

Conversation 2

Mark	What's the time?
Hoa	Half past nine.
Mark	Damn it! It's too late! My watch says only ten past nine.
Hoa	Your watch is 20 minutes slow. Let's hurry up otherwise we'll miss the train.
Mark	Even if we hurry, we will not manage it. I have to hire a taxi. Taxi! Taxi!
Taxi driver	Hello, sir. Where do you want to go?

(Contd)

Mark	I need to go to the railway station. Will you manage (to get there) before ten o'clock?
Taxi driver	It is only 9.35 now. I will take the shortest route, from here to the station it takes around ten minutes. Don't worry, we have enough time.
Mark	I'll get off here. Thank you for getting me here on time.

Unit 7

Conversation 1

At the market

Shopkeeper	Please, madam, buy something (buy to 'open the shop', 'be the first customer'). Oranges, bananas, grapes – (all are) very fresh.
Mary	Give me one mango.
Shopkeeper	Please choose some. This one is very sweet and juicy.
Mary	How much is this one?
Shopkeeper	3,000 dongs.
Mary	That's rather expensive, would 2,500 be all right?
Shopkeeper	Well, all right then. Do you want to buy anything else?
Mary	I want a bunch (a 'handful') of bananas.
Shopkeeper	This bunch is ripe and tasty.
Mary	How much is it all?

In the bookshop

Shopkeeper	Hello, which book are you looking for?
David	I want to buy a dictionary.
Shopkeeper	Which dictionary?

David	A dictionary of the Vietnamese language.
Shopkeeper	Here is *The Dictionary of the Vietnamese Language* by Hoàng Phê. This dictionary was published in 1995. Here, have a look.
David	Is it good?
Shopkeeper	It is the latest ('newest') and best dictionary.
David	OK, I'll buy it (sell it to me). How much is it?
Shopkeeper	68,000. Do you want to buy anything else?
David	Have you got a map of Hanoi? (lit. 'Do you sell a map of Hanoi here?)
Shopkeeper	I am sorry, we are sold out.

In the department store

Assistant	Hello, sir. What do you want to buy?
John	I want to buy a jumper.
Assistant	Which size are you (Which size do you take?)?
John	I am not sure. Perhaps size 40.
Assistant	It does not matter, you can try it on. Which colour do you like?
John	**Xanh** (green or blue).
Assistant	Sorry sir, which **xanh** (blue or green)?
John	Blue.
Assistant	Please try this one on.

Conversation 2

Hoa	Hello, Mary. Where are you going?
Mary	Hello, Hoa. I need to buy some fruit and vegetables. I have decided to cook a meal (and) invite a few friends.
Hoa	I am free now, can I come with you?
Mary	You can! (OK.) Let's go to the Đồng Xuân market. I love shopping at the market, I love the buzzing atmosphere of a market.
	(Contd)

Hoa and Mary are entering the Đồng Xuân market.	
Mary	Good heavens! I have never seen so many kinds of fruit and vegetables! There are many kinds of fruit and vegetables I don't know yet (I don't know their names yet). What is that fruit over there called in Vietnamese?
Hoa	That's **'chôm chôm'** (*rambutan*).
Mary	And what about that one? What is it?
Hoa	That's **'đu đủ'** (*papaya*). It is very sweet.
Mary	What is that? ... Hoa, can you smell something nice?
Hoa	Yes, of course. There is a flower stall over there.
Mary	Let's (go and) have a look and buy some flowers. What's that flower called?
Hoa	Which one?
Mary	That yellow flower over there.
Hoa	Ah, that's **'hoa cúc'** (*chrysanthemum*).
Mary	Do you like flowers, Hoa?
Hoa	I like rose(s) but generally speaking, I like all flowers. Having the name Hoa (*flower*), I can't not like flowers!

Unit 8

Conversation 1

Hoa	Why hasn't he arrived yet? He promised to come at eight, didn't he?
Nam	Yes, let's wait for a few minutes. He will definitely come. ... Ah, here is Peter. I was worried you would not come.
Peter	I am sorry for being late. I overslept. I only went to bed at two in the morning.
Hoa	Why so late?
Peter	I had to finish writing an article for the *Hanoi mới* (*New Hanoi*) newspaper last night. And in the morning I could not get up. I did not manage to clean my teeth, wash my face and even have some breakfast. I just got up, got dressed and ran here to meet you.
Nam	Well, let's have some breakfast first.
Peter	Agreed.

Conversation 2

Peter	Do you still work in the hotel, Hoa?
Hoa	No, I don't work there any more. I am now working in a foreign languages publishing house.
Peter	Why don't you work in the hotel any more?
Hoa	I had to work a lot, begin very early and finish very late. And the salary was quite small. And on top of that, I often had to work overtime. And one more thing, last year I got married and my husband also works shifts. Many days we did not see each other at all.
Peter	So what is your new job like?
Hoa	There is also a lot of work here but the work is more interesting. I meet a lot of interesting people – writers, poets, journalists. I can practise speaking English. And from time to time I have to go abroad.
Peter	And what about the working hours?
Hoa	The working hours here are more convenient. I start at eight. I read many interesting books and magazines, write letters, phone, receive visitors. The working hours finish at five. This means that in the evening I have enough time to go to the cinema, to the theatre or to visit friends.
Peter	It looks like you enjoy your new job a lot.
Hoa	There is only one problem. I have to learn to use a computer. I am afraid I won't be able to learn it.
Peter	Don't worry, nowadays every child knows how to use a computer. There's nothing difficult about it.

Unit 9

Conversation 1

Tim	Hello. Excuse me, how do I get to the British Embassy? (If I want to go to the British Embassy, I must take which road?)
	(Contd)

Passer-by	British Embassy? Have you got the address?
Tim	16 Ly Thường Kiệt street.
Passer-by	16 Ly Thường Kiệt street, I know. Now you are at Quốc Tử Giám street. Go straight on as far as the crossroads and then turn right. Keep going till Nguyễn Khuyến street, then turn left, go to the crossroads with traffic lights and turn left one more time. The British Embassy is opposite the park. Do you remember it?
Tim	Thank you. Is it (still) far?
Passer-by	Quite far. On foot it takes about 30 minutes.
Tim	That's a long way. I will be late.
Passer-by	You should take a cyclo. By cyclo it only takes ten minutes.
Tim	Thanks a lot.
Passer-by	Not at all.
Tim	Cyclo! Cyclo!
Cyclo driver	Hello, sir.
Tim	How much is it from here to the British Embassy?
Cyclo driver	Fifteen thousand, sir.
Tim	All right then.
Cyclo driver	Get in, please.

Conversation 2

Helen	Oh, I am very tired. Are you sure this is the way to the History Museum?
Lan	I am certain. Make an effort for a little bit longer! It's not far at all. According to this map we only have to go to the crossroads in front of us (in front of our eyes), cross the square and go straight on for a few more minutes.
Helen	Well, then. Here is the crossroads but where is the square?
Lan	Ah, the square ... Perhaps we are lost!
Helen	We are definitely lost. We have to ask (directions).
Lan	Hello.

Passer-by	Hello.
Lan	Excuse us. We think we are lost.
Passer-by	Where are you going to?
Lan	To the History Museum.
Passer-by	You are going in the wrong direction, you have to go back to the end of this street, keep walking for a few minutes and you will see a square. Cross the square and you will see a tall yellow house with a statue. That's the History Museum.
Lan	Thank you very much. Let's go!
Helen	No, I need a little rest.

Unit 10

Conversation 1

Mr Baker	Good morning.
Clerk	Good morning, what do you need?
Mr Baker	I need to rent a house.
Clerk	Do you want to rent a small house or a big house? In the town centre or on the outskirts?
Mr Baker	I want a house for three people not far from the centre.
Clerk	Do you want your own garden?
Mr Baker	I don't know … maybe my wife would like to have her own garden.
Clerk	We have a house on the Chu Văn An street. Downstairs there is a sitting room, kitchen, dining room and a small study. Upstairs there are two bedrooms and a bathroom. Behind the house, there is a small garden with many trees.
Mr Baker	Does the house have a private parking place?
Clerk	Yes, in front of the house there is a small parking place.

(Contd)

Mr Baker	Is the Chu Văn An street busy?
Clerk	Not at all. The area around the house is very peaceful.
Mr Baker	All right. Can I see the house?
Clerk	Yes, you can.

Conversation 2

Ngọc	Oh, Helen. Hello.
Helen	Hello, Ngọc.
Ngọc	Last week I came to your house but there was nobody at home.
Helen	Oh, I am sorry. The whole family has just moved to another place. Please come and see us.
Ngọc	Yes, all right. I'll be pleased to.
Helen	Could we meet tomorrow evening?
Ngọc	Yes. Where is your house now?
Helen	Here is my address. My house is very easy to find. I live in a tall brick building opposite the National Library.
Ngọc	Thank you. See you tomorrow.
The next day. Ngọc has just arrived to visit Helen.	
Helen	Please come in to my room.
Ngọc	Yes, oh, your room is really pretty.
Helen	This room is quite small, there is nothing special about it. There is only a bed, a wardrobe, a chair and a few bookshelves. But the best thing is that, because it is on the second floor, I can see the whole park with the trees and flowers from the window.
Ngọc	I like that picture on the wall over there.
Helen	Oh that's a picture by an English painter.
Ngọc	And who is in that photograph hanging on the wall by the window?
Helen	That's a photograph of my parents.
Ngọc	I like your room a lot.
Helen	I have not finished decorating it yet. I still need to buy a few things to make it nicer.

Unit 11

Conversation 1

Tom	Hello, doctor!
Doctor	Hello. What's the matter with you?
Tom	Doctor, I have a headache, cough and a runny nose.
Doctor	Have you been in pain long?
Tom	Two days.
Doctor	Have you got a temperature?
Tom	Last night I had a high temperature but this morning I feel better, I don't have a temperature any more.
Doctor	Open your mouth!
Tom	What's the matter, doctor?
Doctor	There's nothing serious. You have a sore throat. You have to rest a few days. Here is a prescription, take it to the pharmacy and buy the medicine.
Tom	Thank you, doctor. Doctor, how do I have to take the medicine?
Doctor	Three times a day before a meal.
Tom	Thank you, doctor.

Mary has a different problem – toothache.

Mary	Doctor, I have terrible toothache. I was in terrible pain all last night.
Doctor	Please sit in the chair. Which tooth is hurting you?
Mary	I am not sure, doctor, I only know it's on the right.
Doctor	Open your mouth. Ah, this tooth is rotten.
Mary	Does it have to come out?
Doctor	No, I'll give you a filling.
Mary	Thank you, doctor.

Thủy	Helen, are you all right today?
Helen	No, I am not very well today. I feel very unpleasant ('uneasy', 'difficult to bear'). My head is hurting and I have stomach-ache.
Thủy	Does your stomach hurt a lot? Did you eat anything strange?
Helen	I don't remember. But all yesterday I did not want to eat and drink anything.
Thủy	Your face is very red. Have you got a temperature?
Helen	I have not measured (the temperature) yet.
Thủy	Let me get you some medicine, all right? Take this medicine (drink it).

Unit 12

Conversation 1

Waiter	What would you like to drink? (What do you drink?)
David	Oh, I am very thirsty!
Nam	Please give us two bottles of cold beer.
Hoa	For me a cup of white coffee, please. What about you, Mary, what would you like to drink? Do you like coffee or beer?
Mary	No, I don't like either coffee or beer.
Hoa	If that's the case then have (drink) some lemon juice or orange juice.
Mary	A glass of lemon juice please.
Waiter	Do you take ice?
Mary	A little. Thank you.
David	Mary has never eaten a Vietnamese meal before. Let's go to a restaurant (preparing) Vietnamese specialities!
Hoa	OK. Do you know any good restaurants (any 'tasty' restaurant)?

Nam	I heard that the Bông Sen (Lotus) Restaurant does many delicious Vietnamese specialities. But that restaurant is usually very crowded.
David	It does not matter, if it's full then we will go somewhere else (to some other restaurant).
Hoa	Vietnamese people eat with chopsticks. Do you know how to hold chopsticks, Mary?
Mary	I do but not very well (only a little).
Hoa	Don't worry, if you can't eat with chopsticks then eat with a spoon.
David	I am very hungry. Let's hurry up.

Conversation 2

Waiter	Hello!
Nam	Could you show us to a table for four people?
Waiter	Please follow me. Please sit at this table. Here is the menu.
Nam	Thank you. What would you like to eat, Mary?
Mary	I don't know anything about Vietnamese food. Order for me, please. Anything is fine.
Nam	Have you ever eaten **bánh cuốn** (*steamed stuffed pancake*)?
Mary	Not yet.
Nam	Then try it. It's delicious.
Mary	All right.
Nam	Well then, a bowl of **phở** (*noodle soup*) and **bánh cuốn** for Mary. And what about you, David, what do you like to eat?
David	I am going to have my favourite meal – spring rolls. This restaurant is famous for its spring rolls. And to follow – I want to order stir-fried chicken with lemon grass and chillies.
Nam	I feel like (eating) fish today. Please give me steamed fish with mushrooms and shrimp cake.
Hoa	Have you got anything vegetarian? (Does this restaurant have any vegetarian meals?)

(Contd)

Waiter	Yes, stir-fried mushrooms, vegetarian spring rolls, stir-fried vegetables, stir-fried noodles ...
Hoa	A plate of stir-fried noodles and stir-fried vegetables for me.
Waiter	So, bowl of **phở**, (a plate, a serving of) **bánh cuốn**, spring rolls, stir-fried chicken with lemon grass and chillies, steamed fish, shrimp cake, stir-fried noodles, stir-fried vegetables... Anything else?
Nam	Let's try the eel soup to begin with. And two bowls of fried rice please.
Waiter	Yes, thank you, sir. Wait a while, please.
Waiter	Here are your dishes. And here is fish sauce, pepper and chillies.
Nam	Thank you.

Unit 13

Conversation 1

Richard	What is the best season to visit Vietnam, Nam?
Nam	It's difficult to say. I like the autumn best.
Richard	Why?
Nam	The autumn in Vietnam is very nice, the weather is not only warm but also pleasant.
David	I agree. I have been living in Vietnam for a long time. The weather in the autumn is fresh. Moreover it seldom rains! But I hate the winter – the weather is not only cold but also wet. And everybody must put up with the cold wind.
Nam	That's right. The average temperature in winter is only about 11°C.
Richard	I thought that there was no winter in Vietnam.
Nam	Of course there is! North Vietnam has four seasons like Europe. The south only has two seasons – a wet and a dry season.

David	When you visit Vietnam you will see the difference between the north and the south.
Nam	Many people also like the spring in Vietnam because this is the season of the New Year festival.
David	The Vietnamese celebrate the lunar new year in a very interesting way. If you visit Vietnam during this time you will be able to observe the new year customs. And the Tet also means that the spring is beginning so the weather is warmer. But you still have the drizzle in the spring.
Nam	Every season has something special!

Conversation 2

Mary	The weather today is very cold, isn't it? I have decided to go to the seaside next week and the weather is so bad! Have you bought today's newspaper? I want to see what next week's weather forecast is like.
Lan	Yes, I have bought today's paper. Let me see, here is next week's weather forecast: 'Cloudy, rain in some places, average temperature 18°C.'
Mary	Good heavens! ... Ah, you read the forecast for North Vietnam but I am going for the summer holiday to the South. Here is the weather forecast for the South: 'Few clouds, sunny, light wind, average temperature 27°C.'

Conversation 3

Paul	You have got a new jumper, haven't you?
Minh	The winter is coming so I bought some warm clothes, this jumper, gloves and a scarf.
Paul	Your new jumper is really nice. I have decided to buy a similar one. Have you got a hat?
Minh	You think I need a hat?
Paul	You need a hat here. In the winter the weather is very cold. And if you want to go to the mountains then you need thick socks.
Minh	I probably won't go to the mountains.

Unit 14

Conversation 1

Nam	Hello!
David	Hello, is that Nam?
Nam	Yes, this is Nam. Who is that?
David	This is David.
Nam	Who is it? Please speak up. I cannot hear clearly.
David	This is David.
Nam	Ah, David. David! David, are you there? Hello, hello!

In a few minutes David rings again.

David	Hello, is that Nam?
Nam	Yes, this is Nam (Nam speaking).
David	This is David. I am sorry, we were interrupted.
Nam	I have not spoken to you for a long time. What's new? (What's happening?)
David	There is a new performance on in the water puppet theatre. Let's go and see it.
Nam	Brilliant! When shall we go and see it?
David	I have to phone the theatre. I shall ring you back after six.
Nam	OK. (Agreed.) Phone me back.

David now phones the theatre to ask about tonight's programme.

David	Hello, is that the water puppet theatre?
Theatre	Yes, what do you need?
David	I want to ask, is there a performance on tonight?
Theatre	Yes, there are two – in the afternoon and in the evening.
David	What time does the evening performance begin?
Theatre	At seven.
David	Do you still have tickets?
Theatre	We still have some.
David	Thank you.
Theatre	Not at all.

Conversation 2

David	I want to speak to Nam.
Lan	I am sorry. Just a few minutes ago he left for the bank.
David	Do you know when he will return?
Lan	I am sorry, I don't know. Can I give him a message?
David	Please ask him to call me. My phone number is 87356.
Lan	Don't worry, I will pass it on.
David	Thank you.
Lan	Not at all.

Unit 15

Conversation 1

Clerk	Hello.
Mark	Hello. I want to send this letter to London.
Clerk	Yes, sir. (Do you want to) Send this letter registered?
Mark	No, just normal post. How long does it take for the letter to get to London?
Clerk	About three weeks.
Mark	In that case, send it express.
Clerk	Yes. 10,000 dongs. Do you need anything else?
Mark	Do you sell postcards here?
Clerk	Of course, here they are. Please choose some.
Mark	Oh, this picture of the One Pillar Pagoda is very pretty. And here is the Lake of the Returned Sword. Give me these two postcards. And two stamps. How much is it all?
Clerk	Twenty-nine thousand.
Mark	Thank you.
Clerk	You are welcome.

Conversation 2

Hoa	Has the postman arrived yet?
Peter	Not yet, why do you ask?
Hoa	I am expecting a letter from my parents. I have not received a letter from my family for a long time and I am getting more worried day by day. Last month my mother was ill so I want to know how her health is these days.
Peter	Keep calm. Don't worry! Ah, the postman is here.
Hoa	Is there a letter for me today?
Postman	I am sorry, there isn't.
Hoa	In that case I have to phone my parents. Is there a public phone near by?
Postman	Yes, at the end of this street there is a public phone. Or at the post office.

Unit 16

Conversation 1

Tuấn	Hello, come in, please.
Mark	Hello. I heard (the news) that you are ill, so I came to visit you. Good heavens! What happened to your leg?
Tuấn	Last Sunday I played football and broke my leg.
Mark	So you played football, did you? I like watching sport on television but I don't play any (sport). In my opinion any sport is not safe at all. I only like two things – travelling and photography. Luckily these two things go together well. And photography is definitely safer than sport!
Tuấn	Which countries have you visited?
Mark	The whole of Europe, many countries in Asia such as Indonesia, Malaysia, Japan, China. Apart from that I have also visited America but I have not been to Africa yet.

Tuấn	You have travelled all over the world!
Mark	My last trip was visiting Central Vietnam! For a long time I have been wanting to see the Cham towers and only last year I was able to go.
Tuấn	Is that so? How was the trip, was it interesting?
Mark	It is a trip which I will never forget.
Tu n	A few months ago I saw a documentary film on television about the Cham civilization.
Mark	When you recover, please come and visit me. I will show you the photographs from Vietnam.
Tuấn	OK. And I shall invite you to come to a football match with me. Perhaps you could take my photograph.
Mark	All right, agreed.

Conversation 2

Ben	In the Museum of Art, there is an exhibition of paintings on silk by Nguyễn Phanh Chánh. Let's go and see it.
Hùng	Thanks, some other day, I am busy today. I have to go to a concert with my wife.
Ben	I thought you did not like music.
Hùng	I hate music. But although I don't like music, from time to time I have to go with my wife because she likes music.
Ben	You don't like any music at all?
Hùng	Rock is quite interesting but classical music is so boring! Every time I go to see it, I feel very sleepy. I prefer to stay at home, watch television or go to a restaurant, talk to my friends, drink and dance.
Ben	Why don't you say that to your wife? She could go with a friend.
Hùng	Because last week she went to see a horror movie with me. And you know that my wife hates horror movies. But although she hates it (watching horror movies)...
Ben	... from time to time she goes to see it because you like it!

Unit 17

Conversation 1

Booking a room

Mr Baker	Please make an advance room booking for me in the Hotel Metropole.
Receptionist	Yes. What's your name?
Mr Baker	My name is David Baker.
Receptionist	You want to stay in the Hotel Metropole from which day until which day?
Mr Baker	From Monday next week till Saturday next week. Which means six days.
Receptionist	Yes.

Buying a ticket

Tourist	Excuse me. Can I fly to Vietnam via Hong Kong?
Ticket office	Yes, you can. Quantas flies from London to Hanoi via Hong Kong. You can stay in Hong Kong for a few days and then continue to Hanoi. This flight is very popular with tourists.
Tourist	In that case, one ticket to Hanoi via Hong Kong.
Ticket office	When do you (want to) go?
Tourist	I have decided to go on Tuesday next week.
Ticket office	Tuesday next week, that means the 23rd. One way or return?
Tourist	One way. Thank you.
Ticket office	You are welcome.

Changing money

Tourist	Hello. I need to exchange 100 dollars into Vietnamese dongs.
Clerk	Can I see your passport, sir?
Tourist	Here it is. What is the exchange rate?
Clerk	One American dollar is 11,026 Vietnamese dongs. Please sign here.
Tourist	Thank you.

Checking in at the airport

Clerk	Hello, sir. Can I see your ticket and passport?
Tourist	Here you are.
Clerk	Thank you. You are flying to Bangkok, are you? Where is your luggage?
Tourist	I only have hand luggage.
Clerk	Did you pack the suitcase yourself?
Tourist	Yes, I did it myself.
Clerk	Do you want to sit by the window or by the aisle?
Tourist	Please give me a window seat.
Clerk	Here is your boarding card. Now please proceed to the passport and customs control.
Tourist	Thank you.
Clerk	Not at all.

Buying a souvenir

Mary	I am returning home shortly. I want to buy some Vietnamese articles to take home as souvenirs. What do you think I should buy? (In your opinion what should I buy?)
Nam	A real Vietnamese present, uhh? Have you seen the folk pictures from Đông Hồ? People buy them usually for the Tet (New Year festival). They are pretty and cheap.

(Contd)

Mary	Fine. I shall buy some folk pictures. And for my mum I want to buy a Vietnamese ao dai (Vietnamese traditional costume) and a hand-embroidered tablecloth.
Nam	A pair of pottery elephants is also very attractive! Only you have to carry them carefully. And don't forget the Vietnamese conical hat.
Mary	That's a lot! When I return to England I will definitely have to pay excess weight.

Conversation 2

At the Ministry of Interior

David	Hello.
Clerk	Hello. What do you need?
David	My visa is about to expire soon and I want to stay in Vietnam a little bit longer. What do I have to do to extend my visa?
Clerk	What are you doing in Vietnam?
David	I am writing a tourist guide to Vietnam and I am also learning Vietnamese at the Centre for Foreign Languages.
Clerk	When does your visa expire?
David	At the end of next month, but I want to stay in Vietnam two more months until the beginning of October.
Clerk	You have to fill in this application to extend a visa and you also need a letter from the Centre for Foreign Languages allowing you to study there until the beginning of October.
David	Thank you. Goodbye.

Unit 18

Conversation 1

Nam   What book are you reading that is so interesting?

Peter   The bookshop has just received an Encyclopaedia of Vietnam. I am about to go to Vietnam so I bought it to learn more about the country and the people of Vietnam. The more I know about Vietnamese history, geography and culture, the more interesting my trip will be. There are many really interesting things in this book. For example, do you know what the highest mountain is in Vietnam?

Nam   Uh, sorry, geography is not my favourite subject (I am not interested in geography).

Peter   It is mountain Phan-xi-pan, 3,142 metres high. One more question: How many minorities live in Vietnam?

Nam   This question is very easy: there are over 50 minorities in Vietnam. Apart from the Kinh people there are also Hoa, Tày, Thái, Mèo, Khmer, Ê đê, Ba Na, Gia Rai, etc.

Peter   Very good! But do you know that every nation has several names? For example, the Việt people are also called Kinh, Kẻ Chợ, Giao, Nhà Nhì, etc.

Nam   Perhaps you will have an opportunity to visit villages of the (ethnic) minorities to witness their everyday life. Now I want to ask: what is the current population of Vietnam?

Peter   Wait a moment, I have to find the page (talking) about the population. Ah, here it is. The Vietnamese population – in 1999 Vietnam had nearly 77 million people.

Nam   This book is really interesting! Read some more!

A few days later Nam returns with a present for Peter.

Nam   I bought you some Vietnamese literary works translated into English. I know (that) you have been learning Vietnamese for a few months but I thought that perhaps your Vietnamese was not yet (good) enough to read books in Vietnamese.

(Contd)

Peter	You are right! Although I am learning, I am still not very good. Ah, *The Tale of Kiều*. Thank you. I have read this book already but I'd like to read it again.
Nam	And here are some more contemporary books: the novel *The Sorrow of War* written by the writer Bảo Ninh and a few short stories by Nguyễn Huy Thiệp.
Peter	I have heard a lot about Bảo Ninh but I have not yet read *The Sorrow of War*. It is supposed to be very interesting, isn't it?
Nam	I find it interesting. It is a book about the war against the Americans. War is an important topic in Vietnamese literature of the last half century. Bảo Ninh was a soldier and he saw what the war was like.
Peter	I heard that this book was awarded a literary prize of the Vietnamese Writer's Association in 1990 and became famous outside Vietnam (abroad). ... Do you have any other books? Lend them to me to read.
Nam	You should read a book by Dương Thu Hương. The bookshop sold out the translation of the *Untitled Novel* but they will have it next week.

Conversation 2

Ruth	What do you think about the current situation in Vietnam? (How do you see the current situation in Vietnam?)
Minh	For a few years Vietnam has been carrying out the renovation and open-door policies. The whole country is changing fast.
Robert	I read that Vietnam, previously a country lacking food, has nowadays become a country exporting rice.
Minh	That's correct, at present Vietnam is the third (largest) exporter of rice in the world, after Thailand and America.
Robert	I heard that there are currently a lot of foreigners in Vietnam.

Minh	Because Vietnam has a lot of interesting things for tourists – not least nature, mountains and the sea, historical sights, etc. Vietnamese tourism is developing very rapidly. Apart from that, many foreign firms are opening offices (headquarters) in Vietnam.
Robert	It looks like everything is OK., doesn't it?
Minh	There are still many problems – both political and economic. There are still many poor people, many young people do not have a job. You can also see the negative side of tourism – many tourist localities are not clean and traffic density is growing day by day. The streets of Hanoi are not only crowded but there is another problem – the air pollution.

Translations of selected texts

Unit 7

The market is an important place in the life of every family, every village, every area. A large market usually has tens of stalls selling chickens, pigs, fish, sauce, medicines, china, fabrics, conical hats, meat, fish, betel, noodles, rice, peanuts, vegetables, bananas, bowls, chopsticks, etc. The market is not just an economic centre but it is also a cultural centre. People come to market not only to shop but also to chat with friends, idle about, dance. Shopping at the market is very convenient. In the market, the shopper only needs to go once and can buy all he or she needs.

Unit 8

Every week the *Sunday Times* newspaper publishes an article describing a working day of a famous person. This week the *Sunday Times* introduces the writer X.

I hate getting up early. I never get up before nine o' clock. I wash my face, read the paper and drink coffee. I don't eat any breakfast because I could not work. I start working at about eleven. From 11 till three I am working in my study. I don't answer the phone and don't speak to anybody, I just sit and write. I smoke a lot. I know I should not smoke. At three I finish writing and prepare lunch or go to a small restaurant near my home to have lunch. In the afternoon I return to my study – I phone, reply to letters or discuss problems with the publishing house. Before I used to like going out or playing tennis in the afternoon but now I don't play sport any more. If the weather is nice I like doing some gardening. In the evening I am rarely at home, I meet friends, go to the theatre or talk to journalists. Twice, three times every week I have to attend parties. I never watch television. Before going to bed I usually

drink a glass of alcohol and read a few pages I wrote in the morning.
I can still remember when I was younger I often went to bed at four or
five in the morning but nowadays I can't stay up late any more.

Unit 11

Some advice from a doctor:

Eat and drink healthily (eating healthily does not mean that you have to
reject everything you like), eat a lot of varied food, don't eat food with a lot
of fat and sugar, eat a lot of vegetables or raw vegetables, eat fish or chicken,
don't drink much alcohol (if you are thirsty drink something non-alcoholic).

Try to go on foot more, if you often take a car or other means of public
transport on short journeys why don't you try walking instead?

Go by bicycle, run, swim, dance or do something else you like!

Walking up the stairs is better than using the lift.

Try to exercise twice or three times a week, each time 20–30 minutes.
Start gently and gradually increase.

Give up smoking (think of a reason why you want to give up smoking;
some people find it easier if they are giving up together with a friend –
friends can help each other; think of the amount of money you can
save and how you could spend the extra money).

Unit 12

The vegetarian cuisine of Huế.

Huế is one of the Vietnamese centres of culture and tourism. Many
people come to Huế to admire historical sights (Huế has nearly one
hundred pagodas), take a boat ride on the Perfume River, and many

tourists also come to try the special dishes of Huế. Huế is famous for its special cuisine, including vegetarian dishes. The vegetarian cuisine of Huế is one type of the art of cooking that has existed for a long time. The art of vegetarian cooking is associated with the development of Buddhism in Vietnam. Huế has vegetarian cooking because it is the capital city of Buddhism in Vietnam. There are many delicious vegetarian meals. It is difficult to recognize what the meals are made of. The talent of the women (of Huế) lies in their (use of) natural ingredients, without meat or fish they still manage to cook 'spring rolls', 'chicken', 'meat pie' ...

Taking it further

Recommended reading

Titles marked * are generally no longer available to purchase, but may be found in libraries.

Bibliographies
*Marr, D. (1992), *Vietnam*. World Bibliographical Series, vol. 147. Oxford: Clio Press.

Vietnamese language
Hoàng Phê, ed. (1992), *Từ điển tiếng Việt* – A Vietnamese Dictionary. Hanoi: Viện Khoa học xã hội Việt Nam – Viện ngôn ngữ học.

Thompson, L. C. and O'Harrow, S. D. (1987), *A Vietnamese Reference Grammar*. Honolulu: University of Hawaii Press.

Vietnamese literature
Nguyễn Đình Hoà (1994), *Vietnamese Literature: A Brief Survey*. San Diego, CA: San Diego State University.

Durand, M. and Nguyễn Trần Huân (1985), *An Introduction to Vietnamese Literature*. New York: Columbia University Press.

Vietnamese literature/translations into English
Balaban, J. Ca dao Vietnam (1982), *A Bilingual Anthology of Vietnamese Folk Poetry*. Greensboro, NC: Unicorn.

Balaban, John, Nguyen Qui Duc, eds. (1996), *Vietnam: A Traveller's Literary Companion*. San Francisco: Whereabouts Press.

Bảo Ninh (1994), *The Sorrow of War*. London: Secker & Warburg.

Dương Thu Hương (2002), *Paradise of the Blind*. New York: Perennial.

Dương Thu Hương (1996), *Novel Without a Name*. New York: Penguin Books.

Dương Thu Hương (2002), *Beyond Illusions*. New York: Picador.

Huỳnh Sanh Thông, ed. and trl. (1996), *An Anthology of Vietnamese Poems. From the Eleventh through the Twentieth Centuries*. New Haven, NJ, and London: Yale University Press.

Huỳnh Sanh Thông, ed and trl. (1996), *An Anthology of Vietnamese Poems*. New Haven, NJ, and London: Yale University Press.

Huỳnh Sanh Thông, ed and trl. (1987), *The Tale of Kiều by Nguyễn Du*. New Haven, NJ: Yale University Press.

Lê Minh Khuê (1997), *The Stars, the Earth, the River*. Willimantic, CT: Curbstone Press.

Ma Văn Kháng (2000), *Against the Flood*. Willimantic, CT: Curbstone Press.

Nguyễn Dụy (1999), *Distant Road*. Willimantic, CT: Curbstone Press.

Nguyễn Huy Thiệp. (1993), *The General Retires and Other Stories*. Lockhart, G. trl. Singapore: Oxford University Press.

Nguyễn Huy Thiệp (2003), *Crossing the River*. Willimantic, CT: Curbstone Press.

Vietnam: history and culture
*Buttinger, J. (1961), *The Smaller Dragon: A Political History of Vietnam*. New York: Praeger.

*Buttinger, J. (1967), *Vietnam: A Dragon Embattled*. New York: Praeger.

Jamieson, N. (1995), *Understanding Vietnam*. Berkeley: University of California Press.

Marr, D. (1971), *Vietnamese Anti-Colonialism: 1885–1925*. Berkeley: University of California Press.

Marr, D. (1981), *Vietnamese Tradition on Trial, 1920–1945*. Berkeley: University of California Press.

Marr, D. (1996), *Vietnam 1945*. Berkeley: University of California Press.

Taylor, K. (1991), *The Birth of Vietnam*. Berkeley: University of California Press.

Templer, R. (1999), *Shadows and Wind: A View of Modern Vietnam*. New York: Penguin Books.

*Whitfield, D. J. (1973), *Historical and Cultural Dictionary of Vietnam*. Metuchen, N. J.: Scarecrow Press.

Vietnam and the internet

Even if you do not intend to use the internet for improving your Vietnamese language skills, it is a marvellous way to keep in touch with people with the same interest. You can join many discussion groups devoted entirely to Vietnam as well as find a rich source of data, download Vietnamese fonts or surf picture archives. It will keep you informed about political and economic developments in the country and about articles and new books on Vietnam published all over the world. You will also be able to follow what is happening in Vietnamese communities abroad. Some discussion groups use Vietnamese, others communicate in English.

Here are some useful internet addresses to help you get started. Accessing any of these or using search engines will provide you with references to many other sites.

www.nhandan.org.vn: official site of the main Vietnamese daily newspaper, *Nhân dân*; both in Vietnamese and English, in addition to the general news summary, this site includes section on 'learning Vietnamese' complete with audio recordings, collection of short stories and poetry both in Vietnamese and English and video clips.

www.tuoitre.com.vn: Vietnamese newspaper.

vietnamnews.vnagency.com.vn: the internet version of the national English language daily with sections on politics, economy, culture.

www.bbc.co.uk/vietnamese: BBC Vietnamese language site.

www.vietnamtourism.com: official site of the Vietnam National Administration of Tourism.

www.xunhasaba.com.vn: site of the Vietnam Corporation for the Export and Import of Publications: Given the difficulty in obtaining Vietnamese language publications outside Vietnam, this is a useful site if you want to order books and periodicals published in Vietnam.

www.thingsasian.com: 'Experience Asia through the eyes of a traveler'.

coombs.anu.edu.au/WWWVLPages/VietPages/WWWVLVietnam.html: World wide web virtual library – Vietnam.

www.vietnammovies.pro.vn: the internet site of Vietnam Feature Film Studio; includes video clips of Vietnamese films.

Key to the exercises

Activities

1 True or false? (a) true (b) true (c) false (d) true (e) true (f) true
2 (a) Chào anh. Chào cô. Anh có khỏe không? Cảm ơn, tôi khỏe. Còn cô? Cảm ơn. Tôi bình thường. (b) Chào bà! Chào ông! Xin giới thiệu với bà. Đây là ông Green. Rất hân hạnh được gặp ông. **3** (a) Chào anh Mark! Anh có khỏe không? Cám ơn, tôi khỏe. Còn anh? Cám ơn, tôi khỏe. (b) Tôi xin giới thiệu ông Hai. Rất hân hạnh được gặp ông Hai. Tên tôi là David. David McDonald. (c) Xin lỗi, anh là người Mỹ, phải không? Không, tôi là người Anh.

Exercises

1 (a) Tôi xin giới thiệu với ông Howard, đây là ông Hoang, bạn tôi. (b) Tôi xin giới thiệu với ông Howard, đây là cô Lan – cô Lan là người Việt Nam. (c) Tôi xin giới thiệu với ông Howard, đây là ông Herbert. Ông Herbert là người Đức. (d) Tôi xin giới thiêu với ông Howard, đây là cô Sato; cô Sato là người Nhật (e) Tôi xin giới thiệu với ông Howard, đây là bà Douglas; bà Douglas là người Mỹ. **2** (a) Cô Lan là người Việt Nam, phải không? (b) Ông Hà là người Trung Quốc, phải không? (c) Ông Green là người Anh, phải không? (d) Bà Robinson là người Mỹ, phải không (e) Tên chị là Tuyết, phải không? (f) Anh Pornvit là người Thái, phải không? (g) Đây là bà Mai, phải không? **3** 1. Kurt là người Đức, phải không? 2. Đây là ông Brown, phải không? 3. Cô Sato là người Nhật, phải không? 4. Ông Chang là người Trung Quốc, phải không? 5. Anh Ralf là người Đức, phải không? 6. Ông Chang là người Nhật, phải không? 7. Đây là anh David, phải không? **4** (a) Chị Loan không phải là người Trung Quốc, chị Loan là người Việt Nam. (b) Đây không phải là anh Mark, đây là Richard. (c) Gerard không phải là người Đức, Gerard là người Pháp. (d) Anh Nam không phải là người Anh, anh Nam la người Ca-na-đa. (e) Đây không phải là chị Hoa, đây là chị Nguyệt. **5** Maurice là người nước nào? Maurice là người Pháp. Peter là người nước nào? Peter

là người Ca-na-đa. Pornvit là người nước nào? Pornvit là người Thái Lan.
Ulrich là người nước nào? Ulrich là người Đức. Natasha là người nước
nào? Natasha là người Nga. Minh là người nước nào? Minh là người Việt
Nam. **6** (a) Chào chị, tôi là Helen. Chào chị, tên tôi là Hoa. Rất hân hạnh
được gặp chị. Chị là người Mỹ, phải không? Không, tôi là người Anh.
(b) Xin lỗi, anh là người nước nào? Tôi là người Đức. Còn anh? Anh là
người nước nào? Tôi là người Pháp. (c) À, chào cô Jane! Chào anh Nam!
Cô có khỏe không? Tôi khỏe, cám ơn. Còn anh? Tôi cũng khỏe. (d) Xin
lỗi, ông là ông Howard phải không? Vâng, tôi là ông Howard. Tên tôi là
John, John Francis. Rất hân hạnh được gặp ông. **7** Đây là anh Nam. Anh
Nam là người nước nào? Anh Nam là người Việt Nam. Dạo này chị Hoa
có khỏe không? Cám ơn, tôi bình thường. Chào anh. Rất hân hạnh được
gặp anh. Anh là người Mỹ, phải không. Tôi không phải là người Mỹ, tôi
là người Anh.

Unit 2
Activities

1 (a) false (b) true (c) false (d) false (e) true (f) false **2** (a) false (b) true
(c) true (d) true (e) false (f) true (g) false (h) false **3** (a) David sống ở
Luân Đôn-thủ đô nước Anh. (b) Anh David làm việc ở Luân Đôn.
(c) David là nhà báo. (d) Cô Liên là thư ký ở bệnh viện. (e) Anh Nam
không phải là nhà báo, anh Nam là bác sĩ. (f) Hà Nội là thủ đô nước
Việt Nam.

Exercises

1 (a) Cô Phương không phải là bác sĩ, cô Phương là y tá. (b) Helen không
phải là nhà báo, Helen là thư ký. (c) Ông Dũng không phải là nhà văn,
ông Dũng là thày giáo. (d) Chị Tuyết không phải là kế toán, chị Tuyết là
luật sư. (e) Anh Hùng không phải là sinh viên, anh Hùng là bác sĩ. (f) Cô
Mai không phải là luật sư, cô Mai là sinh viên. **2** (a) Chị Hoa sống ở Hà
Nội, phải không? Chị Hoa có sống ở Hà Nội không? (b) Helen làm việc ở
Paris, phải không? Helen có làm việc ở Paris không? (c) Ông Khoang học
tiếng Nhật, phải không? Ông Khoang có học tiếng Nhật không? (d) Bà
Hương làm việc ở bệnh viện, phải không? Bà Hương có làm việc ở bệnh
viện không? (e) David sống ở Việt Nam, phải không? David có sống ở
Việt Nam không? (f) Anh Đức học tiếng Pháp, phải không? Anh Đức có

học tiếng Pháp không? (g) Ông Taylor làm việc ở công ty du lịch, phải không? Ông Taylor có làm việc ở công ty du lịch không? 3 Ông Smith học tiếng Pháp. Ông Taylor học tiếng Nhật. Cô Sato học tiếng Anh. Helen học tiếng Việt. Bà Morton học tiếng Đức. Anh David học tiếng Trung Quốc. 4 Peter là kế toán. Anh ấy làm việc ở Luân Đôn. Hoa là thư ký. Cô ấy làm việc ở nhà xuất bản. Mark là sinh viên. Anh ấy học tiếng Việt và tiếng Trung Quốc. Cô Lan có làm việc ở công ty du lịch không? Không, cô ấy làm việc ở bệnh viện, cô ấy là y tá. David không phải là bác sĩ, anh ấy là nhà báo. Julian sống ở Brighton nhưng làm việc ở Luân Đôn. Helen không biết tiếng Pháp nhưng cô ấy biết tiếng Trung Quốc. Anh Nam là sinh viên, anh ấy học tiếng Nhật. Cô Mary đến Việt Nam (để) học tiếng Việt. Chị Rosamund không làm việc ở công ty du lịch. Ông Brown có phải là bác sĩ không? Chị Bình là luật sư. Chị ấy làm việc ở Hà Nội. Ông Baker có phải là thầy giáo không? Vâng, ông ấy là thầy giáo. Tôi xin giới thiệu với anh, đây là nhà văn Howard.

5 (a) Hùng	Anh là người nước nào?
Maurice	Tôi là người Pháp.
Hùng	Anh có phải là nhà báo không?
Maurice	Không, tôi không phải là nhà báo, tôi là nhà văn. Còn anh?
Hùng	Tôi là luật sư.

(b) Hoa	Cô Mary học tiếng Việt, phải không?
Marie	Vâng, tôi học tiếng Việt. Chị Hoa có biết tiếng Pháp không?
Hoa	Tôi không biết tiếng Pháp nhưng tôi biết tiếng Đức.

Reading

(a) an accountant (b) British (c) study Vietnamese (d) he knows French and is currently learning English

Unit 3
Activity

1 (a) true (b) true (c) true (d) true (e) false (f) false

Exercises

1 A: Anh có nói được tiếng Việt không?
   B: Vâng nhưng ít thôi.
   A: Anh thấy tiếng Việt thế nào?
   B: Phát âm tiếng Việt khó lắm.
   A: Anh nói tiếng Việt tốt lắm.
   B: Cám ơn anh. Tôi nghe hiểu nhưng nói không giỏi.

2 (a) Tiếng Pháp thế nào? Tiếng Pháp không khó lắm. (b) Khách sạn Bờ Hồ thế nào? Khách sạn Bờ Hồ đông người. (c) Ông Nam thế nào? Ông Nam già nhưng khỏe. (d) Thành phố Huế thế nào? Thành phố Huế yên tĩnh. (e) Bệnh viện Việt-Mỹ thế nào? Bệnh viện Việt-Mỹ mới. (f) Bác sĩ Quang thế nào? Bác sĩ Quang tốt. (g) Sông Hồng thế nào? Sông Hồng dài. (h) Cô Lan thế nào? Cô Lan buồn. (i) Nhà khách "Hoà Bình" thế nào? Nhà khách "Hoà Bình" rẻ. (j) Công ty du lịch này thế nào? Công ty du lịch này tốt. **3** (a) Ông Dũng có già không? (b) Nước Anh có nhỏ không? (c) Tiếng Nhật có khó không? (d) Công ty du lịch 'Vietnam Tourism' có tốt không? (e) Phố Nguyễn Huệ có yên tĩnh không? (f) Bác sĩ Hương có tốt không? (g) Hồ Hoàn Kiếm có đẹp không? (h) Cô Liên có khỏe không? (i) Khách sạn 'Tháp Rùa' có đắt không? (j) Trung tâm thành phố có sạch không? (k) Nhà xuất bản 'Văn nghệ' có nổi tiếng không?
4 (a) Khách sạn Hilton không đắt, khách sạn Hilton rẻ. (b) Chị Mai không khỏe, chị Mai ốm. (c) Bệnh viện Bạch Mai không mới, bệnh viện Bạch Mai cũ. (d) Thành phố Hà Nội không đẹp, thành phố Hà Nội xấu. (e) Trung tâm thành phố Luân Đôn không bẩn, trung tâm thành phố Luân Đôn sạch. (f) Luật sư Quang không tốt, luật sư Quang xấu. (g) Công ty du lịch không tốt, công ty du lịch xấu. (h) Phố Bà Triệu không yên tĩnh, phố Bà Triệu đông. (i) Bác sĩ Liên không già, bác sĩ Liên trẻ. (j) Nhà văn Shakespeare không nổi tiếng. **5** (a) The weather is neither warm nor cold. (b) Mr Tuấn is neither young nor old. (c) My friend is neither cheerful nor sad. (d) David neither knows French nor German. (e) Miss Liên likes neither going to the cinema nor going to the theatre. (f) Mr Trí is neither rich nor poor. (g) Mr Baker likes neither beer nor coffee. (h) The 'Turtle tower' hotel is neither expensive nor cheap.
6 Tiếng Việt khó lắm. Hà Nội không lớn nhưng đẹp. Bệnh viện Bạch Mai cũ. Bạn tôi Mai trẻ và đẹp. Sài Gòn là một thành phố hiện đại. Quyển sách này không hay cũng không dở. Khách sạn Metropole đắt lắm. Bố tôi già nhưng khỏe. Ông Hùng là nhà báo tốt. Nhà xuất bản Sông Hồng gần

trung tâm Hà Nội. Bạn tôi ở một khách sạn nhỏ tên (là) Bông Sen. Trung tâm thành phố không yên tĩnh lắm. **7** khó/dễ nhỏ/lớn, to lạnh/nóng to/ nhỏ nghèo/giàu trẻ/già dễ/khó tốt/xấu bẩn/sạch ngắn/dài đẹp/xấu lớn/ nhỏ mới/cũ dài/ngắn thấp/cao **8** (a) bảy, chín, mười, bốn, hai, tám, năm, một (b) 10, 8, 4, 6, 2, 9, 7, 3, 5, 1. **9** (a) The guest house 'Quê Hương' advertises small but clean rooms and despite the fact that it does not have its own restaurant, it is popular with young people. This hotel sounds ideal for Hannah. (b) Hotel Metropole is advertised as a large and luxurious hotel with rooms equipped with own TV, video and phone. This option would not suit Hannah's pocket. (c) The advertisement for the hotel *Dân chủ* only ephasizes the hotels location in the centre of Hanoi, near the *Lake of Returned Sword (Hồ Hoàn Kiếm)*.

Unit 4
Activities

1 (a) five months (b) from Brighton (c) in a small village in the Hà Bắc province in North Vietnam (d) her grandfather is dead but her grandmother is still alive (e) the youngest child (f) one younger brother and one younger sister **2** (a) false (b) false (c) true (d) false (e) false (f) false (g) true (h) true (i) true

Exercises

1 (a) Ông Đông ở Hải Phòng. (b) Anh David học tiếng Việt. (c) Bác sĩ Hùng làm việc ở Đà Nẵng. (d) Kim đọc báo 'Hà Nội Mới'. (e) Bà Lan sinh ở làng. (f) Anh Peter học tiếng Việt mười tháng. (g) Chị Liên uống cà phê. (h) Khách sạn Bờ Hồ ở trung tâm Thành phố Hồ Chí Minh. (i) Nhà báo Quang tìm luật sư Dũng. (j) Nhà xuất bản gần Hồ Hoàn Kiếm. (k) Anh Richard ở Huế ba tháng. (l) Chị Mai đi học. (m) Bệnh viện gần khách sạn. **2** (a) Anh bao nhiêu tuổi? Tôi hai mươi sáu tuổi. (b) Anh ở đâu? Tôi ở khách sạn Bờ Hồ. (c) Khách sạn ở đâu? Khách sạn ở trung tâm (thành phố) Hà Nội. (d) Đây là ai? Đây là bác sĩ Hùng. (e) Anh Peter đã lập gia đình chưa? Chưa, anh ấy vẫn độc thân (Chưa lập gia đình). (f) Bố mẹ tôi ở miền Bắc Việt Nam nhưng chị tôi ở miền Nam Việt Nam. **3** (a) Anh đã gặp cô Lan chưa? Chưa, tôi chưa gặp cô Lan. (b) Anh đã thăm miền Trung Việt Nam chưa? Rồi, tôi đã thăm miền Trung Việt Nam rồi nhưng tôi chưa thăm miền Nam Việt Nam. (c) Chị đã xem bức ảnh của gia đình tôi chưa? Rồi. (d) Chị đã xa gia đình bao giờ chưa?

(e) Anh đã lập gia đình chưa? Chưa. 4 (a) Ông Hùng đã đi thăm châu Âu chưa? (b) Cô Mai đã gặp nhà văn Trí chưa? (c) Em Liên đã viết thư cho bố mẹ chưa? (d) Chị Helen đã học tiếng Việt chưa? (e) Các bạn đã chơi bóng bàn chưa? (f) Anh David đã uống cà phê Việt Nam chưa?
5 (a) Bố mẹ tôi chưa gặp thầy giáo Tuấn. (b) Anh tôi chưa chữa xe đạp. (c) Cô Liên chưa lấy chồng. (d) Chúng tôi chưa xem phim Việt Nam. (e) David chưa học bài này. (f) Mẹ tôi chưa thăm miền Nam Việt Nam. (g) Bố tôi chưa nói chuyện với luật sư Quang. 6 (a) Where is your native place? (b) My native place is Hải Phòng. (c) Where is Hải Phòng? (d) Hải Phòng is in North Vietnam. 7 (a) Anh ở đâu? Tôi ở Luân Đôn, thủ đô nước Anh. (Thành phố) Luân Đôn thế nào? (Thành phố) Luân Đôn rất lớn nhưng đẹp. (b) Anh sinh ở đâu? Ở Hà Nội. Anh bao nhiêu tuổi? Tôi 36 tuổi. (c) Anh Martin làm (nghề) gì? Anh ấy là sinh viên, anh Martin học tiếng Việt. Anh Martin học tiếng Việt bao lâu? Sáu tháng. (d) Chị có mấy anh chị em? Tôi có một em trai và một anh trai. Anh của chị có gia đình không? Không, anh ấy là người ly dị vợ. 8 (a) 56 – năm mươi sáu, 87 – bảy mươi bảy, 21 – hai mươi mốt, 106 – một trăm linh sáu, 65 – sáu mươi lăm, 1996 – một nghìn chín trăm chín mươi sáu, 40 – bốn mươi, 88 – tám mươi tám, 94 – chín mươi tư, 104 – một trăm linh bốn, 55 – năm mươi lăm, 608 – sáu trăm linh tám, 31 – ba mươi mốt, 17 – mười bảy, 2735 – hai nghìn bảy trăm ba mươi lăm, 410 – bốn trăm mười, 91 – chín mươi mốt, 10 – mười. (b) hai mươi lăm – 25, chín mươi hai – 92, năm tram – 500, tám trăm linh ba – 803, mười tám – 18, bốn mươi mốt – 41, năm trăm linh năm – 505, tám mươi lăm – 85, sáu mươi – 60, mười ba – 13, một trăm – 100, bảy mươi bảy – 77, ba mươi tư – 34, năm mươi lăm – 55, mười chín – 19, bốn trăm lẻ chín – 409, bốn nghìn – 4,000, sáu mươi mốt – 61, mười một – 11, bảy nghìn ba trăm sáu mươi lăm – 7,365, năm trăm linh sáu – 506. 10 Cô Hoa sống ở Huế nhưng quê cô ấy ở Hải Phòng. Hải Phòng ở miền Bắc Việt Nam. Huế ở miền Trung Việt Nam. Cô Hoa trẻ và đẹp. Cô ấy có một em trai tên là Vũ và một em gái tên là Mai. Vũ là nhà báo và Mai là sinh viên. Vũ có gia đình rồi; vợ của Vũ là y tá. Họ có một con trai. Con trai ba tuổi.

Reading

(a) yes (b) no (c) yes (d) Mr Binh's husband (e) two (f) the husband of Mai (g) trading đrm (h) her father still works, her mother is retired (i) yes (j) to South Vietnam

Unit 5

Activity

(a) true (b) true (c) false (d) false (e) false (f) false

Exercises

1 (Personal responses.) **2** Today I want to go out. In the morning I like to drink coffee. The day after tomorrow Quang has to go to the airport. In the evening Mrs Phương likes to watch TV or listen to the radio. Tomorrow I must repair a bicycle. Today is Sunday, I don't have to get up early. Yesterday evening Miss Bình went to the library. **3** (a) Thứ bảy cô Hoa thường làm gì? Thứ bảy cô Hoa không đi làm việc. (b) Buổi sáng em gái anh thường làm gì? Buổi sáng em gái tôi thường tập thể dục. (c) Thứ hai anh thường làm gì? Thứ hai tôi thường học tiếng Anh. (d) Chiều thứ sáu anh Nam thường làm gì? Chiều thứ sáu anh Nam thường chơi bóng đá. (e) Chủ nhật cô Mai thường làm gì? Chủ nhật cô Mai thường đi thăm một người bạn cùng làm việc. (f) Khuya anh thường làm gì? Khuya tôi thường đọc sách. (g) Sáng thứ hai bác sĩ Hùng thường làm gì? Sáng thứ hai bác sĩ Hùng thường phải dậy sớm. (h) Chiều thứ tư luật sư Tuấn thường làm gì? Chiều thứ tư luật sư Tuấn thường đi họp. (i) Tối thứ bảy chị và anh bạn của chị thường làm gì? Tối thứ bảy tôi và anh bạn tôi thường đi hiệu ăn.

4 The Mekong river is longer than the Red River. My mother is older than my father. The Đồng Xuân market is smaller than the Bến Thành market. Huế is smaller than Hanoi. Miss Lan is the youngest in the class. The Quê Hương restaurant is as good (lit. as tasty) as the Bông Sen restaurant. Chinese bicycles are better than Vietnamese bicycles. Ho Chi Minh City is the largest city in South Vietnam. Going to the cinema is more interesting than playing football. Vietnamese is as difdcult as Japanese. Who is the youngest person in your family? Plane is faster than train. Today Miss Nguyệt is more cheerful than yesterday. The Metropole Hotel is the most luxurious in Hanoi. Britain is smaller than France.

5 (a) Tối này anh sẽ làm gì? Tôi đi xem phim. Còn buổi tối ngày mai? Tôi phải đi sân bay đón bạn tôi. (b) Chiều nay anh có rỗi không? Không, tôi phải đi thư viện. Còn tối nay? Tối nay tôi rỗi. (c) Tôi muốn gặp ông Smith. Sáng mai ông ấy có rỗi không? Sáng mai ông Smith bận nhưng buổi chiều ông ấy rỗi. (d) Thành phố lớn nhất ở Việt Nam tên là gì? Sài

Gòn, hay đúng hơn Thành phố Hồ Chí Minh. Còn Huế? Huế nhỏ hơn Sài Gòn và cũng nhỏ hơn Hà Nội. **6** (a) no (b) Wednesday at 14.00 (c) yes (d) meet a journalist (Mr Duc) to discuss an article on Vietnamese economy (e) Sunday in the afternoon **7** (a) Thành phố Hà Nội cổ hơn Thành phố Hồ Chí Minh. (b) Học tiếng Pháp khó hơn học tiếng Việt. (c) Mẹ tôi già hơn bố tôi. (d) Bài đọc hôm nay dễ hơn bài đọc hôm qua. (e) Trung tâm Hà Nội yên tĩnh hơn trung tâm Huế. (f) Đi nhà hát hay hơn đi rạp chiếu bóng.

Reading

(a) businessman (b) in the afternoon (c) he used to but nowadays prefers to stay at home (d) rests

Unit 6
Activity

(a) true (b) false (c) false (d) true (e) false (f) true

Exercises

1 (Personal responses.) **2** (a) Tối qua tôi về nhà lúc mười giờ. (b) Sáng nay tôi dậy lúc bảy giờ. (c) Tôi ăn trưa vào lúc mười hai giờ rưỡi. (d) Tôi thường bắt đầu làm việc vào lúc bảy giờ ba mươi phút. (e) Cửa hàng bách hoá mở cửa lúc bảy giờ. (f) Cơ quan hàng không Việt Nam làm việc từ lúc tám giờ đến năm giờ chiều. (g) Đại sứ quán Anh đóng cửa chín giờ? **3** There are many options here – Bao giờ at the beginning of the sentence requires a future time phrase and at the end a time phrase to indicate the past tense. **4** (a) Tuần trước ông Vương đã gi′ới thiệu bà Lan với ông Baker. (b) Tháng sau anh Nam sẽ đi thăm quê. (c) Ngày kia nhà báo Quang sẽ nói với luật sư Hùng. (d) Hôm qua anh Mark đã chữa xe đạp mới. (e) Chiều qua cô Bình đã mua vé máy bay. (f) Tuần sau thư ký sẽ phải gọi điện thoại Luân Đôn. (g) Tối qua Richard và Nam đã đi uống cà phê. (h) Ngày mai Hoa và Mary sẽ đi tham quan Hà Nội. (i) Tháng trước chị Hoa đã nói với thầy giáo Dũng. **5** (a) Thứ sáu tuần sau anh sẽ đi đâu? Tôi sẽ đi xem phim. (b) Tuần trước chị có đi biển không? Không, tôi đã bận lắm. (c) Bao giờ anh sẽ bay đến Huế? Vào thứ năm tuần sau. (d) Anh đã gặp giáo sư Quang chưa? Rồi, tôi đã gặp ông ấy năm ngoái ở Pa-ri. (e) Bao giờ chúng ta sẽ chơi ten-nít? Chiều mai.

(f) Tối này anh có rỗi không? Rất tiếc, tôi đi xem hát. 6 ngày mồng hai tháng tư năm một nghìn chín trăm chín mươi sáu, ngày mồng bốn tháng chín năm một nghìn chín trăm bốn mươi chín, ngày ba mươi mốt tháng chạp năm một nghìn chín trăm chín mươi lăm, ngày mười lăm tháng chạp năm một nghìn chín trăm bảy mươi tư, ngày mười sáu tháng năm năm một nghìn chín trăm tám mươi chín, ngày mười chín tháng bảy năm một nghìn chín trăm ba mươi hai, ngày hai mươi bảy tháng mười một năm một nghìn chín trăm chín mươi, ngày mồng bảy tháng mười năm một nghìn chín trăm năm mươi tư, ngày mười một tháng mười một năm một nghìn chín trăm bảy mươi bảy

Unit 7
Activity

(a) false (b) true (c) false (d) true (e) false

Exercises

1 Người phóng viên ấy viết hai BÀI báo. Mẹ tôi mua mười QUẢ cam và mười QUẢ chanh. Em học sinh kia có năm QUYỂ vở và hai mươi Tờ giấy. Tôi vừa đọc xong một QUYỂN tiểu thuyết hay. QUẢ chuối này ngon nhưng QUẢ cam này không ngon. Trên giá sách của cô giáo có bao nhiêu QUYỂN sách? Hôm nay tôi đã đọc ba BÀI/Tờ báo. Bà muốn mua mấy ĐÔI đũa. CÁI/NGÔI nhà này mới. Tôi mua QUYỂN từ điển tốt. Bà cho tôi bán bốn QUẢ cam. Tôi có hai CÁI vé đi xem phim. CÁI/CHIẾC xe đạp của tôi mới. Tôi muốn mua một ĐÔI giày. Gia đình tôi có hai CON chó. 2 (a) Phòng học có bảy cái ghế. (b) Nhà tôi có bốn căn phòng. (c) Hiệu ăn có tám cái bàn. (d) Việt Nam có nhiều con sông. (e) Cô Ngọc đã viết năm bức thư cho tôi. 3 (a) Xin lỗi, đôi đũa này giá bao nhiêu? 5 nghìn đồng mười đôi. (b) Xin lỗi, cái bát này giá bao nhiêu? 500 trăm đồng một cái. (c) Xin lỗi, quyển từ điển Việt-Anh này giá bao nhiêu? 12,000 một quyển. (d) Xin lỗi, quả chuối này giá bao nhiêu? 2,000 đồng một nải. (e) Xin lỗi, bao thuốc lá Bông Sen giá bao nhiêu? 5,000 một bao. (f) Xin lỗi chị bia 'Halida' giá bao nhiêu? 2,000 một chai. (g) Xin lỗi, vé nhà hát giá bao nhiêu? 800 đồng một cái. 4 Tôi (đã) khát lắm; tôi đã uống hai cốc nước. Ông bà Smith chưa có con. Anh ấy không đói lắm, anh ấy chỉ ăn một bát súp. Bà tôi đã mua vài cái đĩa, vài cái bát và năm đôi đũa. Cửa hàng bách hoá không bán đồng hồ. Tôi cần mua một bao thuốc lá. 5 (a) Bố tôi đến bưu điện để gửi thư. (b) Ông Chung đến

sân bay để gặp bạn. (c) Bà Loan đến chợ để mua chuối và cam. (d) Em gái tôi đến thư viện để đọc báo hôm nay. (e) Anh David mua từ điển mới để dịch bài này sang tiếng Anh. **6** (c) 'Tôi mặc thử cái áo sơ mi này được không?' is the correct answer. (a) means "I want to buy this shirt. Do you have a brown one?' and (b) means 'How much is this shirt?' **7** Chào ông, ông cần gì ạ. Tôi muốn mua áo sơ mi mới. Ông mặc số bao nhiêu? 41. Ông thích màu gì? Màu xanh nước biển hay màu nâu. Cái này rất đẹp và không đắt. Cho tôi mua cái áo này. Giá bao nhiêu? 12 nghìn đồng. Xin gửi tiền. Cám ơn. Cám ơn. Xin chào. **8** chợ: thịt gà (chicken meat), quả xoài (mango), hiệu sách: bản đồ Việt Nam (a map of Vietnam), cửa hàng lưu niệm: bức ảnh (photographs), cửa hàng bách hóa: xà phòng (soap), giấy vệ sinh (toilet paper), thuốc đánh răng (toothpaste), lược (a comb), áo len (jumper)

Reading

(a) anything (b) you can buy everything at one place (c) yes

Unit 8
Activity

(a) true (b) true (c) false (d) false

Activities

1 (a) Foreign languages publishing house (b) hotel (c) e.g. she had to work a lot, start early and finish late, she had to do overtime and work shifts etc. (d) it was rather small (e) yes (f) yes, from time to time (g) yes (h) not yet but she has to learn it **2** (a) false (b) true (c) true (d) true (e) false (f) true (g) true

Exercises

1 (a) Anh Tuấn chữa xong xe đạp. (b) Mẹ tôi nấu xong bữa trưa. (c) Bố mẹ tôi ăn sáng xong. (d) Hoa viết xong thư cho gia đình. (e) Anh David dịch xong bài báo này sang tiếng Việt. (f) Thư ký Liên gọi điện xong đi Luân Đôn. (g) Bố tôi uống xong cà phê. (h) Em Nguyệt đánh răng xong. **2** Chị đã viết xong thư cho gia đình chưa? Chị đã nấu xong bữa tối chưa? Cô đã giặt xong chưa? Anh đã dịch xong bài tập này sang tiếng

Việt chưa? Anh đã chữa xong xe đạp của anh chưa? 3 (a) Chi Nguyệt đã nấu xong bữa trưa chưa? (b) Cô Hoa đã làm việc xong chưa? (c) Em tôi đã rửa mặt xong chưa? (d) Ông ngoại của chị đã chữa xong quạt máy chưa? (e) Các anh đã làm vườn hoa xong chưa? (f) Thư ký Hoa đã gọi điện thoại xong chưa? 4 Chủ nhật tuần sau bạn gái người Việt của tôi Hoa sẽ đến Luân Đôn. Thư ký của công ty du lịch 'Quê hương' làm việc rất chăm chỉ. Con chó này của ai? Tôi nghĩ con chó này của anh David. Quyển tiểu thuyết mới nhất của Dương Thu Hương hay lắm. Cô Nguyệt là thư ký của công ty du lịch này. Đôi giầy bẩn này của ai? Của tôi.
5 (a) Quyển từ điển Việt-Anh của ai? Quyển từ điển Việt-Anh của thầy giáo. (b) Xe đạp mới này của ai? Xe đạp mới này của bạn tôi. (c) Cái ô tô này của ai? Cái ô tô này của công ty du lịch. (d) Đôi giầy đẹp này của ai? Đôi giầy đẹp này của chị Nguyệt. (e) Cái vé máy bay đi Huế của ai? Cái vé máy bay đi Huế của thư ký Lan. (f) Con mèo này của ai? Con mèo này của em Tuyết. 6 (a) Bác sĩ Quang đã gặp luật sư Thảo mấy lần rồi? Bác sĩ Quang đã gặp luật sư Thảo nhiều lần. (b) Em Ngọc đã chơi ten-nít mấy lần rồi? Em Ngọc đã chơi ten-nít ba lần mọi tuần. (c) Cô giáo đã hỏi câu hỏi này mấy lần rồi? Cô giáo đã hỏi câu hỏi này hai lần. (d) Mẹ tôi đã đọc bài báo này mấy lần rồi? Mẹ tôi đã đọc bài báo này ba lần rồi. (e) Cô Mai đã thăm châu Âu mấy lần rồi? Cô Mai đã thăm châu Âu một lần.
7 (a) Ông Baker có thăm vịnh Hạ Long đâu! (b) Tôi có thăm thành phố Huế đâu! (c) Anh trai của Hoa có phải là bác sĩ đâu! (d) Cô Tuyết có làm việc ở bệnh viện đâu!

Reading

(a) no (b) yes (c) yes (d) at 3 o'clock (e) he likes tennis (f) he likes gardening (g) yes (h) never

Unit 9
Activity

(a) true (b) true (c) true (d) true (e) false

Activities

(a) true (b) false (c) true (d) true (e) true (f) true

(a) History museum (b) they thought they did (c) yes (d) yellow (e) a statue

Exercises

1 (a) Chùa Một Cột cách Lăng Hồ Chủ tịch không xa. (b) Đại sứ quán Anh cách trung tâm thành phố mười phút. (c) Khách sạn Dân chủ cách Nhà hát lớn mấy mét. (d) Sân bay Nội Bài cách trung tâm Hà Nội 50 km. (e) Thư viện Quốc gia cách Trường đại học tổng hợp 2 km. (f) Công viên cách chợ Đồng Xuân xa lắm. (g) Văn phòng hàng không Việt Nam cách khách sạn Metropole 500 m. (h) Chùa Hương cách Hà Nội 70 km. (i) Bờ biển cách Sài Gòn hơn 100 km. (j) Ngân hàng cách ăn khá xa. (k) Viện bảo tàng mỹ thuật cách Văn Miếu chỉ mấy mét thôi. **2** (a) Chùa Một Cột cách đại sứ quán Pháp bao xa? (b) Công viên cách chợ bao xa? (c) Hiệu sách cách cửa hàng bách hóa bao xa? (d) Ngân hàng cách nhà hát bao xa? (e) Bưu điện cách bệnh viện bao xa? **3** (a) Đi từ nhà anh đến cơ quan anh mất bao lâu? (b) Đi từ cảng Hải Phòng đến vịnh Hạ Long mất bao lâu? (c) Đi từ chợ Bến Thành đến khách sạn Rex mất bao lâu? (d) Đi từ sân bay Tân Sơn Nhất đến phố Nguyễn Huệ mất bao lâu? (e) Đi từ bờ sông Hồng đến viện bảo tàng nghệ thuật mất bao lâu? (f) Đi từ hồ Tây đến đền Ngọc Sơn mất bao lâu? **4** (a) Dân số Việt Nam khoảng 68 triệu. (b) Một ki lô cam giá khoảng độ 2 vạn đồng. (c) Sân bay cách khách sạn Metropole khoảng 30 km. (d) Anh Peter đã học tiếng Việt khoảng độ 6 tháng. (e) Bác sĩ Tuấn làm việc ở bệnh viện độ 5 năm. (f) Đi từ trung tâm thành phố đến nhà ga mất khoảng độ 5 phút. **5** Wake up! Let's return home! Don't work too hard! Let's go for a walk! Please drink some beer. Don't smoke here! Let's go to the cinema! Nam, don't stay up late! **6** Anh ăn kẹo đi! Ông uống bia đi! Em đừng xem phim! Anh hãy đọc báo hôm nay đi! Cô hãy học tiếng Nga. Cô đi thăm bạn đi! Chị uống cà phê đi! Anh chớ đi du lịch Việt Nam! Cô đừng mua từ điển mới. Ông hãy đi bộ đi! Chị đừng dậy sớm! Em đừng đi chơi xa. Anh hãy dịch bài này. Cô hãy rửa mặt đi! Chị nghỉ đi! Em đừng dùng máy tính của tôi! Bà chớ làm việc theo ca. **7** Anh đừng hút ở đây! Chúng ta đi xem phim tối nay đi. Đừng mua cái xe đạp này, nó đắt quá. Anh đừng mở cửa sổ, trời rất lạnh. Anh đừng đi nhanh như thế, tôi mệt lắm! Anh viết thư cho gia đình đi. Cấm hút thuốc lá! Xin mời chị vào và ngồi chơi. Chị đừng lo, anh Peter sẽ đến đây đúng giờ. Cô đừng buồn, anh ấy sẽ gọi điện thoại cho cô. Anh hãy gặp tôi chiều mai trước bưu điện. Em hãy trả lời câu hỏi của tôi! Anh đừng mua cái áo sơ mi màu đỏ, mua cái áo màu nâu đi. Em hãy rửa tay trước khi ăn cam. Anh hãy đóng cửa đi! **8** (a) Excuse me, can you tell me (lit. allow me to ask) where the army museum is? I don't know either. I am a foreigner. I have only just arrived in Hanoi. (b) Please can you tell me where the Lý Thường Kiệt street is? Go straight along this road until the crossroads, then turn right. Thank you very much. **9** (a) Xin lỗi anh, đến nhà ga phải đi đường nào ạ? Nhà ga cách đây khá xa. Chị nên lấy xích lô; đi xích lô chỉ mất năm phút thôi. Cám ơn anh. (b) Chị Hoa có biết ngân hàng gần nhất ở đâu không? Có, nó khá gần. Anh cứ đi thẳng đến cuối đường này và rẽ phải. Đi tiếp đến đèn xanh đèn đỏ, qua đường và anh sẽ thấy ở bên phải một ngôi nhà to màu trắng. Đó là ngân hàng. Cám ơn chị. Không có gì. **10** Xin lỗi, đến X phải đi đường nào ạ? (a) ngân hàng gần nhất (b) nhà ga (c) Đại sứ quán Pháp (d) Trường đại học tổng hợp Hà Nội (e) bưu điện (f) bệnh viện (g) hiệu thuốc (h) cửa hàng bách hoá (i) viện bảo tàng nghệ thuật, viện bảo tàng mỹ thuật **11**

Cấm chụp ảnh
NO PHOTOGRAPHS!

Cấm hút thuốc
NO SMOKING!

Cấm đỗ xe
NO PARKING!

Reading

(a) plane (b) yes (c) visit Ho Chi Minh's mausoleum, Van Mieu, Ho Tay... (d) yes (e) sông Hương, sông Tiền (f) yes

Unit 10
Activity

(a) false (b) false (c) true (d) false (e) false (f) true

Exercises

1 He is sitting in the room. Hoa is standing by the window. There are several sheets of paper in the drawer. I must hang up this new dress in the wardrobe. The teacher placed a dictionary on the table. In the bedroom there are two beds. On the shelf there are many dictionaries and many books in Vietnamese. 2 Xin anh ngồi TRÊN ghế. Máy truyền hình đặt TRÊN bàn. TRONG phòng tắm có một cái máy giặt. Hai bản đồ treo TRÊN tường. TRONG phòng là một bộ bàn ghế. 3 Ngôi nhà của chúng tôi đối diện với nhà ga. Hôm qua tôi đã gặp ông ấy trước bưu điện. Trong phòng ngủ của tôi có một cái giường, hai cái ghế và một cái tủ áo. Trên đường phố Huế có nhiều xe đạp và xe ô tô. (Ở) giữa thành phố Hà Nội có công viên lớn với nhiều cây. Sau giờ học tiếng Việt chúng tôi thường uống cà phê ở một hiệu ăn. Trong phòng của tôi không có ti-vi, chỉ có một cái ra-đi-ô nhỏ đặt trên bàn bên cạnh cái giường của tôi. Tối hôm qua tôi đi xem phim; tôi đã ngồi giữa em gái tôi và bạn gái tôi Hoa. Sau bữa trưa tôi thường đi dạo hay đọc sách một chút. Trước bữa sáng tôi thường tập thể dục. Sau nhà tôi không có vườn. Tôi sẽ gặp anh vào lúc 5 giờ trước nhà hát. Trên bàn có hai cái cốc. Sau nhà hát có một quảng trường nhỏ. Có hai bức tranh treo trên tường bên cạnh cửa sổ. Hiệu ăn 'Quê hương' bên cạnh bệnh viện. Trước nhà của chị có cây nào không? 4 (a) Tôi không thích cái đồng hồ bằng bạc, tôi thích cái đồng hồ bằng vàng hơn. (b) Tôi không thích cái lọ hoa bằng sứ, tôi thích cái lọ hoa bằng thủy tinh hơn. (c) Tôi không thích đôi đũa bằng nhựa, tôi thích đôi đũa bằng gỗ hơn. (d) Tôi không thích chiếc nhẫn bằng bạc, tôi thích chiếc nhẫn bằng vàng hơn. (e) Tôi không thích áo sơ mi bằng bông, tôi thích áo sơ mi bằng lụa hơn. (f) Tôi không thích bức tranh bằng lụa, tôi thích bức tranh bằng sơn mài hơn. (g) Tôi không thích cái ấm trà bằng thủy tinh, tôi thích cái ấm trà bằng sứ hơn. (h) Tôi không thích cái ghế bằng nhựa tôi thích cái ghế bằng gỗ hơn. (i) Tôi không thích ngôi nhà bằng xi măng, tôi thích ngôi nhà bằng gạch hơn. 5 Here are some possibilities: phòng ngủ (bedroom) giường (bed) phòng ăn: tủ bát đĩa (a dresser – crockery cupboard) phòng bếp: tủ lạnh (fridge) phòng khách: bộ bàn ghế (tables and chairs), máy ghi âm (tape recorder) phòng tắm: (bathroom) máy giặt (washing machine), bàn viết (writing table), giá sách (bookshelf), gương (mirror) đồng hồ (clock) 6 Xin anh gửi cho tôi một bức bưu ảnh từ Việt Nam. Anh có thể giúp tôi không? Anh làm ơn nói to lên? Anh làm ơn đi với tôi đến thư viện, tôi sợ tôi sẽ bị lạc đường. Xin mời vào và ngồi xuống. Ông làm ơn chờ một tí. 7 Ông bà Parker sống ở Luân Đôn. Ngôi nhà của họ gần nhà ga Victoria. Dưới gác có một phòng khách sáng, phòng bếp và một phòng làm việc nhỏ. Trên gác có ba phòng ngủ. Phòng ngủ lớn nhất của ông bà Parker. Phòng ngủ thứ hai của anh Peter, con trai nhỏ nhất của họ, còn anh trai của anh Peter, Matthew ở trong phòng ngủ nhỏ nhất. Sau nhà có một cái vườn rộng. Ông Parker ghét làm vườn nhưng vợ của ông rất thích làm vườn.

Reading

(a) two (b) both (c) near the West Lake (Ho Tay) (d) yes (e) no

Unit 11
Activities

(a) headache, cough, runny nose (b) last night he had a temperature but not today (c) no (d) three times a day (e) no (f) no

(a) true (b) false (c) false (d) false (e) true (f) false (g) false

Exercises

1 (a) Ông Tuấn làm sao? Ông Tuấn bị chóng mặt. (b) Em gái anh làm sao? Em gái tôi bị sốt cao. (c) Bố anh Bích làm sao? Bố anh Bích bị ốm nặng. (d) Cô giáo Liên làm sao? Cô giáo Liên bị đau răng. (e) Ông Baker làm sao? Ông Baker bị ho. (f) Con gái anh làm sao? Con gái tôi bị cảm. 2 (a) Hôm nay anh Hùng không đi làm được vì bị viêm họng. (b) Hôm nay bố tôi không đi làm được vì bị bệnh tim. (c) Hôm nay em gái tôi không đi làm được vì bị đau răng. (d) Hôm nay mẹ tôi không đi làm được vì bị sốt. (e) Hôm nay nhà báo Hùng không đi làm được vì bị gãy chân. (f) Hôm nay thư ký Lan không đi làm được vì bị nhỡ tàu. 3 Tôi không đi học vì tôi bị ốm. Vì đồng hồ tôi chậm nên tôi đến muộn. Vì tôi nhận thư của gia đình nên tôi vui thế. Tôi cần mua hoa quả tươi nên tôi muốn đi chợ. Ông ấy buồn vì vợ của ông ấy ốm. Tôi đi bệnh viện vì tôi muốn thăm bạn tôi. Tôi bận quá nên tôi không đi xem phim. Tôi không mua hoa cho mẹ vì tôi quên. 4 (a) Vì tiếng Việt khó nên tôi phải học nhiều. (b) Vì thành phố Huế đẹp nên nhiều người nước ngoài đi thăm. (c) Vì hôm nay cô Hoa bận nên tôi không thể gặp cô. (d) Vì hiệu ăn này rất tốt nên hiệu ăn này thường đông người. (e) Vì tôi bị nhức đầu nên tôi phải đi thăm bác sĩ. (f) Vì tôi chưa mua xe đạp nên tôi phải đi bộ. (g) Vì tôi nhận được thư của gia đình nên tôi vui. (h) Vì anh ấy mệt nên tối qua anh ấy đi ngủ sớm. 5 (a) Tôi được bạn tôi mời đi xem hát. (b) Cô Lan – thư

ký của Công ty du lịch Hà Nội – được khách du lịch khen. (c) Hôm qua tôi đến muộn. Tôi bị cô giáo phê bình. (d) Tiểu thuyết mới nhất của Dương Thu Hương được các nhà phê bình thích. (e) Tôi phải đi đến bệnh viện vì tôi bị con chó của tôi cắn. **6** She received a beautiful flower. My shoes are dirty. The first year students went to Đà Lạt. On the way to the bank Mr Baker got caught in the rain. Yesterday I got a letter from my parents. He has to stay (lit. 'lie') in the hospital because he is seriously ill. **7** Anh đừng lên lớp. Anh hãy nằm tại giường, uống trà nóng và uống thuốc này. Ngày mai anh sẽ cảm thấy tốt hơn. Buổi chiều thứ bảy tôi đã chơi bóng đá với các bạn cửa tôi. Khi tôi về nhà, tôi bị đau chân và buổi sáng ngày sau tôi đã phải đi khám bệnh. Chị đừng lo, không có gì nghiêm trọng đâu – chị bị cúm. Tôi bị đau đầu, anh có thuốc đau đầu nào không? Tuần trước tôi đã chơi bóng đá và tôi bị gãy chân. **8** (Personal responses.) **9** Thời tiết ở nước Anh thường xấu. Vì thế nhiều người đi bờ biển. Tôi rất tiếc là đã không đến thăm chị, tôi bị mệt lắm. Tôi phải đi chợ vì tối này tôi sẽ có khách. Tôi không đi xem phim vì tôi đã xem bộ phim ấy rồi. Anh đã gặp vợ của ông ấy chưa? Chưa, tôi chưa gặp vợ của ông ấy vì tôi bị ốm. Hãy viết thư cho anh ấy vì tôi quên số điện thoại của anh ấy rồi. Vì bệnh viện cách đây không xa nên chúng tôi không cần đi bằng xe ô tô. Nhiều người nước ngoài muốn thăm Hà Nội vì Hà Nội là một thành phố đẹp lắm. Người Việt Nam thường đi xe đạp vì nó thuận tiện lắm. **10** (c) Thưa bác sĩ, tôi bị đau bụng **11** (a) Anh bị làm sao? Tôi bị nhức đầu và còn bị đau bụng nữa. Anh có bị sốt không? Không, tôi không bị sốt. Anh hãy về nhà và nghỉ. Và uống thuốc này mỗi ngày ba lần. (b) Cô đi đâu đấy? Tôi đi đến bệnh viện thăm bạn gái của tôi. Bạn gái của cô bị làm sao? Bạn gái của tôi bị gãy chân; cô ấy phải nằm viện một tuần. (c) Cô Helen, cô có thuốc đau đầu không? Xin lỗi, tôi không có. Nhưng tôi có thể đi hiệu thuốc mua thuốc đau đầu. Cám ơn cô. (d) Bà làm sao? Tôi không biết chắc chắn. Tôi cảm thấy mệt và chóng mặt. Bà nên đi khám bệnh. Tôi biết rồi. Tôi đã gọi điện đến bệnh viện rồi và buổi chiều tôi sẽ đến đó.

Unit 12
Activities

(a) yes (b) a glass of lemonade (c) a little (d) no (e) a Vietnamese restaurant; David's (f) Vietnamese cuisine (g) maybe a little

(a) false (b) true (c) true (d) true

Exercises

1 (a) Món nem rán này ngon tuyệt. (b) Phở bò này mặn quá. (c) Cà phê này ngọt lắm. (d) Bia này ngon nhưng không lạnh. (e) Món gà xào dứa cay lắm nhưng ngon tuyệt. (f) Rau này không tươi. **2** (Personal responses.) **3** (a) Nếu chúng tôi không đi nhanh hơn thì chúng tôi nhỡ tàu. (b) Nếu anh không bỏ hút thuốc thì anh bị ốm nặng. (c) Nếu anh có tiền thì anh sẽ đi du lịch. (d) Nếu chị không viết thư cho gia đình thì bố mẹ chị sẽ buồn. (e) Nếu trời mưa thì chúng tôi ở nhà. (f) Nếu tôi rỗi thì tôi sẽ đi dạo. **4** (a) Mẹ tôi nấu được nhiều món ăn đặc sản Việt Nam ngon tuyệt. Tôi thích ăn nem rán, em trai tôi thích tôm xào hơn còn bố tôi thích ăn thịt gà chua ngọt. Nếu chị muốn làm (nấu) nem rán thì chị cần thịt, miến, rau, muối, hạt tiêu và vài thứ gia vị khác. Anh David ăn chay, anh ấy không ăn thịt. Tôi thích cà phê đá với một ít đường. Nước bưởi này lạnh quá. Vợ tôi không thích nấu cơm; chúng tôi thường ăn ở hiệu ăn. Chúng ta mua những quả cam này đi, những quả này tươi và có nhiều nước. Em làm ơn giúp tôi dọn bàn? Tôi không biết ăn bằng đũa. Anh uống bia hay nước khoáng? (b) Tôi không thể mua được xe ô tô mới vì tôi không đủ tiền. Đêm qua rạp chiếu bóng rất đông (người). Buổi sáng tôi đi bộ đến cơ quan vì tôi ghét xe ô tô búyt đông người. Giá sách này quá nhiều sách. Hiệu ăn 'Hoa Sen' thường đông người nhưng đêm qua rất vắng. Cái cốc này đầy nước cam. Nhà hát đã rất đông. **5** Nếu anh không thích cá thì hãy ăn thịt bò vậy. Nếu chị không muốn gặp ông ấy thì hãy viết thư cho ông ấy vậy. Nếu hôm nay bận thì cô hãy đi thăm anh ấy ngày mai vậy. Nếu anh không đủ tiền để mua xe đạp mới thì hãy mua xe đạp cũ vậy. Nếu chị không thích cái áo sơ mi màu đỏ thì hãy mua cái áo màu nâu vậy. Nếu anh không muốn xem ti vi thì xin mời anh đến thăm tôi vậy. **6** (a) Hello. Please come in. What do you want to drink? Tea or coffee? Coffee. Do you take sugar? No, thank you. (b) This meal is really delicious! Do you know how to cook? I do but only a little. Could you help me make some spring rolls? You go to buy groceries and I prepare for making the spring rolls.

Reading

(a) nearly one hundred (b) sông Hương (the Perfume River)
(c) Buddhism (d) because of its connection with Buddhism

Unit 13

Activity

(a) South Vietnam (b) yes (c) to check the weather forecast (d) cloudy, rain, average temperature 18o degrees

Exercises

1 Do you like spring? I like it a lot because the weather is warm. What do you do when it rains? When it rains I like to stay at home reading a book or watching TV. Have you heard the weather forecast for tomorrow? Tomorrow in the afternoon it will rain. In the spring there is often drizzle. What is the climate of Dà Lạt like? It is cool but often foggy. Have you read the weather forecast for tomorrow? **2** When I am free I like playing tennis. When my mother still worked, she had to get up very early. When I was still young I liked playing with a doll. When Mr Quang was still studying at the university he had to rent a small room. When she does not want to cook, Miss Đào often goes to the Bông Sen restaurant. When it rains I don't like going out for a walk. **3** (a) Khi thư ký Hồng phải làm việc sau giờ làm việc thì cô ấy rất mệt. (b) Khi chị Helen về nước thì chị ấy sẽ mang theo nhiều sách bằng tiếng Việt. (c) Khi anh David ra chợ thì anh ấy bị lạc đường. (d) Khi trời mưa thì chúng tôi phải mặc áo mưa. (e) Khi em gái tôi đi bưu điện thì em ấy mua hai con tem cho tôi. (f) Khi giám đốc Công ty du lịch sang nước Anh thì ông ấy gặp ông Baker. (g) Khi em tôi bị gãy chân thì em phải nằm bệnh viện ba tuần. **4** Chị đừng đeo cái vòng này đến trường. Hãy mặc quần áo ấm trước khi đi ra ngoài. Vào mùa đông anh phải đi găng tay vì trời lạnh quá. Người đeo kính đứng bên cạnh cửa ra vào là em trai của tôi. Anh mặc thử áo sơ mi này đi. Các cô gái Việt Nam không thích mặc áo dài, họ thích mặc áo châu Âu hơn. Tại sao anh không đeo đồng hồ của anh? Đồng hồ bị hỏng. Cô mặc áo bơi vào và chúng ta ra biển bơi đi. **5** The questions have no specific correct answers. **6** (a) Khách sạn này không những tốt mà còn thuận tiện nữa. (b) Kỹ sư Hào không những thông minh mà còn làm việc nhiều. (c) Anh trai tôi không những thích âm nhạc mà còn thích thể thao nữa. (d) Từ điển tiếng Việt này không những mới mà còn tốt. (e) Mùa hè ở Việt Nam không những nóng mà còn nắng nữa. (f) Thành phố Huế không những cổ mà còn yên tĩnh nữa. (g) Phim này không những dài quá mà còn chán. (h) Công ty du lịch không những lớn mà còn tốt. (i) Quả đu đủ này không những tươi mà còn ngọt lắm. (j) Món mì xào này không những không ngon mà còn mặn nữa. (k) Tiếng Việt không những hay mà còn khó. (l) Cô Loan không những biết tiếng Anh mà còn biết tiếng Pháp nữa. (m) Hiệu ăn 'Sông Hồng' không những ngon mà còn rẻ tiền. (n) Thời tiết không những mưa mà còn có sương mù. **7** This exercise has many possible answers. **8** (a) Anh có đi chơi không? Không, trời khong những lạnh mà còn bắt đầu mưa nữa. (b) Thời tiết ở nước Anh thế nào? Trời đã khá ấm nhưng có gió. Trời có mưa nhiều không? Không, trời không mưa nhiều. (c) Anh đừng quên mang theo áo mưa. Tại sao? Trời đang nóng và nắng mà. Nhưng theo dự báo thời tiết buổi chiều trời sẽ mưa. **9, 10** Personal responses.

Unit 14
Activity

(a) true (b) true (c) true (d) false (e) false

Activities

(a) no (b) Lan (c) bank, she does not know (d) yes
(a) false (b) false (c) true

Exercises

1 You should try this jumper on. You should not stay up late. I am free today, we can go to the cinema. I cannot drive a car yet. Tomorrow morning I have to get up early. She needs to wash this dirty suit. My mother has to work shifts. The rainy season is coming, you should buy a raincoat. You should stay at home and rest. **2** Chúng tôi phải (nên) cám ơn chị ấy. Ngày mai tôi cần đi cửa hàng bách hóa. Tại sao anh muốn học tiếng Việt? Các anh không nên thức khuya. Tôi mệt quá, tôi phải ngủ. Tôi khát lắm, tôi muốn uống nước. Cô nên đi xem múa rối nước Việt Nam. Tôi không muốn đi thăm viện bảo tàng nghệ thuật. Mẹ tôi phải làm việc theo ca. Ông Chung muốn gặp giáo sư Trí. **3** Introduce each sentence by 'Ngày mai tôi nên ...' or by 'Ngày mai tôi phải ...' **4** Anh ho nhiều, anh nên bỏ hút thuốc. Tôi cần nói chuyện với anh Nam. Chúng ta nên ăn nhiều rau hơn. Nếu anh muốn khỏe anh nên chơi thể thao. Bố mẹ tôi muốn mua xe ô tô mới. Anh ấy bị sốt. Chị nên gọi xe cấp cứu. Nhiều

khách du lịch muốn thăm vịnh Hạ Long. Chị không nên ăn nhiều đường như thế! Tôi cần có dù không? Không, chị không cần có dù. Tôi cần một quyển từ điển Việt Anh mới, quyển này cũ quá. Anh phải đi xem phim 'Đông Dương'. Nó hay lắm. Trước khi đi Việt Nam anh nên mua thuốc phòng bệnh sốt rét. Ông không nên hút thuốc ở đây! Ngày mai cô ấy không phải lên lớp. Hàng ngày mẹ tôi phải nấu cơm. Anh phải hỏi anh ấy về chuyến đi thăm Việt Nam của anh ấy. Em có thể dịch được bài báo này sang tiếng Việt không? Hôm nay trời lạnh. Chị nên mặc áo len.
5 (a) Mẹ tôi tự may áo sơ mi này. (b) Tối qua tôi đi thăm Văn Miếu một mình. (c) Tuần qua tôi đến lớp học tiếng Anh một mình. (d) Tối qua tôi đi xem hát một mình. (e) Em gái tôi tự viết bài tập ở nhà. (f) Tôi đi uống cà phê một mình. (g) Tôi đi từ sân bay về đây một mình. (h) Tôi ở phòng một mình. (i) Mẹ tự dọn bàn ăn. 6 Ai quét phòng này? Tôi tự quét phòng này. Tôi thích làm việc một mình hơn. Em gái tôi bị ốm nên tôi phải đi thăm bố mẹ một mình. Tôi ghét đi xem phim một mình. Bài đọc này khó quá, tôi không thể tự dịch được. Khi tôi vào phòng, cô ấy đang ngồi một mình. Tôi đang bận, anh phải tự nấu cơm. Tối qua Lan ở nhà một mình. 7 A-lô! Có phải đây là khách sạn Bờ Hồ không ạ? Dạ phải, khách sạn Bờ Hồ đây. Anh muốn nói với ai? Làm ơn cho tôi nói chuyện với cô Lan. Xin lỗi, cô Lan không có ở đây. Anh có nhắn gì không? Dạ không, tôi không muốn nhắn gì.

Reading

(a) China, Laos, Cambodia (b) Chùa Một Cột, Văn Miếu, đền Ngọc Sơn (c) Buddhism, vegetarian cuisine (d) sông Cửu Long (the Meking river)

Unit 15
Activities

(a) true (b) false (c) true (d) true (e) true (f) false
Anh có muốn gửi thư bảo đảm không? Không, thư thường thôi. Ở đây có bán bưu ảnh không? Có chứ, mời anh chọn. Thư đi Luân Đôn mất bao lâu? Ba tuần.

Activity

(a) true (b) true (c) true (d) false (e) true (f) false

Exercises

1 Follow the example in the exercise. **2** Follow the example in the exercise. **3** Plane tickets are getting more expensive day by day. The more we read, the more we know about Vietnamese literature. If he can come, the happier we will be. The spring is coming, the weather is getting warmer day by day. In the winter the flowers are getting more expensive day by day. Riding a bike in the centre of Hanoi is getting harder and harder day by day. **4** Ngoài thích đọc sách ra, bác sĩ Chung cũng thích xem phim kinh dị. Ngoài mua áo sơ mi mới ra, mẹ tôi còn mua áo len mới nữa. Ngoài đi du lịch Đông Nam Á ra, bạn tôi cũng thăm Trung Quốc. Ngoài những di tích lịch sử, Hà Nội cũng có nhiều phong cảnh rất đẹp. Ngoài việc có nhiều bãi biển, Việt Nam cũng có nhiều dãy núi cao. Ngoài việc thích ăn cơm Việt Nam ra, bố tôi cũng thích ăn cơm châu Âu nữa. **5** Bố mẹ tôi ngày càng già. Càng chơi thể thao, anh càng khỏe. Càng nhiều khách du lịch đến thăm Việt Nam càng tốt. Khi tôi sống ở Việt Nam tiếng Việt của tôi càng ngày càng tiến bộ hơn. Càng nhiều người đến dự buổi tiệc sinh nhật của tôi thì càng vui. Phòng khách sạn càng lớn càng đắt. Phòng càng lớn càng tiện nghi. Càng tập nhiều, cách phát âm tiếng Việt của anh càng tốt. **6** Personal responses. **7** (b) **8** Tôi phải đi bưu điện để – gọi điện cho bố mẹ tôi – gửi bức điện khẩn – mua tem, phong bì và giấy viết thư – gửi thư bảo đảm đi nước Anh – hỏi thư đi châu Âu mất bao lâu? – mua vài bưu ảnh chụp Hà Nội – gửi bưu phẩm cho bạn tôi

9

Mary	Thư đi Anh mất bao lâu?
Nhân viên	Thư đi Anh mất khoảng ba tuần.
Mary	ở đây có bán bưu ảnh không?
Nhân viên	Có chứ, bưu ảnh đây. Mời chị chọn.
Mary	Tất cả bao nhiêu tiền?
Nhân viên	Tất cả 35 nghìn đồng.

10 (a) Tôi muốn mua hai con tem. Xin lỗi, ở đây không bán tem. Tôi có thể mua tem ở đâu? Anh phải đi bưu điện. (b) Ông Smith, ông có hai bức thư. Bức thư này bảo đảm, ông cần ký tên ở đây. Còn đây là một bưu ảnh cho ông nữa.

Unit 16
Activities

(a) he broke his leg (b) photography and tourism (c) it is too dangerous (d) no (e) Central Vietnam

(a) true (b) true (c) true (d) false (e) true (f) true

Activities

(a) go to see an exhibition (b) going to a concert with his wife (c) not really (d) rock (e) staying at home watching TV or going out with friends (f) because his wife went to see a horror film with him.
(a) true (b) true (c) true

Exercises

1 I often listen to the news and practise Vietnamese at the same time. Tuan drives while listening to music. Mai often cooks and sings at the same time. Ngoc often reads newspapers while eating her breakfast. My parents talk to each other and watch TV at the same time. 2 (a) Start your answer with Tôi thích … 3 (a) Em Hoa và bố mẹ thường đi chơi với nhau. (b) Ông Hùng và bác sĩ Quang thường chơi cờ với nhau. (c) Anh David và anh Mark học tiếng Việt với nhau. (d) Trong lớp học tôi và chị Liên ngồi bên cạnh nhau. 4 Mặc dù tôi ghét thể thao nhưng thỉnh thoảng tôi phải xem bóng đá với chồng tôi. Dù trời lạnh nhưng bố tôi vẫn còn làm vườn. Mặc dù ngôi nhà ấy đẹp lắm nhưng tôi vẫn không muốn thuê vì nó cách xa cơ quan của tôi. Dù tôi chưa bao giờ thăm Việt Nam nhưng tôi có nhiều bạn ở đó. Tuy bố tôi 70 tuổi nhưng ông ấy vẫn khỏe. Dù tôi thích làm việc ở khách sạn, (nhưng) tôi không thích làm việc theo ca. Mặc dù mệt lắm nhưng em trai tôi vẫn đến dự buổi tiệc.
5 (a) Khi tôi buồn tôi thích – nghe âm nhạc cổ điển – ở nhà và đi ngủ sớm – đi gặp các bạn tôi – xem phim kinh dị trên ti vi – đọc sách (b) Anh có thích X không? – nhạc rock – chơi thể thao – làm vườn – đọc tiểu thuyết lịch sử – đi du lịch – chơi cờ – nấu cơm – xem bóng đá trên ti vi – đi chơi trong công viên – câu cá (c) Tôi ghét X vì – lái xe ở trung tâm thành phố/trung tâm thành phố thường đông quá – chơi bóng đá/nó nguy hiểm quá – nấu cơm/nó mất nhiều thời gian – âm nhạc cổ

điển/rất chán – đến muộn/ đến muộn không lịch sự – bơi/ tôi bơi không giỏi lắm **6** Tôi đến muộn. May mà tôi tìm thấy điện thoại công cộng và gọi điện cho anh ấy. Xe đạp của tôi bị hỏng. May mà bố tôi đã giúp tôi chữa xe đạp. Chúng tôi quên mang áo mưa. May mà trời đã không mưa. Tôi bị lạc. May mà tôi đã gặp một cô biết nói tiếng Anh và cô ấy đã giúp tôi.

Reading

(a) yes (at 14.00 on VTV1). (b) yes (at 21.00 on VTV1). (c) at 7.25 on VTV1. (d) traditional Vietnamese art. (e) yes (for example, at 12.30 on VTV2 or a cartoon at 11.00 on VTV2).

Unit 17
Activities

(a) yes (b) two more months (c) he is writing a travel guide and learning Vietnamese (d) he is learning Vietnamese (e) at the end of next month (f) fill in an application form and bring a letter from his school

(a) true (b) true (c) false (d) false (e) true (f) true

Exercises

1 (a) Last year I visited South Vietnam in order to see the Mekong delta. (b) The performance is about to start. Let's go in! (c) Last year Minh (Overseas Vietnam) went over to Vietnam to travel and to visit relatives. (d) Nam! Come downstairs, you have a visitor! (e) Please come in (into my room). Please sit down. (f) Every morning very early my mum goes to the market. (g) It is very sunny, let's go out into the garden. **2** (a) Năm qua tôi đi Huế bằng tàu hỏa. (b) Em gái tôi đã về quê hương bằng xe ô tô. (c) Những người trẻ ở Việt Nam thích đi bằng xe máy. (d) Giáo sư Chung vào miền Nam bằng máy bay. (e) Mẹ tôi thường ra chợ bằng xích lô. (f) Nhiều người ở Luân Đôn đi làm việc bằng xe điện ngầm. (g) Tôi sẽ sang Việt Nam bằng máy bay. **3** Hàng ngày tôi đi làm việc bằng tàu hỏa. Năm ngoái tôi đã đi từ Việt Nam đến Cam-pu-chi-a bằng máy bay. Tôi không thích đi bằng xe điện ngầm vì nó luôn luôn đông quá. Người Việt Nam thường đi làm bằng xe đạp hoặc xích lô. Tôi thường bị ốm khi đi bằng tàu thủy. Việt Nam chưa có xe điện ngầm. Mùa hè năm ngoái tôi đã đi tham quan vịnh Hạ Long bằng thuyền. Đi từ nhà tôi đến cơ quan mất mười phút bằng xe ô tô búyt hay ba mươi phút đi bộ. Bố tôi thường ra sân bay bằng xe tắc xi. 4 (a) Cô giáo đi đâu về? Cô giáo đi họp về. (b) Mẹ anh đi đâu về? Mẹ tôi đi chợ mua rau quả tươi về. (c) Anh trai của anh đi đâu về? Anh trai tôi đi du lịch Đông Nam Á về. (d) Chị Mai đi đâu về? Chị Mai đi chơi về. (e) Các sinh viên đi đâu về? Các sinh viên đi tham quan Hội An về. (f) Chị Ngọc đi đâu về? Chị Ngọc đi khám bệnh về. (g) Giám đốc công ty du lịch đi đâu về? Giám đốc công ty du lịch đi sân bay đón khách về. (h) Anh Thái đi đâu về? Anh Thái đi bưu điện gửi bức điện về. (i) Bà Quế đi đâu về? Bà Quế đi nghỉ ở bờ biển về. (j) Ông Tuấn đi đâu về? Ông Tuấn đi bệnh viện thăm bạn về. (k) Em gái của anh đi đâu về? Em gái tôi đi học về. Anh Mạnh đi đâu về? (l) Anh Mạnh đi ngân hàng về. 5 (a) Tôi muốn thuê – một phòng ngủ có phòng tắm riêng – một phòng đôi có máy điều hòa nhiệt độ – một phòng có máy điện thoại và tủ lạnh – một phòng đôi có ti-vi trong ba đêm (truyền hình vệ tinh thì càng tốt) – một phòng ở tầng dưới (một) (b) Tôi có thể trả bằng thẻ tín dụng hay séc được không? Khách sạn có dịch vụ cho thuê xe ô tô không? Tôi có thể mua vé xem hát ở đây không? Tôi có thể giặt cái áo sơ mi không? Chị có thể gọi tôi dậy lúc 7.30 sáng không? (c) Trong phòng không có nước nóng. Máy điều hòa nhiệt độ bị hỏng. Trong tủ lạnh không có nước khoáng gì cả. 6 (a) Trước khi sang Việt Nam tôi phải – mua vé máy bay – đặt trước phòng ngủ trong khách sạn – nhận visa – đổi tiền – mua bản đồ và một quyển sách hướng dẫn du lịch tốt – tìm địa chỉ và số điện thoại của đại sứ quán Anh tại Việt Nam – đi thư viện đọc sách về nước (Việt Nam) – mua thuốc phóng bệnh sốt rét – đọc dự báo thời tiết – gọi điện cho xe tắc xi để đi sân bay (b) Khi ở nước ngoài, anh đừng quên – thăm các viện bảo tàng và phòng triển lãm – gửi bưu ảnh cho các bạn và gia đình – chụp ảnh – mua vài đồ lưu niệm – ăn thử các món ăn đặc sản – tập nói tiếng Việt – mua sách về Việt Nam (c) ở cửa hàng miễn thuế khách du lịch thường mua: – nước hoa – rượu – thuốc lá – sô-cô-la và kẹo – bản đồ và sách hướng dẫn du lịch – máy ảnh – phim ảnh – băng nhạc – đồ trang sức 7 (a) is the X-ray đlm safe? (b) Excuse me, where can I check in? (c) Did you pack your luggage yourself?

Unit 18

Activity

(a) true (b) true (c) true (d) true (e) true (f) true (g) true (h) false (i) true

Activity

(a) true (b) false (c) false (d) true (e) true (f) true

Exercises

1 On Saturday evening every theatre is sold out. Everybody likes her. In this classroom there is nobody at all who speaks French. All students like learning Vietnamese. Every summer I go to Hạ Long bay on holiday.
2 Trẻ con nào cũng thích ăn kem. Ở Hà Nội đâu cũng có xe đạp. Chợ nào cũng bán rau quả tươi. Xin lỗi vé loại nào cũng đã bán hết. Tôi không bao giờ ăn sáng. Trong lớp học này sinh viên nào cũng muốn thăm Việt Nam. Không ai thích bệnh viện. Ở Việt Nam người trẻ nào cũng muốn học tiếng Anh. Trong phòng làm việc đâu cũng có sách. **3** Một trong những bức tranh nổi tiếng nhất của Nguyễn Phan Chánh gọi là 'Cô thêu'. Truyện này do Lê Minh Khuê viết được dịch ra tiếng Anh. Bưu ảnh do bố mẹ tôi đã gửi cho tôi đẹp lắm. Tôi chưa bao giờ đọc 'Truyện Kiều' nổi tiếng của Nguyễn Du (do Nguyễn Du viết) nhưng tôi đã nghe rất nhiều về nó. Cái áo mà mẹ tôi đã mua cho tôi, thì quá to. **4** (a) Bức tranh này do Nguyễn Phan Chánh vẽ, nổi tiếng. (b) Bài về ô nhiễm môi trường do nhà báo Minh viết, rất tốt. (c) Quyển Từ điển Bách khoa Việt Nam do Nhà xuất bản Hà Nội xuất bản, khá đắt. (d) Bức ảnh này do bố tôi chụp đẹp lắm. (e) Buổi liên hoan do bạn tôi tổ chức, vui lắm. **5** (a) Em trai tôi sẽ trở thành nhà báo. (b) Tình hình kinh tế ở Việt Nam sẽ trở nên tốt hơn. (c) Ông Đức sẽ trở thành thầy giáo. (d) Nếu tôi luyện tập nhiều thì tiếng Việt của tôi sẽ trở nên giỏi hơn. **6** Tôi đã thích chuyến đi Nha Trang; nếu tôi đủ tiền tôi muốn thăm lại nơi đó. Anh ấy hỏi đi hỏi lại về cô ấy. Tôi đã đi thăm anh bạn tôi nhưng vì anh ấy không ở nhà tôi phải đi thăm lại. Bộ phim tài liệu về lịch sử Việt Nam được chiếu đi chiếu lại trên ti vi. Ngày mai xin mời anh lại nhà tôi, ngày mai là sinh nhật của tôi. Năm ngoái anh ấy bỏ hút thuốc nhưng năm nay anh ấy lại hút thuốc. Bài tập này không đúng, anh phải làm lại.

Revision unit

1 Conversation

Liên	How long have you been in Hanoi?
David	Nearly two months.
Liên	What do you think about Hanoi? Do you like it?
David	I was very busy therefore I did not have an opportunity to go sightseeing. Furthermore, I am also afraid that I would get lost.
Liên	Don't worry! Hanoi is not big at all!
Nam	Ah, I know what! Are you free on Sunday?
David	Yes, I am free.
Nam	We can meet in the afternoon and go for a walk. You can practise speaking in Vietnamese and observe the scenery of Hanoi at the same time.

2 Vietnamese equivalents

1 Xin lỗi, đến ngân hàng gần nhất phải đi đường nào ạ?

2 Hà Nội có nhiều cửa hàng lưu niệm.

3 Tôi chưa bao giờ đi bằng máy bay Việt Nam.

4 Anh đã thăm vịnh Hạ Long chưa? Chưa nhưng tháng sau tôi định đi (đến đó).

5 Anh bị làm sao? Tôi bị đau đầu và chóng mặt. Anh nên đi khám bệnh.

6 Món xào này cay quá. Cho tôi xin một cốc nước khoáng được không ạ?

7 Việt Nam không có nhiều cửa hàng bách hoá. Người ta thường mua bán ở chợ vì mua bán ở chợ thuận tiện hơn.

8 Mùa thu là mùa đẹp nhất cho khách du lịch đến thăm Việt Nam.

9 Nếu đủ tiền tôi sẽ mua chiếc đồng hồ bằng bạc.

10 Tuy bữa ăn ngon tuyệt, chúng tôi vẫn không thích hiệu ăn này vì nó đông người.

11 Em gái tôi đi chợ về; em ấy mua mười quả trứng, một chai nước mắm và mười đôi đũa.

12 Nếu cô không thích cái áo màu nâu này thì hãy mặc thử cái áo màu hồng vậy.

13 Bố của chị bao nhiêu tuổi?

14 Tuần trước tôi đã đi thăm chùa Hương. Chùa Hương cách Hà Nội khoảng 70 km. Tôi đã đi đến đó bằng xe ô tô. Buổi tối, mặc dù tôi rất mệt và đói nhưng tôi vẫn muốn nói với các bạn tôi về cuộc tham quan này.

15 Theo tôi hiệu ăn này là hiệu ăn tốt nhất ở Chợ Lớn.

16 Anh đã viết thư bằng tiếng Việt bao giờ chưa?

17 Anh cứ đi dọc đường này mười phút nữa anh sẽ thấy chùa Một Cột.

18 Jane đã không gọi điện cho tôi. Cô ấy đã gửi thư.

19 Mặc dù bố mẹ tôi sống rất xa, cô Loan vẫn gọi điện cho họ hàng ngày.

20 Ở trung tâm Hà Nội có cái đèn xanh đèn đỏ (đèn hiệu giao thông) nào không?

21 Tôi vừa mới viết xong thư cho anh tôi.

22 Nếu mùa hè này anh (sẽ) đi Việt Nam, anh đừng quên mang theo từ điển.

23 Tôi vừa thích hát vừa thích nhảy.

24 Quả này bằng tiếng Việt gọi là gì?

25 Nhiều người Việt Nam muốn làm việc cho một công ty nước ngoài.

26 Nếu chị muốn hiểu người Việt Nam chị phải học thêm về văn hoá của họ.

27 Nhiều người nước ngoại sợ khi phải qua đường ở Việt Nam.

28 Anh uống gì? Tôi không khát lắm, có lẽ chỉ một cốc nước cam nhỏ.

29 Người Việt Nam thích ăn cơm với một ít thịt, cá, rau hay trứng.

30 Xin lỗi, tôi không nhớ tên của ông đang ngồi bên cạnh ông Quang.

31 Tối nay anh có rỗi không? Anh có muốn đi chơi với tôi không?

32 Hà Nội có nhiều hồ; Hồ Hoàn Kiếm là một trong những hồ đẹp nhất.

33 Tôi muốn ăn chay. Anh có thể giúp tôi chọn món không?

34 Hàng ngày tàu hỏa đến đúng giờ nhưng hôm nay đến muộn.

35 Tủ lạnh của tôi bị hỏng. Tôi có thể mua tủ lạnh mới ở đâu?

36 Khi tôi nằm viện, mỗi lần tôi muốn đứng lên tôi đã phải gọi y tá.

37 Tôi không về nhà bằng xe điện ngầm mà tôi đi bằng tắc xi.

38 Anh không nên hút thuốc ở đây!

39 Tôi phải tìm số điện thoại để gọi xe cấp cứu.

40 Việt Nam là một nước nhiệt đới với nhiều nơi nghỉ mát đẹp.

41 Làm ơn cho tôi nói chuyện với ông Baker. Rất tiếc, ông ấy không ở đây. Anh có nhắn gì không?

42 Không ai thích bị ốm.

43 Sau bữa trưa tôi thường đi chơi hay đọc một chút.

44 Sau bữa ăn trưa tôi thường đi chơi hay đọc sách một chút.

3 Translate

1 There are quite a lot of traffic accidents in Hanoi because many people enter roads banning bicycles, one-way streets etc.

2 Miss Loan's room is next to the dining room, opposite the living room.

3 Many foreigners like eating Vietnamese specialities very much.

4 Because Vietnam is a tropical country it has many types of fruit.

5 My stomach aches, perhaps I am seriously ill.

6 Before, Nam used to like driving fast. But nowadays he does not dare drive fast.

7 I had to stay in the hospital.

8 Yesterday I was invited to the cinema by my friends.

9 According to the weather forecast, it is going to rain today.

10 I received good news.

11 Excuse me, I am very sorry, this Sunday I cannot go to Hại Phơng.

12 Nam went out to buy a book. He entered a bookshop, bought two novels and carried them home.

13 Many people in Hanoi use a bicycle a lot, not because they like it but because Hanoi still does not have a cheap and convenient traffic system.

14 I asked the cook to make spring rolls.

15 The doctor advises us not to eat unripe fruit.

16 I am researching Asia.

17 I went to a souvenir shop.

18 Nowadays English is very important for the Vietnamese.

19 Only Nam and I can speak French.

20 Dung went and came back by plane.

21 Although I spoke more loudly she still did not hear

22 At the moment he has a cough and also a headache

23 Did you manage to buy anything?

24 These two oranges are the same.

25 Is there any problem in the professor's lecture that you don't understand?

26 Vietnamese coffee is not only delicious but also cheap.

27 We have just met for the first time.

28 In only a month we will have a summer holiday.

29 I don't want to talk, I just want to be silent.

30 My mother came home from work.

31 If you are free, please come to my house (for a visit).

32 I suggest you speak directly with her about this matter.

33 This Sunday my parents are celebrating their 50th wedding anniversary.

34 If you want to go to Hung's house then keep on going straight until the riverbank, then turn right.

35 Before going to sleep I always wash my face.

36 Practising sport is the best thing for keeping healthy.

37 Last night my friend was ill; I was afraid that I would have to take him to the hospital. But luckily today he is fine.

38 I came out of the library.

4 Letter in Vietnamese

Anh Nam thân mến,

Tôi ở Việt Nam hai tháng rồi. Vì đây là chuyến đi thăm Việt Nam đầu tiên của tôi nên tôi muốn đi thăm tất cả các di tích lịch sử và viện bảo tàng. Tiếng Việt của tôi không giỏi lắm nhưng tôi có thể nói chuyện với các bạn Việt Nam của tôi. Nếu họ nói chậm thì tôi hiểu được. Ở Việt Nam ai cũng muốn học tiếng Anh và tôi đang giúp các bạn tôi phát âm tiếng Anh. Tôi thích đi dạo phố, chụp ảnh, xem người ta đi xe đạp, trẻ con chơi bóng đá, người ta nói chuyện và uống cà phê trong các hiệu ăn nhỏ. Nhưng tôi thích đi chợ nhất. Mua bán ở chợ rất thuận tiện. Ở chợ anh có thể mua tất cả mọi thứ – từ đồ điện, giày dép, đồ chơi đến hoa, rau quả tươi, thịt, cá, trứng, gia vị v.v. Chợ lớn nhất của Hà Nội gọi là chợ Đồng Xuân. Nó ở trung tâm thành phố cách bờ sông Hồng không xa. Chợ luôn luôn đông người. Tuần trước tôi được một gia đình Việt Nam mời ăn cơm. Bữa tối ngon tuyệt. Chúng tôi đã ăn nem rán, thịt lợn chua ngọt với nấm và phở bò. Món tráng miệng là dứa tươi với kem. Tôi phải học cách làm nem rán vì tôi rất thích ăn nem rán.

Buổi tối tôi thường thức khuya đọc sách hay báo Việt Nam hay viết thư cho gia đình. Thời tiết ở đây dễ chịu – không nóng lắm cũng không lạnh lắm. Mặc dù trời không mưa nhiều nhưng chủ nhật tuần trước khi tôi đang từ rạp chiếu bóng về, tôi đã bị mưa. Tôi đã phải mua áo mưa mới. Việt Nam là một nước rất thú vị. Tôi hy vọng tôi sẽ có dịp vào miền Nam và thăm mấy tỉnh ở miền Trung Việt Nam. Tôi cũng muốn đi bờ biển. Tôi mong nhận thư của anh.

Julian

5 Missing diacritics

1 Gia đình tôi ăn sáng vào lúc tám giờ.

2 Buổi tối tôi thường ở nhà đọc sách hay xem vô tuyến truyền hình.

3 Máy bay không cất cánh được vì thời tiết xấu.

4 Tại sao hôm qua các anh không đi xem phim?

5 Bạn tôi Hoa là thư ký. Cô ấy làm việc ở Hà Nội. Anh Tuấn không sống ở Hà Nội. Anh ấy sống gần Hà Nội. Anh Tuấn là sinh viên. Anh ấy học tiếng Anh.

6 Cô Hoa và anh Tuấn gặp anh David trước khách sạn. Cô Hoa và anh Tuấn chào David.

6 Read and translate

1 to do – very;

2 to be thirsty – other, different;

3 big – sheet (of paper);

4 price, to cost – old;

5 where – head;

6 place – dog;

7 three – grandmother;

8 to buy – season – rain;

9 to fly – seven;

10 machine – how many;

11 day – at once;

12 father – cow;

13 river – to live – finish;

14 table – friend – to sell;

15 busy – dirty;

16 not yet – to repair.

(Please note that where the Vietnamese words have several meanings, the most obvious one has been used.)

Vietnamese–English vocabulary

a ă â b c (ch) d đ e ê g (gh) (gi) h i k (kh) l m n (ng) (ngh) o ô ơ p
(ph) q r s t (th) (tr) u ư v x y

à ah!, final particle indicating question

Á   *Asia*

ạ   final particle indicating politeness or respect

ai   *who*

an toàn   *safe, secure*

Anh (nước Anh)   *England, Britain*

anh (trai)   *older brother*

anh rể   *brother-in-law*

anh ấy   *he*

áo   *dress, blouse, jacket*

áo bơi   *swimsuit*

áo cộc tay   *short sleeve dress*

áo dài   *long tunic* (traditional Vietnamese dress)

áo len   *jumper, sweater*

áo mưa   *raincoat*

ăn cơm   *eat*

ăn chay   *to be a vegetarian*

ăn Tết   *to celebrate the Tết* (New Year festival)

âm lịch   *lunar calendar*

ấm   *warm*

ấm   *teapot, kettle*

Âu, châu Âu   *Europe*

ấy   *that, those*

ba   *three*

bà   *grandmother*

bà ngoại   *maternal grandmother*

bà nội   *paternal grandmother*

bác   *uncle*

bác sĩ   *doctor*

bạc   *silver*

bách hóa   *department store*

bài   *lesson, text*

bài báo   *newspaper article*

bài đọc   *text*

bài hát   *song*

bài thơ   *poem*

bài trí   *arrange, decorate*

ban   *section*

ban đêm   *night time*

ban ngày   *day time*

bàn   *table*

bàn cân   *scales*

bàn chân   *foot*

bàn tay   *hand*

bản   *edition, copy* (classifier)

bản dịch   *translation*

bản đồ   *map*

bán   *sell*

bán đảo   *peninsula*

bạn (bạn tôi)   *friend (my friend)*

bánh   *cake, pie, pastry*

bánh cuốn   *steamed spring roll*

bánh ga-to   *cake*

bánh mì   *bread*

bánh tôm   *shrimp cake*

bao bọc   *to wrap up*

bao giờ?   *when?*

bao lâu?   *how long?*

bao nhiêu?   *how much? how many?*

bảo tàng   *museum*

bảo tàng nghệ thuật   *Museum of Art*

báo, tờ báo   *newspaper*

báo   to inform, report
báo giờ   to announce the time
bát   bowl
bay (máy bay)   fly (plane)
bày   arrange, place
bắc   north
băm   chop, mince
băng   tape
bằng   to be equal, by means of, made of
bắp cải   cabbage
bắt đầu   to start, to begin
bẩn   dirty
bận   busy
bây giờ   now
bé   be small
bên   (on the) side (of)
(bên) cạnh   beside, next to, by
bên phải   on the right side
bên trái   on the left side
bệnh   illness
bệnh cúm   flu
bệnh đái đường   diabetes
bệnh sốt rét   malaria
bệnh ung thư   cancer
bệnh viện   hospital
bếp   kitchen
bị   to suffer
bia   beer
biển   sea
biểu diễn   performance
biết   know
biệt thự   villa
bình thường   normal, usual
bít tất   sock, stocking
bò, con bò   cow
bỏ   abandon, leave, give up
bóng bàn   table tennis
bóng đá   football
bóng rổ   basketball
bố   father
bố mẹ   parents
bộ   a set (of something)

bôi (nước hoa)   to wear (perfume)
bông   cotton
bông, bông hoa   flower
bơ   butter, avocado
bờ (bờ biển)   bank, beach
bơi (lội)   swim(ming)
buổi   part of day
buồn   sad
buồn ngủ   sleepy
bún   noodles
bút   pen
bút chì   pencil
bức   flat, rectangular things (classifier)
bức ảnh   photograph
bức điện   telegram
bức phẩm   parcel
bưu ảnh   postcard
bưu điện   post office
bưởi   grapefruit

cacao   cocoa
ca nhạc   concert
cà chua   tomato
cà phê   coffee
cả   all, whole, altogether
cả … lẫn   both … and
cá   fish
cá hấp nấm hương   steamed fish with mushrooms
cá nhân   individual
các   plural marker
cách đây   ago, distance from here
cách mạng   revolution
cái   thing, general classifier
cam   orange
cảm   cold
cảm ơn   thank you
cám ơn   thank you
cảng   port
càng … càng   the more … the more
cảnh   view, landscape, scenery
cạnh   by, next to, beside

cao *tall, high*
cay *spicy*
cắn *bit*
cắt *to cut*
cặp nhiệt độ *to take temperature*
cầm *to hold*
cấm *forbid, ban,* negative imperative particle *(don't)*
cần *need*
cần thiết *essential, necessary*
câu *sentence*
câu hỏi *question*
câu trả lời *answer*
câu cá *fishing*
cầu lông *badminton*
cây *tree*
cẩn thận *carefully*
cấp cứu *first aid, emergency treatment*
  xe cấp cứu *ambulance*
cất cánh *take off*
cầu thang *stairs, staircase*
cha *father*
chả giò *spring rolls*
chả quế *cinnamon flavoured pork meat pie*
chai *bottle*
chán *boring*
chanh *lemon*
chào *hello, to greet*
cháu *grandchild*
chạy (ra) *to run (out to …)*
chăm chỉ *industrious, hardworking*
chắc *certainly*
chắc chắn *definitely, for sure, certainly*
chân *leg*
châu *continent*
châu Á *Asia*
châu Phi *Africa*
châu Âu *Europe*
chậm *slow*
chị (gái) *older sister*

chị ấy *she*
chị dâu *sister-in-law*
chỉ dẫn *information*
chỉ … thôi *only*
chia tay *to part*
chiếc *manufactured items (vehicles), individual items from a pair* (classifier)
chiên *fry, deep fry*
chiến sĩ *soldier*
chiến tranh *war*
chiếu phim *to show, screen a film*
chiều, buổi chiều *afternoon*
chim *bird*
chín *nine*
chín *ripe*
chính sách *policy*
(chính sách) mở cửa *open-door policy*
chính trị *politics*
chết *to die*
chết rồi! *damn it!*
cho *for, to*
cho (phép) *allow, to give permission*
chó, con chó *dog*
chọn *choose, select*
chỗ *place*
chỗ để xe *parking place*
chôm chôm *rambutan*
chống *against, to oppose, to fight against*
chồng *husband*
chơi *to play*
  đi chơi *to go out (for pleasure)*
chớ negative imperative particle
chờ *wait*
chợ *market*
chủ nghĩa *doctrine, ideology*
chủ nhật *Sunday*
chủ tịch *president, chairman*
chua *sour*
chùa (Chùa Một Cột) *pagoda (One Pillar Pagoda)*

chúc (mừng) *to wish, congratulate*
chục *group of ten, ten*
chúng tôi, chúng ta *we*
chụp (ảnh) *take a photograph*
chuối, quả *banana*
chuột, con chuột *mouse, rat*
chuyển (chỗ ở) *to move*
chuyển lời *pass on a message*
chuyến *bay flight*
chuyến đi *trip, journey*
chữ *word, character*
chứ *of course not*
chưa *not yet*
chưa bao giờ *never*
chữa *repair*
chương trình *programme*
chứng kiến *to witness*
chừng *about, approximately*
con *classifier for animals*
con cả *the oldest child in the family*
con dâu *daughter-in-law*
con người *people, humankind*
con rể *son-in-law*
con trai *son*
con út *the youngest child in the family*
có chứ *yes, of course*
có gì khó đâu! *it is not difficult at all!*
có lẽ *perhaps, maybe*
có mặt *be present*
có thể *can, be able to*
còn *still, continue to, how about*
cô *Miss, aunt*
cô ấy *she*
cô giáo *(female) teacher*
công an *police*
công cộng *public*
công tác *to work*
công ty (công ty du lịch) *company, firm (travel agency)*
công việc *work*
công viên *park*

cổ *neck*
cố gắng *to make an effort, try*
cốc *glass*
cộng hoà *republic*
cơ quan *office, agency*
cơm *cooked rice*
cơm chay *vegetarian meal*
cơm chiên *fried rice*
cỡ *size*
cũ *old (opposite to new)*
củ *tuber, root*
của *belonging to, of* **(bạn của anh Nam)** *(Nam's brother)*
của ai? *whose?*
cũng *also*
cuộc *process, activity, entity involving interaction with games, contests, meetings, parties, struggles ... (classifier)*
cuối (đường) *end (of the road)*
cuốn *volume (classifier)*
cứ *keep on doing sth., persist, continue*
cửa ra vào *door*
cửa sổ *window*
cửa hàng *a shop*
cửa hàng bách hoá *department store*
cửa hàng lưu niệm *souvenir shop*
cửa hàng miễn thuế *duty free shop*
cưới *to marry*
cười *to smile, laugh*
cứu hỏa *fire brigade*

da *skin, leather*
da cam *(to be) orange*
dạ *polite response particle*
dạ dày *stomach*
danh lăm thắng cảnh *sights*
dành *put aside, reserve*
dài *long*
dạo này *these days*

dày   *thick*

dãy núi   *mountain range*

dạy   *to teach*

dân số   *population*

dân tộc   *nation*

dân tộc ít người   *ethnic minority*

dầu ăn   *cooking oil*

dầu dấm   *vinegar*

dậy   *get up*

dê   *goat*

dễ   *simple, easy*

dễ chịu   *pleasant, bearable*

dị ứng   *allergy*

di tích lịch sử   *historical monuments*

dịch   *to translate*

diện tích   *area*

dịp (vào dịp)   *occasion (on the occasion of)*

do   *caused by, due to*

dọc   *along*

du lịch   *travel, journey, tourism*

dùng   *to use*

dự   *participate, take part*

dự báo thời tiết   *the weather forecast*

dưa chuột   *cucumber*

dừa, quả dừa   *coconut*

dứa, quả dứa   *pineapple*

dương lịch   *solar calendar*

dưới   *under*

đá   *stone, rock, ice*

đã   *past tense marker*

đại sứ quán   *Embassy*

đang   *be engaged in doing sth., (grammatical particle for present tense)*

đào   *peach*

đảo   *turn over*

đạo Phật   *Buddhism*

đau   *to hurt, pain*

đau bụng   *to have stomache-ache*

đau đầu   *to have a headache*

đặc biệt   *special*

đặc sản   *special (dish), speciality*

đăng ký   *to register*

đăng ký gọi trong/ngoài nước   *telephone operator for national/ international calls*

đắng   *bitter*

đắt   *expensive*

đặt   *to place, put*

đặt (trước)   *to book, reserve*

đậm   *dark*

đất nước   *country*

đậu xanh   *peas*

đậu, đỗ   *beans*

đâu?   *where?*

đầu (bị đau đầu)   *head (to have a headache)*

đầu gối   *knee*

đầu tiên   *first*

đây   *here, this*

đầy   *be full (of), filled with*

đấy   *there*

đen   *(to be) black*

đèn xanh đèn đỏ   *traffic lights*

đeo (kính, đồng hồ, vòng)   *to wear (glasses, wristwatch, necklace)*

đẹp (đẹp lắm)   *nice, pretty, beautiful (very nice)*

để   *in order to*

để nghĩ xem   *let me (think and) see*

để nghị   *propose, suggest*

để tài   *topic*

đền (đền Ngọc Sơn)   *temple, palace (Palace of the Jade Mountain)*

đến   *to, until*

đến   *to come, arrive*

đêm   *night*

đi   *imperative particle*

đi   *to go*

đi (giày)   *to wear (shoes)*

đi bộ   *to go on foot*

đi bộ đội   *go on a military service*

đi dạo *go for a walk*
đi xem phim *to go to the cinema*
địa chỉ *address*
địa điểm *location, place*
địa lý *geography*
điểm báo *review of newspapers*
điền (vào) (đơn xin gia hạn thị thực) *fill in (an application for a visa extension)*
điều *thing, matter*
điều hòa nhiệt độ *air conditioning*
đình *communal house in a village*
định *to decide, intend to do*
đỏ *(to be) red*
đón *welcome, meet*
đóng (cửa) *close (door)*
đóng va li *to pack a suitcase*
đọc *read*
đồ *things*
đồ sành sứ *crockery*
đỗ xe *stop, pull up*
độ *about, approximately*
độc thân *single*
đôi *a pair*
đổi *to change, exchange*
đổi mới *renovation*
đối diện *opposite*
đối với *as regards, with*
đội (nón) *to wear (a hat)*
đông *east*
đông *full, crowded, busy*
đông *winter*
Đông Dương *Indochina*
đồng *Vietnamese currency*
đồng bằng *delta, lowlands,*
đồng chí *comrade*
đồng hồ *watch*
đồng ý *agree*
đơn thuốc *prescription*
đơn xin *application*
đời sống *life*
đủ *enough, to have/be enough*
đu đủ *papaya*

đũa *chopsticks*
đúng *correct, right*
đưa *take, bring*
được *to receive*
đứng *to stand*
đừng *negative imperative particle*
đừng (lo) *don't (worry)*
đun sôi *boil*

em *younger sibling*
em gái *younger sister*
em trai *younger brother*

ga *railway station*
gà *rooster*
gác *floor*
gạch *bricks*
gan *liver*
gạo *husked rice*
găng tay *gloves*
gặp *to meet*
gặp lại *to meet again*
gần *near*
ghét *hate*
ghế *chair*
gia hạn (thị thực) *extend (visa)*
gia vị *spices*
gì? *what?*
gì cũng được *anything would be fine*
gia đình *family*
già *old (opposite to young)*
giá *beansprout*
giá (giá bao nhiêu?) *price, value (How much does it cost?)*
giá chính thức *exchange rate*
giá hối đoái *exchange rate*
giá sách *bookshelf*
giải thưởng *prize*
giao thông *traffic, communication*
giáp *border*
giàu *rich*
giày *shoes*

giây   second
giặt   wash, launder
giận   be angry
giấy   paper
giấy viết thư   writing paper
giấy vệ sinh   toilet paper
giỏi   be clever, good, skilful
gió (gió nhẹ)   wind (light wind)
giò lụa   lean meat pie
giới thiệu   to introduce
giờ   hour
giờ làm việc   working hours
giống (như)   similar
gọi   call, to order
gọt   peel
gỗ   wood
gồm   contain, include
gốm   pottery
giường   bed
giường mềm   soft sleeper bed (on train)
giường cứng   hard sleeper bed (on train)
giữ (giữ sạch sẽ)   keep (keep clean)
giữa   between, among, in the middle
gửi   to send, to post
gừng   ginger

há miệng (ra)   open mouth
hạ (mùa hạ)   summer
hạ bớt lửa   reduce heat
hai   two
hái mỏng   slice
hạn   term
hạt tiêu   pepper
hay   interesting
hay   or
hãy   imperative particle
hàn lại   to fill in (a tooth), put a filling in
hàng (cửa hàng)   goods, merchandise (shop)

hàng (hàng thứ ba)   rank, line, row (third rank)
hàng (hằng) (hàng ngày)   every (every day)
hàng không   aviation, airlines
hành   onion
hát   to sing
hành lý (xách tay)   luggage (hand luggage)
hân hạnh   be pleased, honoured
hấp dẫn   interesting, attractive
hè (mùa hè)   summer
hẹn   promise
hẹp   narrow
hết   to end, to finish
hết hạn   expire
hiện đại   contemporary, modern
hiểu   understand
hiệu   shop, store
hiệu ăn   restaurant
hiệu sách   bookshop
hiệu thuốc   pharmacy
hình như   it looks like
ho   cough
họ   they, family name
hoa (bông hoa)   flower
hoa cúc   chrysanthemum
hoa hồng   rose
hoa quả   fruit
họa sĩ   painter
hoạt động   activity
hoặc   or
học   to study, to learn
hỏi (câu hỏi)   to ask (question)
hỏi đường   ask directions
hỏng   broken, spoiled
họng   throat
họp   meeting
hồ   lake
hộ chiếu   passport
Hội Nhà văn ViệtNam   Vietnamese Writers' Association
hôm   day

hôm kia *the day before yesterday*
hôm nay *today*
hôm qua *yesterday*
hồng *(to be) pink*
hộp *box*
hơn *be more (than)* (comparative particle)
hơn nữa *furthermore*
huyết áp *blood pressure*
huyết áp cao *high blood pressure*
huyết áp thấp *low blood pressure*
hút *to smoke*
hướng dẫn (du lịch) *tourist guide*

ít *a little, a few*

kem *ice cream*
kèm *join, add*
kém *less*
kẻo *otherwise*
kẹo *sweets*
kế toán *accountant*
kết thúc *to finish, end*
khá *rather, fairly*
khác biệt *difference*
khách *guest, visitor*
khách sạn *hotel*
khát *to be thirsty*
khăn quàng *scarf*
khăn trải bàn *tablecloth*
khắp thế giới *all over the world*
khẩn *urgent*
khen *to praise*
khi (khi nào?) *when?*
khỉ *monkey*
khí hậu *climate*
khó *difficult*
khó chịu *uneasy*
khoai *sweet potato*
khoai tây *potato*
khoảng *approximately, about*
khỏe *healthy, strong (well, all right)*
không *no, not*

không chỉ … mà còn *not only … but also*
không khí *atmosphere, air*
khu vực *region, area*
khuya *late night*
ki lô mét *kilometre*
kia *(that one) over there* (demonstrative)
kim loại *metal*
kinh tế *economy*
kiểm tra *to check, control*
kiểu dáng *appearance, look, shape, form*
kính *glasses*
kịp *in time, have time*
kỷ niệm *momento, souvenir, anniversary*
ký (tên) *to sign (name)*

là *to be*
lạ *strange, unusual*
lạc *peanut*
lạc đường (bị lạc đường) *get lost*
lái xe *to drive a vehicle*
lại *to come to*
làm việc *to work*
làm việc theo ca *work shifts*
làm vườn *do gardening*
làm ơn *please, do smb. a favour*
làng *village*
lành mạnh *healthy, wholesome*
lạnh *cold*
lăng (Lăng Hồ Chủ tịch) *tomb, mausoleum (Hồ Chí Minh's mausoleum)*
lắm *very, greatly*
lần *occasion, time*
lần đầu tiên *first time*
lâu (bao lâu?) *long (how long?)*
lấy (xích lô) *to take (a cyclo)*
lập gia đình *to form a family, to get married*
len *wool*

lên *go up, get on*
lên lớp *go to school*
lịch sử (viện bảo tàng lịch sử)
  history (History museum)
liên hoan *gathering, party*
liên hệ *contact, link*
lo lắng *to worry*
loại *type, kind*
lối đi *aisle*
lời *word*
lời khuyên *advice*
lớn *large, big*
lợn *pig*
lúa *rice plant*
lúa nếp *glutinous, sticky rice*
lúa tẻ *ordinary, non-sticky rice*
lụa *silk*
luật sư *lawyer*
lúc *moment*
luôn luôn *always*
lưng *back*
lược *comb*
lười *lazy*
lưỡi *tongue*
lươn *eel*
lượn *loiter about, stroll*
lương *salary*
lương thực *food, food product*
lưu manh *hooligan*
lý do *reason, motive, cause*

mà *but*
mạ *rice seedling*
màu *colour*
mát mẻ *cool, fresh*
máy *machine*
máy bay *plane*
máy điện thoại *telephone*
máy điện thoại di động/ máy điện
  thoại cầm tay *mobile phone*
máy ghi âm *tape recorder*
máy tính *computer*
mặc (áo) *to wear (clothes)*

mặc cả *to bargain, haggle*
mặc vào *to put on*
măng *bamboo shoot*
mắt *eye*
mặt *face*
mặt trái *negative side*
mắt cá *ankle*
mất *to lose, spend*
mất bao lâu? *how long does it*
  take?
mây *cloud*
mấy? *how many? how much?*
mấy giờ? *at what time?*
mẹ *mother*
mèo *cat*
mét *metre*
mì *noodles*
miền *area, region*
miếng *piece, bit*
miêng *mouth*
món (ăn) *dish, course*
món tiếp *next course, dish*
mọi *every, all*
mong *wait, anticipate*
môi *lips*
mỗi *each and every*
môi trường *environment, air*
môn *classifier (field speciality)*
môn học *subject of study*
mồng *precedes numbers from*
  1–10 (when denoting first ten days
  in a month)
một chút *a little bit, for a little*
  while
một mình *alone, by oneself*
mỡ *fat, grease*
mở (cửa) *open (door)*
mới *new*
mới *past tense particle*
mời *to invite*
mũ *hat*
mũi *nose*
mua *to buy*

mua mở hàng   *buy something to 'open the shop' (be the first customer of the day)*
mùa   *season*
mùa đông   *winter*
mùa khô   *dry season*
mùa mưa   *rainy season*
mùa thu   *autumn*
mùa xuân   *spring*
múa   *dance*
múa rối nước   *water puppet show*
mùi thơm   *aroma, fragrance, smell*
muối   *salt*
muốn   *want*
muộn   *late*
mưa phùn   *drizzle*
mượn   *borrow*
mứt   *jam*

nải (chuối)   *bunch (of bananas)*
nam   *south*
nào   *which*
nay   *this*
này   *this*
năm   *five*
năm   *year*
năm nay   *this year*
năm ngoái, trước   *last year*
năm sau   *next year*
nằm   *to lie*
nắng   *sunny*
nấm   *mushroom*
nâu   *(to be) brown*
nấu   *cook*
nem rán (nem Sài Gòn)   *spring rolls*
nên   *should, ought to*
nên   *therefore*
nếu (nếu … thì)   *if (if … then)*
ngã ba   *crossroads*
ngã tư   *crossroads*
ngại   *to worry*
ngàn   *thousand (Southern Vietnamese expression)*

ngành (ngành du lịch)   *branch, field, discipline (tourism)*
ngay   *immediately*
ngày   *day*
ngày kia   *the day after tomorrow*
ngày mai   *tomorrow*
ngày nghỉ   *holiday, day off*
ngắm   *admire, look at*
ngăn kéo   *drawer*
ngắn   *to be short*
ngắt mạch   *to be interrupted*
ngân hàng   *bank*
Ngân hàng Nhà nước Việt Nam   *Vietnamese State Bank*
nghe   *to hear, listen*
nghe nói   *they say*
nghèo   *be poor*
nghề (nghề nghiệp)   *occupation, profession*
nghỉ   *to have a rest*
nghĩa (nghĩa là)   *meaning (it means)*
nghiêm trọng   *serious*
nghiên cứu   *research*
nghìn   *thousand*
ngoại ô   *suburb, outskirts*
ngoài (nước ngoài)   *outside, (foreign country, abroad)*
ngoài (ra)   *apart from*
ngoại   *outside, exterior*
ngon   *tasty*
ngon tuyệt   *delicious*
ngón   *tay finger*
ngọt   *sweet*
ngò   *coriander*
ngộ độc thức ăn   *food poisoning*
ngôi   *classifier for buildings*
ngồi   *to sit*
ngôn ngữ   *language*
ngủ   *to sleep*
ngựa   *horse*
ngừng (lại)   *to stop*
ngược hướng   *opposite direction*

người   person, people (general classifier for people)
người Anh   English
người Ca-na-đa   Canadian
người đánh cá   fisherman
người đưa thư   postman
người Đức   German
người lái xe tắc-xi   taxi driver
người Mỹ   American
người Nhật (Nhật Bản)   Japanese
người Pháp   French
người Thái Lan   Thai
người Trung Quốc   Chinese
người Việt Nam   Vietnamese
người yêu   lover
nhà   house
nhà   scholar (classifier)
nhà báo   journalist
nhà ga   railway station
nhà hát   theatre
nhà khách   guest house
nhà kinh doanh   businessman
nhà phê bình   critic
nha thơ   poet
nhà văn   writer
nhà xuất bản ngoại ngữ   foreign languages publishing house
nhạc   music
nhạc cổ điển   classical music
nhạc rock   rock
nhanh   be fast, quick
nhanh lên   hurry up
nhánh   shoot, branch
nhạt   light
nhảy   jump, dance
nhắn   leave a meassage
nhân dịp   on the occasion of
nhân viên   employee
nhận   to receive
nhận ra   recognize
nhập khẩu   import
nhất   first (superlative particle)
Nhật (Bản)   Japan

nhé   all right?
nhỉ   isn't it?
nhiệt đới   tropical
nhiệt độ   temperature
nhiệt độ trung bình   average temperature
nhiều   be a large amount, much, many, a lot
nhiều nước   juicy
nhìn   look at
nho   grapes
nhỏ   small
nhổ   pull out
nhớ   remember, recollect
nhỡ (tàu)   miss (train)
nhu cầu   need
như   as, like
như thế nào?   what is (sth.) like?
nhưng   but
những   plural marker
nhức đầu   to have a headache
nhựa   plastic
những   plural marker
nó   she/he, it
nói (nói được)   speak, talk (to be able to speak)
nói chung   generally speaking
nói chuyện   to converse
nón   conical hat
nóng   be hot
nổi tiếng (về)   be famous (for)
nội dung   contents
nỗi buồn   sorrow
nơi (vài nơi)   place (some places)
núi, dãy núi (lên núi)   mountain, mountain range (go to the mountains)
núi non biển cả   mountains and the sea
nữa   more
nửa   half
nước   water
nước   country

nước cam   *orange juice*
nước chanh   *lemonade*
nước hoa   *perfume*
nước khoảng   *mineral water*
nước mắm   *fish sauce*

ô nhiễm môi trường   *air pollution*
ông   *grandfather*
ông ấy   *he*
ông ngoại   *grandfather (mother's side)*
ông nội   *paternal grandfather*
ở   *in, at, to live*
ở đâu?   *where?*
ơi   *vocative particle*
ớt   *chillies*

pha lê   *crystal*
phải   *must*
Pháp   *France*
pháo   *firecracker*
phát ban   *rash*
phát triển   *progress*
phát âm   *pronounce*
phảy   *comma*
phần   *part*
phần trăm   *percent*
Phật giáo   *Buddhism*
phê bình   *to criticize*
phim   *film*
phim ảnh   *camera film*
phim hoạt hình   *cartoon*
phim kinh dị   *horror film*
phim phổ biến kiến thức   *educational film (lit. film disseminating knowledge)*
phim tài liệu   *documentary film*
phim truyện   *feature film*
phiếu lên máy bay   *boarding card*
phong bì   *envelopes*
phong tục   *customs, traditions*
phòng (phòng đôi)   *room (double room)*
phòng ăn   *dining room*

phòng bếp   *kitchen*
phòng khách   *guest room, living room*
phòng làm việc   *study*
phòng ngủ   *bedroom*
phòng tắm   *bathroom*
phòng vệ sinh   *toilet*
phố   *street, road*
phổi   *lungs*
phở   *noodle soup*
phụ nữ   *woman*
phù hợp   *to be suited to, correspond*
phục vụ   *attendant, waiter*
phút   *minute*
phương tiện giao thông   *means of transport*

qua   *(to go) over, across, to cross*
quả   *fruit, round objects (classifier)*
quá   *excessively, too*
quá cân   *excess weight*
quan trọng   *important*
quảng trường   *a square*
quạt   *fan*
quạt máy   *electric fan*
quạt tre   *bamboo fan*
quầy hàng   *counter*
que diêm   *match*
quê   *homeland, birthplace, native country, countryside*
quên (ngủ quên)   *to forget (to oversleep)*
quên mất   *forget*
quít   *tangerine*
quốc gia   *national*
quốc tịch (gốc và hiện nay)   *nationality (original and present)*
quốc tế   *international*
quyển   *volume*

ra   *go out (of)*
ra nước ngoài   *go abroad*
rau   *vegetables*

rau quả *vegetables and fruit*
rau sống *raw vegetables*
rất *very*
rắn *snake*
răng *tooth*
răng sâu *rotten tooth, cavity*
rằng *that*
rẻ *cheap*
rẽ *to turn*
rét *cold*
riêng *own*
rồi *already*
rỗi *spare time, free*
rối *puppet*
rồng *dragon*
rộng *wide*
rùa *turtle*
rưỡi *half past (in time)*
rượu *alcohol*

sao *why?*
sau *behind, after*
sáu *six*
sách *book*
sách hướng dẫn du lịch *tourist guide (a book)*
sạch *clean*
sản vật *product*
sáng *bright, morning*
săn lại *condense*
sắp future tense marker (near future)
sân bay *airport*
sân khấu *stage, drama*
sầu riêng *durian*
sẽ future tense marker
séc *cheque*
siêuthi *supermarket*
sinh hoạt *living conditions*
sinh nhật *birthday*
sinh sống *live*
sinh viên *student*
sô-cô-la *chocolate*
sổ mũi *to have a runny nose*

số *size, number*
sông *river*
Sông Hồng *Red River*
Sông Cửu Long *Mekong River*
sống *live*
sốt *temperature*
sợ *to be afraid*
sợi *string, thread*
sơn mài *lacquer*
sớm *early, soon*
suốt cả đêm *throughout the whole night*
suy nghĩ *think*
sử dụng *make use of*
sứ (trắng) *porcelain*
sữa *milk*
sửa chữa (điện thoại) *telephone (telephone repair service)*
sức khỏe *health*
sương mù *fog, mist*

ta, chúng ta *we (inclusive – includes listener)*
tai *ear*
tác phẩm *work (of an author)*
tách *cup*
tài *ability, talent*
tại sao? *why?*
tám *eight*
tạp chí *magazine, journal*
tàu hỏa *train*
tàu thủy *ship*
tay *arm*
tắc xi *taxi*
tắm *bath, bathe*
tặng *to give, award*
tấm *rectangular flat piece of material, with cloth, boards, etc. (classifier)*
tầng *floor*
tấp nập *busy and bustling*
tập *to practise*
tập thể dục *do physical exercise*
tất cả *all, whole altogether*

tây   west

tem   stamp

ten nít   tennis

tép   small bit, section

tên (tên tôi)   name (my name)

tết (Tết nguyên đán)   festival,
    celebration (the lunar New Year
    festival)

tham dự   participate in

tham quan   to go on a trip,
    excursion

tháng   months

tháng ba   March

tháng bảy   July

tháng chạp   December

tháng chín   September

tháng giêng   January

tháng hai   February

tháng mười   October

tháng mười một   November

tháng này   this month

tháng năm   May

tháng sau   next month

tháng sáu   June

tháng tám   August

tháng trước   last month

tháng tư   April

thanh niên   young people, youth

thành   become, turn into

thành phố   town, city

thảo luận   to discuss

thạo   skilful, experienced

tháp (tháp Chàm)   tower, (the
    Chàm towers)

thay thế   instead, replace

thằng   pejorative, negative
    classifier for people

thẳng (đi thẳng)   straight
    (go straight ahead)

thậm chí   even

thấp   low

thầy giáo   (male) teacher

thấy   see, perceive

thẻ tín dụng   credit card

theo   according to, follow

thép   steel

thể thao   sport

thế   thus, so, in this manner

Thế à?   Is that so? Really?

thế nào? (như thế nào?)   how?
    (What is it like?)

thế kỷ   century

thêm   to add, more

thêu (thêu tay)   embroider(ed),
    (hand embroidered)

thi   examination, to take an
    examination

thi vào trường đại học   sit
    university entrance exams

thì   then, in that case

thị thực   visa

thìa   spoon

thiên nhiên   nature

thiếu   (to have) lack

thỉnh thoảng   from time to time

thích   to like

thiếu   be less, lacking

thịt   meat

thịt bò   beef

thịt lườn gà   fillet of chicken

thịt lợn   pork

thịt gà   chicken meat

thoải mái   carefree, easy going

thóc   harvested but unhusked rice

thôi   that is all

… thôi   only

thông minh   be intelligent, bright

thông tin thương mại   business
    news

thông tấn xã Việt Nam
    Vietnamese News Agency

thời gian   time, period

thời sự   current news

thời tiết   weather

thu (mùa thu)   autumn

thủ đô   capital city

thủ tục   *formality, procedure*
thủ tướng   *prime minister*
thú vị   *interesting*
thuận tiện   *convenient*
thuê   *rent, hire*
thuế (quan)   *tax, duty (customs official)*
thuốc   *drug, medicine*
thuốc đánh răng   *toothpaste*
thuốc lá   *cigarette*
thủy tinh   *glass*
thuyền   *boat*
thư   *letter*
thư bảo đảm   *registered letter*
thư nhanh   *express letter*
thư ký   *secretary*
thư thường   *ordinary mail*
thư viện   *library*
thứ   *rank, ordinal number designator*
thứ ba   *Tuesday*
thứ bảy   *Saturday*
thứ hai   *Monday*
thứ năm   *Thursday*
thứ sáu   *Friday*
thứ tư   *Wednesday*
thử (mặc thử)   *try (try on)*
thưa   *vocative particle*
thừa   *(to have) too much, too many*
thực ăn   *food*
thực đơn   *menu*
thực hiện   *carry out, implement*
thực phẩm   *food*
thương mại   *trade, commerce*
thường   *often*
tiếc (tiếc quá!)   *regret, pity (what a pity!)*
tiệc   *feast, reception*
tiếng (tiếng Việt)   *language (Vietnamese language)*
tiếp (đi tiếp)   *to continue (continue walking)*
tiếp khách   *receive visitors*

tiếp xúc   *contact, get in touch*
tiêu biểu   *typical*
tiểu thuyết   *a novel*
tim   *heart*
tìm (dễ tìm)   *to look for (easy to find)*
tin   *news, information*
tình hình   *situation*
tỉnh   *province*
to   *big, large*
toàn thể   *all, whole*
tóc   *hair*
tỏi   *garlic*
tổ chức   *organize, organization*
toi   *I*
tối (buổi tối)   *evening*
tôm   *shrimp*
tồn tại   *to exist*
tổng   *general*
tốt   *good*
tốt nghiệp đại học   *to graduate from university*
tờ   *sheets of paper (classifier)*
trà   *tea*
trả lời   *answer*
trai (con trai)   *boy (son)*
trái   *fruit, round objects (Southern expression) (classifier)*
trái   *left*
trang   *page*
trang trí   *to decorate, to garnish*
tranh dân gian   *folk painting*
tranh lụa   *painting on silk*
tranh sơn mài   *lacquer picture*
trắng   *(to be) white*
trâu (con trâu)   *ox*
trầu   *betel*
tre   *bamboo*
trẻ   *young*
trẻ con   *child*
trẻ hơn   *younger*
treo   *hang*
trên   *on (preposition)*

triển lãm   *exhibition*
trong   *in, inside*
trộn   *to mix*
trồng   *to grow, to plan*
trở nên   *to become*
trở thành   *to become*
trở về   *to return*
trời   *weather (lit. sky)*
trời ơi!   *Good Heavens! Good gracious!*
trụ sở   *headquarters, main office*
trung tâm   *centre*
truyện ngắn   *short story*
truyền hình vệ tinh   *satellite TV*
trưa   *noon, midday*
trứng   *egg*
trước   *in front of, before*
trước mắt   *in front of (your) eyes*
trường   *school*
trường đại học tổng hợp   *university*
tủ   *cupboard*
tủ áo   *wardrobe*
tủ lạnh   *refrigerator*
tùy (tùy anh)   *to depend (it's up to you)*
tuần   *week*
tuần này   *this week*
tuần sau   *next week*
tuần trước   *last week*
túi   *pocket*
túi mật   *gallbladder*
tuổi   *years of age*
tuyết   *snow*
tuyệt quá!   *excellent, perfect!*
tư (ngày thứ tư)   *four (Wednesday)*
từ   *from*
từ điển   *dictionary*
từ điển bách khoa   *encyclopaedia*
từ từ   *slowly, leisurely*
từ vựng   *words and phrases*
tự ... lấy   *self, by oneself, personally*

tươi   *fresh*
tương   *soy sauce*
tường   *wall*
tượng   *statue*

uống   *drink*
uỷ ban   *committee*

và   *and*
va li   *suitcase*
vai   *shoulder*
vài   *a few, some*
vải   *fabric*
vải   *lichi*
vạn   *10,000*
vàng   *(to be) yellow, gold*
vào   *go in, enter*
văn hóa   *culture*
văn minh   *civilization*
Văn Miếu   *Temple of Literature*
văn phòng   *office*
văn phòng hàng không Việt Nam   *Vietnamese Airlines office*
văn phòng làm việc   *office*
vắng   *(to be) empty (of people), to be deserted*
vấn đề   *problem*
vâng   *yes*
vậy   *(like) so, instead*
vé   *ticket*
vé (khứ hối)   *ticket (return ticket)*
vé một lượt   *one way ticket*
về   *return, come back*
về hưu   *retire*
vệ sinh   *hygiene*
vị   polite classifier for people
vì   *because*
vì ... nên   *because ... therefore*
vì sao?   *why?*
viêm họng   *sore throat*
viêm phổi   *pneumonia*
viêm ruột thừa   *appendicitis*
viện bảo tàng   *museum*

viện bảo tàng mỹ thuật *fine arts museum*

viết *to write*

Việt *Vietnamese*

vịnh (vịnh Hạ Long) *bay (Hạ Long bay)*

vịt *duck*

vỏ *skin, rind*

voi *elephant*

vòng *necklace*

vô đề *untitled*

vô tuyến truyền hình *television*

vợ *wife*

vợ chồng *husband and wife, Mr & Mrs*

với *with*

vừa (vừa mới) *past tense marker (recent past)*

vui *cheerful, happy*

vùng *area*

vườn *garden*

vườn cây quả *orchard*

vui *cheerful, happy*

v.v. *etc.*

xa *far away*

xả *lemon grass*

xà lách *salad*

xà phòng *soap*

xanh *(to be) blue and green*

xanh (nước) biển *(to be) blue*

xanh lá cây *(to be) green*

xám *(to be) grey*

xào *stir fry*

xấu *bad, ugly*

xe đạp *bicycle*

xe điện ngầm *the underground*

xe máy *motorcycle*

xe ô tô *car*

xếp *to arrange, set up*

xi măng *cement*

xin *please*

xin lỗi *excuse me*

xích lô *cyclo, pedicab, rickshaw*

xoài *mango*

xong *to finish, end*

xung quanh *around*

xuân *spring*

xuất bản *to publish*

xuất khẩu *export*

xuống *go down, downwards, get off*

xúc ra *scoop up*

xúp *soup*

xức *to wear (perfume)*

xương *bone*

y tá *nurse*

ý kiến *idea, opinion*

yên tĩnh *peaceful, tranquil*

English–Vietnamese vocabulary

abandon bỏ

about về

accountant kế toán

according to theo

acquainted quen

across sang

actress diễn viên nữ

address địa chỉ

afraid sợ

afternoon buổi chiều

age tuổi

agree đồng ý

air conditioning điều hoà nhiệt độ

airport sân bay

alcohol rượu

allow me xin phép cho tôi

alone một mình

already rồi

also cũng

although tuy

always luôn luôn

America (nước) Mỹ

and và

answer trả lời

apart from ngoài (ra)

approximately khoảng chừng, độ

area khu vực

arm tay

around xung quanh

as như

Asia Châu Á

ask hỏi

at ở, tại

at present hiện nay, lúc này

attend tham dự

audience khán giả

aunt cô, thím, mợ

autumn mùa thu

bamboo trẻ

bamboo shoot măng

banana chuối

bank (bank account) ngân hàng
  (tài khoản ngân hàng)

bathroom phòng tắm

be là

beach bãi biển

bed giường

bedroom phòng ngủ

beef thịt bò

beer bia

before trước, trước khi

begin bắt đầu

behind sau

belong to của

bicycle xe đạp

big lớn, to

bindweed rau muống

birthday ngày sinh, sinh nhật

black (màu) đen

blue (màu) xanh da trời, (màu)
  nước biển

boat thuyền

book sách

book a ticket đặt mua vé trước

boring chán

bowl bát

bread bánh mì

box hộp

bridge cầu

bring đưa, mang

British Anh

broken hỏng

brown nâu

brush teeth đánh răng

Buddhism đạo Phật

bus xe búyt

business **kinh doanh**
busy **bận, bận rộn**
buy **mua**
by means of **bằng**

cabbage **bắp cải**
call **gọi**
can **có thể**
cancer **bệnh ung thư**
capital city **thủ đô**
car **ô tô, xe hơi**
carry **mang, xách**
cartoon **hoạt hoạ**
cavity **sâu răng**
ceramic **gốm**
chair **ghế**
chance **dịp**
change **thay đổi**
cheap **rẻ**
check in **làm thủ tục**
cheerful **vui vẻ**
cheque **séc**
chicken **gà**
children **trẻ con**
chilli **ớt**
China **Trung Quốc**
chopsticks **đũa**
church **nhà thờ**
cigarette **thuốc lá**
cinema **rạp chiếu bóng**
civil engineer **kỹ sư**
class **lớp**
climate **khí hậu**
cloud **mây**
coconut **(quả) dừa**
coffee **cà phê**
cold **lạnh**
colour **màu**
complete **hoàn thành**
complicated, complex **phức tạp**
conference **hội nghị**
construct **xây dựng**
content **nội dung**
convenient **thuận tiện**

cook **nấu ăn**
cool **mát**
cough **ho**
country **nước, đất nước**
countryside **nông thôn**
cousins **anh chị em họ**
cow **(con) bò**
crab **cua**
credit card **thẻ tín dụng**
criticize **phê bình**
crossroads **ngã tư**
crowded **đông người**
culture **văn hoá**
cure **chữa bệnh**
custom **phong tục**
customs office **hải quan**

dangerous **nguy hiểm**
dare **dám**
daughter **con gái**
day **ngày**
dear **thân mến**
decide **quyết định**
declare **khai**
delicious **ngon tuyệt**
depart **khởi hành, rời**
develop **phát triển**
dial **quay**
different **khác**
difficult **khó**
dish **món ăn**
district **khu, quận**
dizzy **chóng mặt**
do **làm**
doctor **bác sĩ**
don't **đừng**
drink **uống**
drive **lái xe**
drizzle **mưa phùn**
dry (dry season) **khô (mùa khô)**
duck **vịt**

each **mỗi**
ear **tai**

early sớm
east phía đông
Easter Phục sinh
easy dễ
eat ăn (ăn cơm)
economics kinh tế
education giáo dục
eel lươn
embassy đại sứ quán
embroidered thêu
empty trống
envelope phong bì
environment môi trường
ethnic minority dân tộc thiểu số
Europe Châu Âu
evening buổi tối
everybody ai cũng, mọi người
everything mọi việc, gì cũng
examinations thi
examine (medically) khám (bệnh)
except trừ
expensive đắt
expire hết hạn
explain giải thích, giảng
export xuất khẩu

fabric vải
family gia đình
famous nổi tiếng
far xa
Far East Viễn Đông
fast nhanh
father bố, cha, ba
feel cảm, thấy
festival lễ hội
fever sốt
film phim
finish kết thúc
fish cá
fish sauce nước mắm
flat căn nộ
flower hoa
flu cúm

follow theo
food thức ăn
food poisoning ngộ độc thức ăn
football (football match) bóng đá
  (trận bóng đá)
forecast dự báo
forget quên
foreigner người nước ngoài
fork dĩa, nĩa
fortunately may mà
France Pháp
fresh tươi
fridge tủ lạnh
friend bạn
from từ
fruit hoa quả
fry rán
full đầy
furthermore hơn nữa

garden vườn
geography địa lý
get up dậy
give birth to sinh
glass thủy tinh
glasses kính
gloves găng tay
go đi
go for a walk đi dạo
gold vàng
good tốt
goodbye chào tạm biệt
goods hàng hoá
graduate tốt nghiệp
grandfather ông
grandmother bà
green xanh lá cây
group đoàn
grow trồng
guest khách

hand tay
happiness hạnh phúc

hate   **ghét**

have   **có**

have lunch   **ăn trưa**

have to   **phải**

he   **anh ấy**

head   **đầu**

headache   **đau đầu**

health   **sức khỏe**

healthy   **khỏe**

heart   **tim**

hello   **chào**

help   **giúp đỡ**

here   **đây**

high   **cao**

hire   **thuê**

history   **lịch sử**

homeland   **quê hương**

hope   **hy vọng**

hospital   **bệnh viện**

hot   **nóng**

hotel   **khách sạn**

hour   **giờ**

house   **nhà**

housewife   **người nội trợ**

how?   **(như) thế nào?**

how far?   **Bao xa?**

how long?   **Bao lâu?**

how many? How much?   **Mấy? Bao nhiêu?**

however   **tuy nhiên**

husband   **chồng**

hygiene   **vệ sinh**

ice cream   **kem**

idea   **ý kiến**

if   **nếu**

illness   **bệnh**

important   **quan trọng**

improve   **cải tiến**

in   **ở, tại, vào, trong**

in general   **nói chung**

intend   **định**

interesting   **thú vị, hay**

international   **quốc tế**

Italy   **nước Ý**

jewellery   **đồ trang sức**

journalist   **nhà báo**

juice   **nước quả**

just   **vừa**

kilometre   **cây số, ki lô mét**

kitchen   **bếp**

knife   **dao**

know   **biết**

lacquer   **sơn mài**

lake   **hồ**

landscape   **phong cảnh**

language   **tiếng, ngôn ngữ**

large   **lớn**

late   **muộn**

laugh   **cười**

lawyer   **luật sư**

learn   **học**

left   **(phía) trái**

leg   **chân**

lemonade   **nước chanh**

lend   **cho vay**

letter   **thư**

library   **thư viện**

life   **(cuộc) sống**

lift   **thang máy**

like   **thích**

listen   **nghe**

literature   **văn học**

live   **sống, ở**

luggage   **hành lý**

lunar New Year   **Tết nguyên đán**

make   **làm**

mango   **(quả) xoài**

mangosteen   **(quả) măng cụt**

many   **nhiều**

market   **chợ**

marry   **cưới, lấy vợ/chồng**

maybe **có lẽ**	*on* **trên**
meat **thịt**	*one* **một**
meet **gặp**	*onion* **hành**
meeting **(cuộc) họp**	*only* **chỉ … thôi**
melon **quả dưa**	*open* **mở**
menu **thực đơn**	*opinion* **ý kiến**
milk **sữa**	*opportunity* **dịp**
mine **của tôi**	*opposite* **đối diện**
minister **bộ trưởng**	*orange* **(quả) cam**
minute **phút**	*orange (colour)* **màu da cam**
month **tháng**	*order (meal)* **gọi (món ăn)**
more **hơn**	*organization* **tổ chức**
motorcycle **xe máy**	*ought to* **nên**
mother **me, mạ**	*overseas Vietnamese* **Việt Kiều**
mountain **núi**	
museum **viện bảo tàng**	*page* **trang**
mushroom **nấm**	*pagoda* **chùa**
music **âm nhạc**	*pain* **đau**
must **phải**	*painter* **hoạ sĩ**
	pair **đôi**
name **tên**	*papaya* **(quả) đủ đủ**
nation **dân tộc**	*parents* **bố mẹ**
nationality **quốc tịch**	*park* **công viên**
nature **thiên nhiên**	*parking place* **chỗ để xe**
near **gần**	*party (political)* **đảng**
need **cần**	*party (gathering)* **buổi liên hoan**
nephew **cháu trai**	*passport* **hộ chiếu**
new **mới**	*peach* **(quả) đào**
news **tin**	*pear* **(quả) lê**
newspaper **báo**	*pepper* **hạt tiêu**
nice **đẹp, xinh**	*perform* **diễn**
niece **cháu gái**	*perfume* **nước hoa**
no **không**	*perhaps* **có lẽ**
noisy **ồn ào**	*person* **người**
normal **bình thường**	*photograph* **bức ảnh**
north **phía bắc**	*pig* **(con) lợn/heo**
not **không**	*pineapple* **(quả) dứa**
now **bây giờ, hiện nay**	*place* **chỗ, nơi**
nurse **y tá**	*plane* **máy bay**
	plant **trồng, cấy**
office **cơ quan, văn phòng**	*plastic* **nhựa**
often **hay**	*play* **chơi**
old **già, cũ**	*pleasant* **dễ chịu**

please xin
pneumonia viêm phổi
poem bài thơ
poor nghèo
population dân số
pork thịt lợn/heo
post gửi
post office bưu điện
postcard bưu thiếp, bưu ảnh
prepare chuẩn bị
print in
problem vấn đề
profession nghề
professor giáo sư
programme chương trình
propose đề nghị
province tỉnh
public công cộng
publish (publishing house) xuất
   bản (nhà xuất bản)
put đặt, để

quickly nhanh, nhanh chóng
quiet yên tĩnh

railway station nhà ga
rain (rainy season) mưa (mùa mưa)
rambutan (quả) chôm chôm
rather khá
read đọc
receive nhận
receptionist tiếp viên
red (màu) đỏ
Red River Sông Hồng
registered post thư bảo đảm
relationship quan hệ
relatives họ hàng
rent thuê
repair (sửa) chữa
reply trả lời
reporter phóng viên
rest nghỉ
restaurant hiệu ăn, nhà hàng

retire về hưu
return to trở về, trở lại
rice gạo (mạ, lúa, thóc)
rich giàu
rickshaw xích lô
right phía phải, đúng (correct)
river sông
road đường
run chạy

sad buồn
safe an toàn
sales assistant người bán hàng
salt muối, mặn
scenery phong cảnh
sea biển
secretary thư ký
see nhìn, xem, thấy
send gửi
ship tàu thủy
shirt áo sơ mi
shoe giày dép
shopping mua bán
should nên
sightseeing tham quan
sign ký
silk lụa
silver bạc
sing hát
single độc thân
sit ngồi
size cỡ, số
sleep ngủ
small nhỏ
smoke hút (thuốc lá)
snow tuyết
society xã hội
soldier chiến sĩ
sometimes đôi khi
song bài hát
soup xúp
sour chua
south phía nam

speciality đặc sản
spicy cay
spoon thìa
sport thể thao
spring mùa xuân
spring roll nem rán, chả giò
stall quán
stamp tem
start bắt đầu
steamed glutinous rice xôi
steel thép
still còn, vẫn còn
stomach bụng
stone đá
strong mạnh
student sinh viên
study học
suburbs ngoại ô
sugar đường
suitcase va li
summer mùa hè
sunny nắng
sweet ngọt
sweets kẹo

table bàn
take lấy
take part tham dự, tham gia
talk nói (chuyện)
tasty ngon
tea trà, chà
teacher giáo viên, thầy giáo
  (male), cô giáo (female)
telephone máy điện thoại
tell kể, báo
temperature nhiệt độ
temple đền
thank you cám ơn, cảm ơn
theatre nhà hát
then thì
therefore nên, vì vậy
they họ
think nghĩ

thirsty khát
this này
throat họng
ticket vé
time thời gian
tired mệt
today hôm nay
together cùng (nhau)
toilet phòng vệ sinh
tomato cà chua
tomorrow ngày mai
tourist người du lịch
trade thương mại, buôn bán
tradition truyền thống
train tàu hỏa, xe lửa
translate dịch
travel đi lại, đi du lịch
tree cây
turn rẽ
turtle rùa

umbrella ô
uncle bác, chú
under dưới
underground tàu điện ngầm
understand hiểu
university trường đại học tổng hợp
until đến
use dùng

valuable qúy
vase lọ hoa
vegetables rau
very rất, lắm, quá
vestige di tích
Vietnam Việt Nam
village làng
visa thị thực
visitor khách

wait chờ, đợi
waiter người phục vụ
wake up thức dậy

walk   đi bộ
wall   tường
want   muốn
warm   ấm
wash   rửa, giặt
watch (see)   xem
watch (wristwatch)   đồng hồ
water   nước
water rice   lúa nước
we   chúng tôi, chúng ta
wear   mặc, đi, đeo
weather   thời, tiết
week   tuần
welcome   đón
well   khỏe
west   phía tây
what?   gì?
what time?   Mấy giờ?
when?   Bao giờ? Khi nào? Lúc nào?
where?   đâu?
which?   nào?
white   (màu) trắng

who?   ai?
why?   tại sao? vì sao?
wife   vợ
win   thắng
wind   gió
window   cửa sổ
wine   rượu vang
winter   mùa đông
wish   chúc (mừng)
with   với
woman   phụ nữ
wood   gỗ
work   làm việc
worry   lo lắng
write   viết
wrong   sai

year   năm
years of age   tuổi
yellow   vàng
yes   vâng
young   trẻ